പെണ്ണങ്ങളുടെ സിനിമാ റിപ്പബ്ലിക്

Nadakkavu, Kozhikode, Kerala, 673011
www.insightpublica.com
e-mail: insightpublica@gmail.com
Title: **Pennugalude Cinema Republic**
(Malayalam)
Author: **P.K.Surendran**
First Edition: September 2024
Printed and Published by
InsightinPublica Printers & Publishers Pvt. Ltd.
ISBN: 978-93-5517-888-6
₹250

പെണ്ണങ്ങളുടെ സിനിമാ റിപ്പബ്ലിക്

പി.കെ.സുരേന്ദ്രൻ

'ആഖ്യാനത്തിന്റെ പിരിയൻ കോവണികള്‍' എന്ന പുസ്തകത്തിന് മികച്ച സിനിമാ ഗ്രന്ഥത്തിനുള്ള സംസ്ഥാന സര്‍ക്കാറിന്റെ അവാര്‍ഡ് ലഭിച്ചു.'അഞ്ചു ക്യാമറകള്‍ ജീവിതം പറയുന്നു', 'സിനിമ വാക്കുകളില്‍ കാണുമ്പോള്‍', 'സിനിമ പാതി പ്രേക്ഷകന്‍ ബാക്കി', 'വെളിച്ചം കൊണ്ട് മെനയുന്ന ശില്‍പങ്ങള്‍', 'സിനിമ: പാഠവും കാഴ്ചയും', 'ആന്ദ്രേ തര്‍ക്കോവ്സ്കി: വിശ്വാസവും ബലിയും', 'സിനിമ ഒബ്സ്ക്യൂറ', 'സംഭാ ഷണങ്ങളുടെ പുസ്തകം', 'ഇന്നലെകളുടെ സിനിമകള്‍ എന്നത്തേക്കും' (പി.കെ. നായരുടെ 'Yesterday's Films for Tomorrow' എന്ന പുസ്തകത്തിന്റെ പരിഭാഷ), 'അഭേദ് ആകാശ് ' (മണി കൗളിന്റെ അഭിമുഖ പുസ്തകമായ ' The Uncloven Space'-ന്റെ പരിഭാഷ) എന്നീ സിനിമാ ഗ്രന്ഥങ്ങള്‍ പ്രസിദ്ധീകരിച്ചിട്ടുണ്ട്.

മുംബൈയിലെ സെന്റര്‍ ഫോര്‍ മോണിറ്ററിംഗ് ഇന്ത്യന്‍ ഇക്കണോമി എന്ന സ്ഥാപനത്തിലെ നീണ്ടകാല സേവനത്തിനു ശേഷം ഇപ്പോള്‍ കണ്ണൂര്‍ ജില്ലയിലെ തളിപ്പറമ്പില്‍ സ്ഥിരതാമസം. മലയാളത്തിലെ മുന്‍നിര പ്രസിദ്ധീകരണങ്ങളില്‍ സിനിമാ സംബന്ധിയായ ലേഖന ങ്ങള്‍ എഴുതുന്നു. ആകാശവാണിയില്‍ സിനിമയെ കുറിച്ച് പ്രഭാഷ ണങ്ങള്‍ നടത്താറുണ്ട്. വിവിധ സെമിനാറുകളില്‍ സിനിമയെ കുറിച്ച് പ്രബന്ധങ്ങള്‍ അവതരിപ്പിച്ചിട്ടുണ്ട്. കോളേജുകളില്‍ സിനിമയെ കുറിച്ച് ക്ലാസ്സുകള്‍ എടുക്കാറുണ്ട്.

Mobile: 9747989056

Email: pksuren57@gmail.com

പി.കെ. സുരേന്ദ്രന്‍

ഉള്ളടക്കം

അഭിമുഖങ്ങൾ

ആമുഖം

കേരളത്തിലും ഇന്ത്യയിലും മാത്രമല്ല, ലോകത്തെവിടെയും സിനിമാ രംഗം പുരുഷകേന്ദ്രീകൃതമാണ്. ക്യാമറയ്ക്ക് മുന്നിൽ മാത്രമല്ല, അണിയറയിലും പുരുഷന് തന്നെയാണ് ആധിപത്യം. (ക്യാമറാമാൻ, സിനിമാട്ടോഗ്രാഫർ എന്നീ വാക്കുകൾക്ക് സ്ത്രീലിംഗം ഉണ്ടോ, ഉണ്ടെ ങ്കിൽ നാം ആ വാക്കുകൾ ഉപയോഗിക്കാറുണ്ടോ എന്നറിയില്ല). ലിം ഗസമത്വം ഉണ്ടെന്ന് വിശ്വസിക്കുന്ന അമേരിക്ക ആസ്ഥാനമായുള്ള ഹോളിവുഡ് സിനിമകളിലെ ലിംഗവിവേചനത്തെ സംബന്ധിക്കുന്ന ഒരു കണക്ക് ഇപ്രകാരം: 250 സിനിമകളെ അടിസ്ഥാനമാക്കിയുള്ള ഒരു പഠനം വെളിപ്പെടുത്തുന്നത് കേവലം 22 ശതമാനം സ്ത്രീകൾ മാത്രമാണ് പ്രാധാന്യമുള്ള റോളുകളിൽ ഉള്ളത് എന്നാണ്. അതിലും കുറഞ്ഞ പ്രാധാന്യത്തിലുള്ള റോളുകളിൽ 34 ശതമാനം സ്ത്രീകളും. 100 പണംവാരി സിനിമകളിൽ ക്യാമറയ്ക്ക് മുന്നിൽ വെറും 32 ശതമാനം സ്ത്രീ പ്രാതിനിധ്യം മാത്രമാണുള്ളത്. അണിയറയിലാവട്ടെ, സംവിധാന രംഗത്ത് 8 ശതമാനവും, എഴുത്തുകാരിൽ 13 ശതമാനവും നിർമ്മാണ രംഗത്ത് 19 ശതമാനവും സ്ത്രീകൾ മാത്രമാണുള്ളത്. ഇത് ക്യാമറയ്ക്ക് മുന്നിലും പിന്നിലും മാത്രം ഒതുങ്ങുന്നില്ല. സിനിമയെ കുറിച്ചുള്ള എഴുത്ത് / നിരൂപണ രംഗത്ത് ഭൂരിഭാഗവും പുരുഷന്മാരാണ്.

നമ്മുടെ രാജ്യത്തെയും സ്ഥിതിയും മറിച്ചാവില്ല. സെപ്റ്റംബർ 21-ന്, ഇന്ത്യൻ നിയമസഭാംഗങ്ങൾ വനിതാ സംവരണ ബിൽ, 2023 പാസ്സാക്കി. പാർലമെന്റിന്റെ ഇരുസഭകളും ഏതാണ്ട് ഏകകണ്ഠമായി പാസാക്കിയ ബില്ലിൽ - വെറും രണ്ട് വോട്ടുകൾക്ക് എതിരായി – സ്ത്രീകൾ ക്ക് ഇരു സഭകളിലും ചുരുങ്ങിയത് 33 ശതമാനം സീറ്റുകൾ ഉറപ്പാക്കുന്നു.

എന്നാൽ 2024 ഏപ്രിലിലെ കണക്കനെസരിച്ച്, ഭരണകക്ഷിയായ ഭാരതീയ ജനതാ പാർട്ടി പ്രഖ്യാപിച്ച 414 സ്ഥാനാർത്ഥികളിൽ 16 ശതമാനം സ്ത്രീകളും കോൺഗ്രസ് പ്രഖ്യാപിച്ച 246 സ്ഥാനാർത്ഥികളിൽ 13 ശതമാനം സ്ത്രീകളും മാത്രമാണുള്ളത്. 1957-ൽ സ്ഥാനാർത്ഥികളിൽ വെറും 2.9 ശതമാനമായിരുന്ന സ്ത്രീകളെങ്കിൽ 2019-ൽ, അവർ മൊത്തം സ്ഥാനാർത്ഥികളുടെ ഏകദേശം 9 ശതമാനം വരും. ഈ കണക്കുകൾ സ്ത്രീകളോടുള്ള സമൂഹത്തിന്റെ മനോഭാവം വ്യക്തമാക്കുന്നു.

ഈയടുത്ത കാലത്ത് കേരളത്തിൽ വാണിജ്യപരമായി വിജയിച്ച സിനിമകൾ സംവിധാനം ചെയ്യുന്ന സ്ത്രീകളുടെ എണ്ണം കൂടുന്നുണ്ട്. ഇവയെല്ലാം ജനപ്രിയ സിനിമയുടെ ചട്ടക്കൂടിൽ സൃഷ്ടിക്കപ്പെട്ടവയാണ്. മറുഭാഗത്ത് സ്വതന്ത്ര-കലാ സിനിമകൾ എന്ന ലേബലിലുള്ള സ്ത്രീക ളുടെ സിനിമകളും ഉണ്ട്. ഈ സംവിധായികമാർ നിലവിലുള്ള സ്ത്രീ സങ്കൽപ്പങ്ങളെ അട്ടിമറിക്കുന്ന രീതിയിലുള്ള സ്ത്രീ കഥാപാത്രങ്ങളെ സിനിമയിൽ അവതരിപ്പിക്കുന്നുണ്ടാവാം. എന്നാൽ, ആവിഷ്കാരത്തിൽ, രൂപത്തിൽ അവ ഒരു പരിക്കും എല്പിക്കുന്നില്ല. മാത്രവുമല്ല, ഇത്തരം 'പുരോഗമന'പരമായ വിഷയങ്ങൾ അവതരിപ്പിക്കുന്നത് വാണിജ്യ സിനിമയുടെ ശൈലിയിലുമാണ്. അപ്പോൾ വിഷയത്തിൽ വലിയ രീതി യിലുള്ള പുരോഗമനം ഉണ്ടെങ്കിലും ശൈലി വ്യവസ്ഥാപിതമാവുമ്പോൾ സിനിമ എതിർ ഫലം ചെയ്യുന്നു. ഉള്ളടക്കത്തെയും രൂപത്തെയും ബന്ധ പ്പെടുത്തി ഇ.എം.എസ്. ഇപ്രകാരം തിരുത്തുകയുണ്ടായി: "കലാസൃഷ്ടി യുടെ മൂല്യം വിലയിരുത്തുമ്പോൾ നാം ഒരിക്കലും ഉള്ളടക്കത്തിൽ മാത്രം ഒതുങ്ങരുത്. മികച്ച ഉള്ളടക്കം മാത്രം പോരാ, അതിന് മികച്ച രൂപവും ഉണ്ടായിരിക്കണം. ഞങ്ങൾ ജീവൽ സാഹിത്യ സംഘം സ്ഥാപിച്ചവർ രാഷ്ട്രീയ പ്രവർത്തകരായിരുന്നു. ഞങ്ങൾ സാഹിത്യത്തെയും രാഷ്ട്രീയ കണ്ണുകളിലൂടെ നോക്കി. അതുകൊണ്ട് സാഹിത്യത്തിന്റെ കലാപരമായ വശത്തിൽ ഞങ്ങൾ വേണ്ടത്ര ശ്രദ്ധിച്ചില്ല. അത് ഞങ്ങളുടെ തെറ്റായിരു ന്നു. പുരോഗമനപരമായ ഉള്ളടക്കത്തിന് പുരോഗമനപരമായ രൂപം ഉണ്ടായിരിക്കണം". സിനിമയെ ആക്ടിവിസമായി മാത്രം കാണുന്നതു കൊണ്ടായിരിക്കും നമ്മുടെ ചലച്ചിത്ര സംവിധാന രംഗത്തുള്ള സ്ത്രീകളും ഉള്ളടക്കത്തിന് മാത്രം പ്രാധാന്യം കൊടുക്കുന്നത്. പ്രശസ്ത ഡോക്യു മെന്ററി സംവിധായികയും സ്ത്രീ മുന്നേറ്റ സംഘടനകളുമായി ബന്ധപ്പെട്ട പ്രവർത്തിക്കുകയും ചെയ്യുന്ന ദീപാ ധൻരാജിന്റെ വാക്കുകൾ ഇതുമായി

ചേർത്തു വായിക്കാം: "ഡോക്യുമെന്ററിയോടുള്ള ഇടതുപക്ഷത്തിന്റെ വീക്ഷണം ശക്തമായ ഒരു റഫറൻസ് പോയിന്റ് ആയതുകൊണ്ടാണ് ചലച്ചിത്ര പ്രവർത്തകർ ഉള്ളടക്കത്തിലെ 'പുരോഗമന'ത്തെക്കുറിച്ച് മാത്രം ചിന്തിക്കുന്നത്".

വിദേശത്ത് ഫെമിനിസ്റ്റ് ചലച്ചിത്ര സിദ്ധാന്തം ഒരു വശത്ത് ക്ലാസിക്കൽ സിനിമകളിലെ സ്ത്രീകളുടെ സ്റ്റീരിയോടൈപ്പ് പ്രാതിനിധ്യത്തെ വിമർശിക്കുകയും മറുവശത്ത് സ്ത്രീ ആത്മനിഷ്ഠതയെയും സ്ത്രീ ആഗ്രഹത്തെയും പ്രതിനിധീകരിക്കാൻ അനുവദിക്കുന്ന ഒരു സ്ത്രീ സിനിമയുടെ സാധ്യതകളെ കുറിച്ച് ചർച്ച ചെയ്യുകയും ചെയ്തു. അതേസമയം, ഫെമിനിസ്റ്റ് ചലച്ചിത്ര സിദ്ധാന്തം ഹോളിവുഡ് - അല്ലെങ്കിൽ യൂറോപ്യൻ - സിനിമയെക്കുറിച്ചുള്ള വിമർശനത്തിൽ മാത്രം ഒതുങ്ങിയില്ല, മാത്ര മല്ല, നിലവിലുള്ള ഫെമിനിസ്റ്റ് സിനിമയെക്കുറിച്ചുള്ള ചോദ്യത്തിലും താൽപ്പര്യമുള്ളതായിരുന്നു. വിപ്ലവകരമായ 1960-കളുടെ പശ്ചാത്തലത്തിൽ, അവാംഗ്-ഗാർഡ് ഫിലിം പ്രാക്ടീസിൽ വേരുന്നിയ ഒരു കൗണ്ടർ-സിനിമയ്ക്ക് ഫെമിനിസ്റ്റുകൾ ആഹ്വാനം ചെയ്തു. സിനിമയിലെ പുരുഷ നോട്ടത്തെ അഭിസംബോധന ചെയ്ത ലോറാ മൽവി ഒരു ബദൽ ഫെമിനിസ്റ്റ് സിനിമയുടെ ആവശ്യകതയെക്കുറിച്ച് എഴുതുകയുണ്ടായി. സിനിമയുടെ വ്യവസ്ഥാപതത്വങ്ങളെ തകർക്കുന്ന ഒരു ഫെമിനിസ്റ്റ് അവാംഗ്-ഗാർഡിനെക്കുറിച്ചായിരുന്നു അവർ എഴുതിയത്. നമ്മുടെ സവിധായികമാർ സ്ത്രീയുടെ വീക്ഷണകോണിലൂടെ വിഷയം അവതരിപ്പിക്കുമ്പോഴും പുരുഷനെപ്പോലെയാണ് സിനിമ സംവിധാനം ചെയ്യുന്നത്. സ്ത്രീ എഴുതുമ്പോൾ ഭാഷ മാറുന്നതുപോലെ ഇവിടെ സംഭവിക്കുന്നില്ല. അതുകൊണ്ടാണ് സംവിധായികമാർക്ക് സിനിമകളിൽ പുരുഷനോട്ടത്തെ പോലും ചോദ്യംചെയ്യാൻ കഴിയാത്തത്. (പുരുഷനോട്ടത്തിന ശേഷം സ്ത്രീനോട്ടവും കറുത്ത സ്ത്രീയുടെ എതിർ നോട്ടവും സാമ്രാജത്വ നോട്ടവും ട്രാൻസ്ജെണ്ടർ നോട്ടവും കടന്ന് ഇന്ന് ലോകം പോസ്റ്റ്-ജെണ്ടർ യുഗത്തിൽ എത്തിനിൽക്കുകയാണ്. നമ്മുടെ സാഹചര്യത്തിൽ ദളിത് നോട്ടവും ആവശ്യമാണ്). ഈ സന്ദർഭത്തിൽ ആഗ്നസ് വർദ പ്രസക്തമാണ്. പുരുഷന്മാർ നയിക്കുന്ന ചലച്ചിത്രനിർമ്മാണ ലോകത്ത്, വിജയിക്കാൻ 'പുരുഷ' ഗുണങ്ങൾ സ്വീകരിക്കേണ്ടതുണ്ടെന്ന് സ്ത്രീകൾക്ക് തോന്നിയേക്കാം, എന്നിട്ടും വർദയെപ്പോലുള്ള ചലച്ചിത്ര പ്രവർത്തകർ ഇത് ആവശ്യമില്ലെന്ന് കാണിക്കുന്നു. കടുവയെപ്പോലെ

യുദ്ധം ചെയ്യേണ്ടിവന്നാലും ഒരു പുരുഷനെപ്പോലെ ചെയ്യരുത് എന്ന് അവർ ആഗ്രഹിച്ചു.

പ്രശസ്ത സാഹിത്യകാരി മാർഗരറ്റ് ദ്യൂറാസിന്റെ സിനിമകളെക്കുറിച്ചും അതുപോലെ ലോറാ മൽവിയും ഭർത്താവ് പ്രശസ്ത ചലച്ചിത്ര സൈദ്ധാന്തികൻ പീറ്റർ വോളനം ചേർന്ന് സംവിധാനം ചെയ്ത The Riddles of the Spinx എന്ന സിനിമയെക്കുറിച്ചും സിനിമാ സംവിധായികമാരെക്കുറിച്ചാണ് ഈ പുസ്തകം. പുസ്തകം രണ്ടു ഭാഗങ്ങളായി തിരിച്ചിരിക്കുന്ന – ആദ്യ ഭാഗം പഠനങ്ങൾ, രണ്ടാം ഭാഗം അഭിമുഖങ്ങൾ. ഇവരെല്ലാം സാമ്പ്രദായിക ആഖ്യാന മാതൃകകളെ നിരാകരിക്കുന്ന രീതിയിലുള്ള സിനിമകൾ   സംവിധാനം ചെയ്ത സ്ത്രീകളാണ്.

ബദൽ ഫെമിനിസ്റ്റ് സിനിമയുടെ പശ്ചാത്തലത്തിൽ മൽവി ചൂണ്ടിക്കാണിച്ച മായാ ഡെറനെക്കുറിച്ച് ഒരു ലേഖനം ഈ പുസ്തകത്തിൽ ഉണ്ട്. ജസ്മീല സ്ബാനിക്കിന്റെ Grbavica എന്ന സിനിമയെക്കുറിച്ചും, ഇന്ത്യയിൽ നിന്നുള്ള പായൽ കപാഡിയയുടെ A Night of Knowing Nothing, എന്ന സിനിമയെക്കുറിച്ചും ലേഖനങ്ങൾ ഉണ്ട്.

അനാമിക ഹക്സർ (Ghode Ko Jalebi Khilane Le Ja Riya Hoon), സപ്ന ഭാവ്നാനി (Sindhustan), നീന ശിവദാസനി (Chatrabhang), പ്രിയ ഗുവശ്ശേരി (My Sacred Glass Bowl) എന്നിവരുമായുള്ള അഭിമുഖങ്ങൾക്കൊപ്പം മലയാളിയായ ഫിലിം ക്യൂറേറ്റർ ദീപിക സുശീലനുമായുള്ള അഭിമുഖവും പുസ്തകത്തിൽ ചേർത്തിട്ടുണ്ട്.

പുസ്തകം പ്രസിദ്ധീകരിക്കുന്ന ഇൻസൈറ്റ് പബ്ലിക്കയോട്ടുള്ള നന്ദി അറിയിക്കുന്നു. ഒപ്പം എന്നെ ഈ പുസ്തകത്തിലേക്ക് എത്തിച്ച സി.എം. രാജനോട്ടുള്ള സ്നേഹം പങ്കുവെക്കുന്നു. പുസ്തകം വായനയ്ക്കായി സമർപ്പിക്കുന്നു.

പി.കെ.സുരേന്ദ്രൻ

ഹോളിവുഡിനെ വെല്ലുവിളിച്ച സ്ത്രീ പക്ഷം

"The still photograph is concerned with the isolation of the moment. The moment is stayed, composed within a stable frame. Films are concerned with the way in which a moment passes and becomes the next. This metamorphosis cannot be composed within the frame, but only through frames, from one frame to the next " - Maya Deren.

ലോകത്തെവിടെയും സിനിമ പുരുഷ കേന്ദ്രീകൃതമാണ്. ക്യാമറയ്ക്ക് മുന്നിലും പിന്നിലും മാത്രമല്ല അവന്റെ ആധിപത്യം. പുരുഷ കാമനകളെ സംതൃപ്തമാക്കുന്ന തരത്തിലാണ് സിനിമ ഒരുക്കുന്നത് തന്നെ.

ഈ സാഹചര്യത്തിലാണ് മായാ ഡെറൻ എന്ന ചലച്ചിത്ര പ്രതിഭയുടെ ജീവിതവും സിനിമകളും പ്രസക്തമാകുന്നത്. പുരുഷന്മാർ സംവിധാനം ചെയ്യുന്ന സിനിമകളുടെ മാതൃകയിൽ, ജനപ്രിയ ചേരുവകൾ ചേർത്ത് മാർക്കറ്റിനെ ലക്ഷ്യമാക്കി സിനിമകൾ ഉണ്ടാക്കുകയല്ല അവർ ചെയ്തത്. 1940കളിൽ അന്ന് പ്രബലമായിരുന്ന ആവിഷ്ക്കാര സമ്പ്രദായങ്ങളെ അടിമുടി നിരാകരിച്ചുകൊണ്ട്, സ്ത്രീയെ കേന്ദ്ര സ്ഥാനത്ത് നിർത്തിക്കൊണ്ട് സിനിമയിൽ നവീനമായ ലാവണ്യം കൊണ്ടുവന്നു എന്നതാണ് അവരുടെ പ്രാധാന്യം. സിനിമാറ്റിക് ഡിവൈസസുകളെ സ്വന്തം താത്പര്യങ്ങൾക്കായി പുരുഷൻ എങ്ങിനെ ഉപയോഗിക്കുന്നു എന്നും ഈ സിനിമകൾ സ്ത്രീ വിരുദ്ധമാകുന്നത് എങ്ങിനെയെന്നും ഉള്ള കാര്യങ്ങളെക്കുറിച്ച് നല്ല

ബോധ്യമുള്ളവർക്കേ ഇത്തരം ധീരശ്രമങ്ങൾ നടത്താൻ പറ്റൂ. അമേ രിക്കൻ അവാങ് ഗാർദ് സിനിമയുടെ മാതാവയാണ് ഡെറൻ വിശേ ഷിപ്പിക്കപ്പെടുന്നത് എന്നറിയുമ്പോൾ അവരുടെ സംഭാവനകൾ എത്ര കനപ്പെട്ടതാണെന്ന് നമുക്ക് ബോധ്യമാകും.

മായാ ഡെറൻ ആഖ്യാനത്തിന്റെ കേന്ദ്രബിന്ദുവായി സ്ത്രീ ശരീരത്തെ പ്രതിഷ്ഠിക്കുന്നു. ഡെറന്റെ സിനിമകൾ പരമ്പരാഗത ഹോളിവുഡിൽ നിന്ന് വ്യത്യസ്തമാകുന്നത് സ്ത്രീ ശരീരത്തിന്റെ ചിത്രീകരണവും ചിത്രീക രണത്തിന്റെ കൃത്രിമത്വവും തമ്മിലുള്ള ബന്ധത്തിലാണ്. മെയിൻസ്ട്രീം സിനിമയിൽ സ്ത്രീ ശരീരത്തെ വിഘടിപ്പിക്കുകയും പുരുഷ പ്രേക്ഷകർക്ക് ഉപഭോഗം ചെയ്യാനായി തയ്യാറാക്കുകയും ചെയ്യുന്നു. ആ കഥാപാത്ര ത്തിന് സ്വന്തം ശരീരത്തിന്മേൽ ഉണ്ടായിരുന്നേക്കാവുന്ന ഏതെങ്കിലും കർത്തൃത്വത്തെ നീക്കം ചെയ്യുന്നു. മെയിൻസ്ട്രീം സിനിമയിൽ ചില സിനി മാറ്റിക് സങ്കേതങ്ങൾ ഈ പ്രഭാവം കൈവരിക്കുന്നതിന് അബോധാവ സ്ഥയിൽ സഹായിക്കുന്നു. ഒരു പ്രത്യേക രീതിയിൽ ക്യാമറ അവൾക്ക് ചുറ്റും ചലിക്കുന്നതിനാൽ സ്ത്രീയുടെ ചലനങ്ങൾ സാധാരണയായി നിയന്ത്രിക്കപ്പെടുന്നു. അവളുടെ വസ്തുവൽക്കരണം സംഭവിക്കുന്നു, അർത്ഥത്തിന്റെ വാഹകയാവാൻ സ്ത്രീ ശരീരത്തെ നിർബന്ധിക്കുന്നു. എന്നാൽ, ഡെറൻ സ്ത്രീ ശരീര വിഷയത്തിൽ ഇതിനെതിരെ പ്രവർത്തി ക്കുന്നു. ഡെറന്റെ സിനിമകളിൽ, സ്ത്രീ ശരീരങ്ങൾ തുടർച്ചയായ ചലന ത്തിലാണ്, ഇതിലൂടെ സ്ത്രീ ശരീരത്തിലേക്കുള്ള ക്യാമറയുടെ ഇറിച്ച നോട്ടത്തെ ഇല്ലാതാക്കുന്നു. സ്ത്രീ ശരീരത്തെ നിയന്ത്രിത ഘടകത്തിന് പകരം ഒരു നിയന്ത്രണ ഘടകമായി അവതരിപ്പിക്കുന്നു. സ്ത്രീയുടെ ശരീരം മോചിപ്പിക്കപ്പെടുകയും, കർത്തൃത്വം ഏറ്റെടുക്കുകയും, സ്ത്രീസഹ ജമാവുകയും ചെയ്യുന്നു.

ഹോളിവുഡ് ഹിൽസിൽ വച്ചാണ് അവർ സിനിമകൾ സംവിധാനം ചെയ്തത് എന്നതിനാലാണ് അവരുടെ പ്രാധാന്യം കുറേക്കൂടി വർദ്ധിക്ക ന്നത്. ലോകം മുഴുവൻ സ്വാധീനം ചെലുത്തി നിൽക്കുന്ന ഹോളിവുഡിന്റെ കലാപരവും രാഷ്ട്രീയവും സാമ്പത്തികവുമായ ആധിപത്യത്തെ അവർ എപ്പോഴും വിമർശിച്ചു. അവർ പറയുന്നു: "ഹോളിവുഡ് ലിപ്സ്റ്റിക്കിന് മാത്രം ചിലവാക്കുന്ന ഇകകൊണ്ടാണ് ഞാൻ സിനിമകൾ ഉണ്ടാക്ക ന്നത്". അതുപോലെ ഒരു കലാരൂപം എന്ന നിലയിലുള്ള സിനിമയുടെ നിർവ്വചനത്തിനും വികാസത്തിനും ഹോളിവുഡ് വിലങ്ങുതടിയാണ് എന്നും അവർ വിശ്വസിച്ചു. 1940കളിലും 1950കളിലും ചലച്ചിത്ര നിർമ്മാണ സാങ്കേതിക വിദ്യകൾ വളരെയധികം വികസിച്ചുവെങ്കിലും,

ഹോളിവുഡ് ഈ പുരോഗതിയെ തടസ്സപ്പെടുത്തി എന്ന് ഡെറൻ തന്റെ ലേഖനത്തിൽ എഴുതി. അതിൽ പ്രധാനമായത് സിനിമാ മാധ്യമത്തി ലേക്കുള്ള നാടക പാരമ്പര്യങ്ങളുടെ കടന്നുകയറ്റമാണ്. അതിനാൽ, ഹോളിവുഡിന്റെ മാതൃകകളെ നിരാകരിച്ചുകൊണ്ട് സിനിമാറ്റിക് ആഖ്യാ നത്തിന്റെ പുതിയ രൂപങ്ങൾ രൂപപ്പെടുത്തുന്നതിന് ഈ സാങ്കേതികത വിദ്യയെ എങ്ങിനെ ഉപയോഗിക്കാം എന്നായിരുന്നു അവർ ചിന്തിച്ചത്.

അവാങ് ഗാർദ്, പരീക്ഷണാത്മക ചലച്ചിത്ര സംവിധായകരുടെ ചിന്തകൾ ഹോളിവുഡിന്റെ സാമ്പ്രദായിക ചലച്ചിത്രനിർമ്മാണ രീതി കൾക്ക് എതിരെ പ്രവർത്തിക്കുക എന്നതായിരുന്നു. ഇവർ പുതിയ ആഖ്യാന രൂപങ്ങളുള്ള സിനിമകൾ നിർമ്മിച്ചുകൊണ്ട് മുഖ്യധാരാ സിനിമകളെ എതിർത്തു. ഈ രീതിയിലുള്ള ആഖ്യാന രീതികൾ സാങ്കേതിക വിദ്യയുടെ പുതിയ രീതിയിലുള്ള ഉപയോഗത്തിലൂടെയാണ് സാധിക്കുന്നത്. ഉദാഹരണത്തിന്, ഡെറൻ വ്യത്യസ്തമായ മൊണ്ടാഷ് സീക്വൻസുകൾ സൃഷ്ടിച്ചു, ജമ്പ്-കട്ടുകൾ പ്രയോഗിച്ചു, സസ്പെൻസ് സൃഷ്ടിക്കുന്നതിനായി പ്രൊജക്റ്റ് ചെയ്ത ദൃശ്യങ്ങളുടെ വേഗതയിൽ മാറ്റം വരുത്തി, കൂടാതെ കാലത്തെയും സ്ഥലത്തെയും സംബന്ധിച്ച സാമ്പ്രദായിക ആഖ്യാനങ്ങളുടെ സങ്കൽപ്പങ്ങൾ മാറ്റാനോ, അല്ലെങ്കിൽ പൂർണ്ണമായും നിരാകരിക്കാനോ ക്യാമറ ക്രമീകരണങ്ങൾ ഉപയോഗിച്ചു.

ഹോളിവുഡ് ചലച്ചിത്ര സംവിധായകരിൽ നിന്ന് ഡെറൻ വ്യത്യ സ്തയാവുന്ന മറ്റൊരു പ്രധാന ഘടകം, ഹോളിവുഡ് സിനിമകൾക്ക് അവരുടേതായ ജനപ്രിയ താരങ്ങൾ ഉള്ളപ്പോൾ ഡെറൻ തന്നെയാണ് അവരുടെ സിനിമകളിൽ അഭിനയിച്ചത് എന്നതാണ്. മറ്റൊന്ന്, അവർ അവതരിപ്പിക്കുന്ന കഥാപാത്രങ്ങൾ കാഴ്ചാ സുഖത്തിനായി ഒരുക്കി നിർത്തിയവരല്ല. ഇവിടെ ലോറാ മൽവിയുടെ ആശയങ്ങൾ പ്രസ ക്തമാണ്. അവർ പറയുന്നത്, ഹോളിവുഡ് ശൈലിയുടെ മാന്ത്രികത ഉയർന്ന വന്നത്, കാഴ്ചയുടെ ആനന്ദത്തിന്റെ വിദഗ്ധമായ തിരിമറി കളിലൂടെയാണ്. സാമ്പ്രദായിക ആഖ്യാനാത്മക സിനിമകൾ പുരുഷ കേന്ദ്രീകൃതമാണ് എന്നാണ് ഹോളിവുഡ് സിനിമകളെ മുൻനിർത്തി ലോറാ മൽവി Visual Pleasure and Narrative Cinema എന്ന സൈദ്ധാന്തിക ലേഖനത്തിൽ സ്ഥാപിക്കുന്നത്. പുരുഷ മേധാവിത്വ മുള്ള സമൂഹമായതിനാൽ സിനിമയിലെ/സിനിമയുടെ നോട്ടങ്ങൾ പുരുഷന്റേതാണ് എന്ന് മൽവി സ്ഥാപിക്കുന്നു. സിനിമയിലെ ആൺ നോട്ടം സജീവമാണ്. പുരുഷനാണ് നോട്ടത്തിന്റെ വാഹകൻ (Bearer of the look). അതേസമയം പെൺ നോട്ടം നിഷ്ക്രിയമാണ്. അവൾ

നോക്കപ്പെടേണ്ടതാണ് (To be looked at). ഹോളിവുഡിന്റെ സിനിമാ തന്ത്രങ്ങളെ മൗലികമായിത്തന്നെ വെല്ലുവിളിക്കുകയും പുനർരൂപ പ്പെടുത്തുകയും ചെയ്യുന്നതിലൂടെ മാത്രമേ പുരുഷ മേൽക്കോയ്മയുള്ള ഹോളിവുഡ്‌ സിനിമാ വ്യവസ്ഥയെ തകർക്കാനാകൂ എന്ന് മൽവി പറയുന്നു. ഒരു ബദൽ ഫെമിനിസ്റ്റ് പദ്ധതിയിലൂടെയാണ് ഇത് സാധ്യ മാവുക. അതിനായി ഒരു ഫെമിനിസ്റ്റ് അവാങ് ഗാർദ് ആവശ്യമാണെ ന്ന് അവർ കൂട്ടിച്ചേർക്കുന്നു. സിനിമയുടെ വ്യവസ്ഥാപിതത്വങ്ങളെ തകർക്കുന്ന Jean Marie Straub, Chantal Akerman, Agnes Verda എന്നിവർക്കൊപ്പം മൽവി മായാ ഡെറനേയും ചേർക്കുന്നു. മറ്റൊന്ന്, ഡെറൻ അവതരിപ്പിക്കുന്ന കഥാപാത്രങ്ങൾ മുഖ്യധാരാ സിനിമകളിലെ പോലെ സ്റ്റീരിയോടൈപ്പ് അല്ല.

ഡാൻസർ, കോറിയോഗ്രാഫർ, കവി, ഫോട്ടോഗ്രാഫർ, സിനിമയുടെ രചയിതാവ്, എഡിറ്റർ, സിനിമാട്ടോഗ്രാഫർ, അഭിനേത്രി എന്നിങ്ങനെ വിവിധ മേഖലകളിൽ വ്യക്തിമുദ്ര പതിപ്പിച്ച ഡെറൻ സിനിമയുടെ സൗന്ദര്യശാസ്ത്രത്തെക്കുറിച്ച് ഗഹനങ്ങളായ പ്രബന്ധങ്ങൾ എഴുതുകയും പ്രഭാഷണങ്ങൾ നടത്തുകയും ചെയ്തിട്ടുണ്ട്. എന്നാൽ, ഇവരുടെ സിനിമാ ചിന്തകൾ വേണ്ട പ്രാധാന്യത്തോടെ ചർച്ച ചെയ്യപ്പെട്ടിട്ടില്ല. യഥാർത്ഥ പേര് എലിയനോറ ഡെറൻകോവസ്കി. 1917 ഏപ്രിൽ 29—ന് ഉക്രൈ യിനിലെ കീവിൽ ഒരു ജൂത കുടുംബത്തിൽ ജനിച്ചു. അമ്മ Marie Fiedler. അച്ഛൻ Solomon Derenskovsky. അമ്മ സംഗീതം പഠിച്ചിട്ടുണ്ട്. അച്ഛൻ ഒരു പ്രശസ്തനായ മനോരോഗ ചികിത്സകനാ യിരുന്നു. പ്രശസ്ത ഇറ്റാലിയൻ നടിയായ എലിയനോറ ഡ്യൂസിന്റെ പേരാണ് മാതാപിതാക്കൾ മകൾക്ക് വിളിച്ചത്. വർധിച്ച വരുന്ന ജൂത വിരോധവും, ട്രോട്സ്കിയുടെ ആശയങ്ങളോടുള്ള സോളമന്റെ ആഭിമുഖ്യവും ഈ കുടുംബത്തെ സോവിയറ്റ് യൂണിയൻ വിടാൻ നിർബന്ധിതമാക്കി. 1922—ൽ ഈ കുടുംബം അമേരിക്കയിലേക്ക് കുടിയേറി. പിതൃ സഹോദരന്റെ കൂടെ സൈറാക്യൂസിൽ താമസമാക്ക കയും പിതാവ് ഇവിടെ പ്രാക്ടീസ് ആരംഭിക്കുകയും ചെയ്തു. ഇവിടെ വച്ച് ഇവരുടെ കുടുംബപ്പേര് ഔദ്യോഗികമായി ഡെറൻ എന്നാക്കി മാറ്റി. 1930—ൽ എലിയനോറയുടെ അച്ഛനും അമ്മയും വിവാഹമോ ചിതരായി. തുടർന്ന് അവളെ സ്വിസ്സ് ബോർഡിംഗ് സ്കൂളിൽ അയച്ചു. അവിടെ അവൾ ഫ്രഞ്ച്, ജർമ്മൻ, റഷ്യൻ എന്നീ ഭാഷകൾ പഠിച്ചു. 1933-ൽ അമേരിക്കയിലേക്ക് തിരിച്ച വന്നു.

ജേർണലിസം പഠിച്ചുകൊണ്ടിരിക്കവെ സോഷ്യലിസ്റ്റ് ആശയ ങ്ങളിൽ ആകൃഷ്ടയായ എലിയനോറ അമേരിക്കൻ സോഷ്യലിസ്റ്റ് പാർട്ടിയുടെ യുവസംഘടനയുമായി ബന്ധപ്പെട്ട പ്രവർത്തിക്കുകയു ണ്ടായി. ഇതിനിടയിൽ പരിചയപ്പെട്ട, വിദ്യാർത്ഥി പ്രസ്ഥാനവുമായി ബന്ധപ്പെട്ട് പ്രവർത്തിച്ചിരുന്ന Gregory Bardacke-നെ എലിയനോറ വിവാഹം കഴിച്ചു. ഇക്കാലത്ത് ആകർഷിച്ച ഫെമിനിസ്റ്റ് ആശയങ്ങൾ അവരുടെ സിനിമകളെ വലിയ തോതിൽ സ്വാധീനിക്കുകയുണ്ടായി. പിന്നീട് Young Peoples Socialist League എന്ന സംഘടനയുടെ ദേശീയ സെക്രട്ടറിയായി എലിയനോറ പ്രവർത്തിച്ചു. ഇതിനിടയിൽ തന്റെ ആദ്യ ഭർത്താവിൽ നിന്ന് വിവാഹമോചിതയായി. തുടർന്ന് സാഹിത്യത്തിൽ ബിരുദവും ബിരുദാനന്തര ബിരുദവും കരസ്ഥമാക്കി. കവിതയോട്ടുള്ള സ്നേഹമായിരുന്ന സാഹിത്യം പഠിക്കാൻ കാരണം.

ബിരുദ പഠനത്തിന ശേഷം ന്യൂയോർക്കിൽ തിരിച്ചെത്തിയ അവർ യൂറോപ്യൻ കുടിയേറ്റ സാഹിത്യ രംഗവുമായി ബന്ധപ്പെട്ട പ്രവർത്തിച്ച തുടങ്ങി. അതേസമയം തന്നെ എഡിറ്റോറിയൽ അസിസ്റ്റന്റ് ആയും, ഫ്രീലാൻസ് ഫോട്ടോഗ്രാഫറായും പ്രവർത്തിച്ചു. അപ്പോഴാണ് നർത്തകി, കോറിയോഗ്രാഫർ, നരവംശ ശാസ്ത്രജ്ഞ എന്നീ നിലകളിൽ പ്രശസ്തയായ കാതറീൻ ഡൻഹാമിനെ പരിചയപ്പെടുന്നത്. ഈ പരിചയം അവരെ ഡൻഹാമിന്റെ അസിസ്റ്റന്റാക്കി മാറ്റി. ഇക്കാ ലത്താണ് അവർ നൃത്തത്തില്ലം, കൊറിയോഗ്രാഫിയില്ലം, നരവംശ ശാസ്ത്രത്തില്ലം തത്പരയാകുന്നത്. തുടർന്ന് അവർ ഡൻഹാമിന്റെ സംഘത്തോടൊപ്പം പല രാജ്യങ്ങളില്ലം സഞ്ചരിച്ചു. ഈ സഹവാ സമാണ് അവരെ Religious Possession in Dancing എന്ന പ്ര ബന്ധമെഴുതാൻ സജ്ജയാക്കിയത്. യാത്രയ്ക്കൊടുവിൽ ഈ സംഘം ഹോളിവുഡിൽ പ്രവർത്തിക്കുക എന്ന ലക്ഷ്യത്തോടെ മാസങ്ങളോളം ലോസ് ആഞ്ചലസിൽ തങ്ങി. ഇവിടെവെച്ചാണ് അവർ ചെക്കൊസ്ലോ വാക്യയിൽ നിന്ന് രണ്ടാം ലോക യുദ്ധകാലത്ത് ലോസ് ആഞ്ചലസിൽ കുടിയേറിയ Alexander Hackenschmied എന്ന ചലച്ചിത്രകാരനെ പരിചയപ്പെടുന്നത്. തുടർന്ന് അവർ വിവാഹിതരായി.

പരീക്ഷണ സിനിമാ രംഗത്ത് തന്റെതായ സ്ഥാനമുള്ള ഒരു ചലച്ചി ത്രകാരനാണ് ഹമീദ്. അമേരിക്കയിലേക്ക് കുടിയേറിയ Hans Richter, Oskar Fischinger മുതലായ അവാങ്ഗാർദ് കലാകാരന്മാർക്കൊ പ്പമാണ് ഹമീദിന്റെയും സ്ഥാനം. ആയിരത്തിത്തൊള്ളായിരത്തി

മുപ്പതുകളിൽ അദ്ദേഹം സംവിധാനം ചെയ്ത "Aimless Walk" എന്ന സിനിമയാണ് ചെക്കോസ്ലോവാക്യയിൽ അവാങ് ഗാർദ് സിനിമയ്ക്ക് തുടക്കം കുറിച്ചതെന്ന് പലരും കരുതുന്നു.

ഇക്കാലത്താണ് ഡെറൻ ഭർത്താവുമായി ചേർന്ന് "Meshes of the Afternoon" എന്ന പതിനാല് മിനിട്ട് ദൈർഘ്യമുള്ള സിനിമ സംവിധാനം ചെയ്യുന്നത്. സിനിമയുടെ നിർമ്മാതാവും, രചയിതാവും, എഡിറ്ററും ഡെറൻ തന്നെ. ഹമീദാണ് ക്യാമറ കൈകാര്യം ചെയ്തത്. 1943—ൽ നിർമ്മിക്കപ്പെട്ട ഈ സിനിമ സിനിമാ പ്രേമികളെയും പഠി താക്കളെയും ഇന്നും മോഹിപ്പിക്കുന്നു. ഈ സിനിമയാണ് അമേരിക്കൻ അവാങ് ഗാർദ് സിനിമയ്ക്കും അണ്ടർ ഗ്രൗണ്ട് സിനിമയ്ക്കും വഴിയൊരു ക്കിയത് എന്ന് കരുതുന്നു. പ്രശസ്തരായ പല ചലച്ചിത്രകാരന്മാരെയും ഈ സിനിമ പ്രചോദിപ്പിച്ചു. മാത്രവുമല്ല, മ്യൂസിക് വീഡിയോകളിലും ഡാൻസ് സിനിമകളിലും ഈ സിനിമയുടെ സ്വാധീനം കാണാം. 1947-ലെ കാൻ മേളയിൽ ഈ സിനിമ 16mm സിനിമാ വിഭാഗത്തിൽ പരമോന്നത ബഹുമതി കരസ്ഥമാക്കി. ആദ്യമായാണ് ഈ ബഹുമതി അമേരിക്കക്കും ഒരു സ്ത്രീക്കും ലഭിക്കുന്നത്.

യൂറോപ്പിലെ കലാരംഗത്ത് സർറിയലിസം വളരെയധികം പ്രഭാവം ചെലുത്തിയ ഒരു കാലമായിരുന്ന അത്. ദാലിയെപ്പോലുള്ളവർ ചിത്രകലയിൽ അതിന്റെ പ്രയോക്താക്കളായി നിന്നിരുന്ന കാലം. സിനിമയിൽ ബുന്വേലിനെപ്പോലുള്ളവർ സർറിയലിസ്റ്റ് സിനിമകൾ ഉണ്ടാക്കിയ കാലം. (ബുന്വേലിനൊപ്പം തിരക്കഥയിൽ ദാലി സഹക രിച്ച ചെറു സിനിമയയായ Un Chien Andalou (1929) സർറിയലിസ്റ്റ് സിനിമയുടെ മഹത്തായ ഉദാഹരണമാണ്). സർറിയലിസം ലോക ത്തെമ്പാട്ടുമുള്ള കലാകാരന്മാരെപ്പോലെ മായാ ഡെറനെയും പ്രചോ ദിപ്പിച്ചു കാണണം. എന്നാൽ ഡെറനെ സംബന്ധിച്ച് സർറിയലിസം ബുർഷ്വാ കലയോട്ടുള്ള വെല്ലുവിലി മാത്രമായിരുന്നില്ല, ഹോളിവുഡ് സിനിമാ സംസ്ക്കാരത്തോട്ട കൂടിയുള്ള വെല്ലുവിളിയായിരുന്ന.

ഇത്തരത്തിലുള്ള സിനിമകൾ നിർമ്മിക്കാനോ പ്രദർശിപ്പിക്കാനോ ആരും തയ്യാറാവില്ല എന്നത് സ്വാഭാവികം. പിതാവിന്റെ സമ്പാദ്യം കൊണ്ട് വാങ്ങിയ ഒരു പഴയ 16mm ക്യാമറ ഉപയോഗിച്ചാണ് ഡെറൻ സിനിമ ചിത്രീകരിച്ചത്. വളരെ തുച്ഛമായ ചിലവിൽ. വെറും രണ്ട പേർ മാത്രം അഭിനയിക്കുന്ന. ഡെറനും ഭർത്താവും. ഇക്കാലത്താണ് തന്റെ പേര് മാറ്റി അവർ മായ എന്ന പേര് സ്വീകരിക്കുന്നത്. ഭർത്താവ് Hackenschmied എന്ന പേര് മാറ്റി ഹമീദ് എന്നുമാക്കി.

തുടർന്ന് 16mm ക്യാമറ ഉപയോഗിച്ച് ഡെറൻ At Land (1944), Study in Choreography for Camera (1945) എന്നീ വിഖ്യാതങ്ങ ളായ സിനിമകൾ സംവിധാനം ചെയ്തു. ഈ സാഹചര്യത്തിലാണ് അവർ തന്റെ സിനിമകൾ സ്വതന്ത്രമായി പ്രദർശിപ്പിക്കുന്നത്. Three Abandoned Films എന്ന പേരിൽ തന്റെ Meshes of the Afternoon, At Land, A Study in Choreography for Camera എന്നീ മൂന്ന് സിനിമകൾ Province Town Playhouse വാടക യ്ക്കെടുത്ത് പ്രദർശിപ്പിച്ചു. പ്രദർശനം നിറഞ്ഞ സദസ്സിലായിരുന്നു. ഈ വിജയം അമേരിക്കയിൽ മാത്രമല്ല, കാനഡയിലും ക്യൂബയിലും സിനിമകൾ പ്രദർശിപ്പിക്കാൻ അവരെ പ്രേരിപ്പിച്ചു. മാത്രവുമല്ല, അവാങ് ഗാർദ് സിനിമകളുടെ സൗന്ദര്യശാസ്ത്ര വശങ്ങളെക്കുറിച്ച് എഴുതാനും പ്രഭാഷണങ്ങൾ നടത്താനും പ്രേരിപ്പിച്ചു. സ്വതന്ത്ര സിനിമാ പ്രവ ർത്തകരെ പ്രോത്സാഹിപ്പിക്കാനായി Creative Film Foundation എന്നൊരു സംഘടനയ്ക്ക് രൂപംകൊടുത്തു. ഡെറനുമായുള്ള സൗഹൃദവും അവരുടെ പ്രവർത്തനങ്ങളുമാണ് പ്രശസ്ത സിനിമാ നിരൂപകനായ അമോസ് വോഗലിനെ (Film As Subversive Art പോലുള്ള പുസ്ത കങ്ങൾ വോഗലിന്റെതാണ്) 1947—ൽ Cinema 16 എന്ന ഫിലിം സൊസൈറ്റിക്ക് രൂപം കൊടുക്കാൻ പ്രേരിപ്പിച്ചത്. 1950—കളിലെ വളരെ പ്രധാനപ്പെട്ട ഫിലിം സൊസൈറ്റികളിൽ ഒന്നാണിത്. (1947 മുതൽ ഡെറന്റെ മരണം വരെ അവർ അടുത്ത സുഹൃത്തുക്കളായിരുന്നു. വോഗലിന്റെ ഭാര്യ ഫിലിം സൊസൈറ്റിയുടെ കോർഡിനേറ്റർ ആയി പ്രവർത്തിച്ചു. ഇതിന്റെയൊക്കെ തുടർച്ചയായി 1963—ൽ വോഗൽ ന്യൂയോർക്ക് ഫിലിം ഫെസ്റ്റിവലിന് ജന്മം കൊടുത്തു. അതുപോലെ ഡെറന്റെ സംരംഭങ്ങൾ British Feminist Film Collective Circle എന്നൊരു സംഘടനയ്ക്കും ജനന കാരണമായി.

ഇക്കാലത്ത് Marcel Duchamp, Andre Breton, John Cage തുടങ്ങിയ പല പ്രശസ്തരുമായും അവർ ബന്ധപ്പെട്ടിരുന്നു. അവർ സംവിധാനം ചെയ്ത ഒരു സിനിമയിൽ Duchamp അഭിനയിക്കുകയു ണ്ടായി. The Witche's Cradle എന്ന ഈ സിനിമ പക്ഷെ പൂർത്തി യായില്ല.

Vodoun അനുഷ്ഠാനത്തിലും നൃത്തത്തിലും ആകൃഷ്ടയായ അവർ അഞ്ചുവർഷക്കാലം ഹൈത്തിയിൽ ഈ അനുഷ്ഠാനത്തെക്കുറിച്ച് പഠിച്ചും ചിത്രീകരിച്ചുകൊണ്ടും ചിലവഴിച്ചു. ഏകദേശം അഞ്ചു മണി ക്കൂറോളം ദൈർഘ്യമുള്ള ഫൂട്ടേജ് ചിത്രീകരിച്ചുവെങ്കിലും അതൊരു

സിനിമയാക്കി രൂപാന്തരപ്പെടുത്താൻ അവർക്കായില്ല. പക്ഷെ Joseph Campbell—ന്റെ മേൽനോട്ടത്തിലുള്ള അവരുടെ Divine Horsemen: The Living Gods of Haiti എന്ന പഠനം ഈ രംഗ ത്തുള്ള കനത്ത സംഭാവനയായി കണക്കാക്കപ്പെടുന്നു.

തലച്ചോറിൽ ഉണ്ടായ ആഘാതത്തെ തുടർന്ന് തന്റെ നാൽപ്പ ത്തി നാലാമത്തെ വയസ്സിൽ 1961 ഒക്ടോബറിൽ ന്യൂയോർക്കിൽ ഡെറൻ അന്തരിച്ചു. 1985—ൽ അവരുടെ മൂന്നാമത്തെ ഭർത്താവ് Teiji Ito ഈ ഫൂട്ടേജ് എഡിറ്റ് ചെയ്ത് സിനിമയാക്കുകയുണ്ടായി. എന്നാൽ സിനിമയുടെ ഘടനയും ആഖ്യാനവും ഡെറന്റെ വ്യക്തിഗത ശൈലിയിൽ നിന്ന് അകന്നതായിപ്പോയി എന്നും പരാതിയുണ്ട്.

ഡെറന്റെ സംഭാവനകളെ മാനിച്ച് 1985—ൽ American Film Institute മായാ ഡെറൻ അവാർഡ് നിലവിൽ വരുത്തി. സ്വതന്ത്ര സിനിമാ സംരംഭങ്ങളെ പ്രോത്സാഹിപ്പിക്കുക എന്നതാണ് അവാർഡി ന്റെ ലക്ഷ്യം. ന്യൂയോർക്കിലെ Anthology Film Archives—ൽ മായാ ഡെറന്റെ പേരിൽ ഒരു തിയ്യറ്ററും ഉണ്ട്.

ഹോളിവുഡ് സിനിമകളിൽ സ്ത്രീകൾക്ക് തീരെ പ്രാധാന്യമില്ല. ഉള്ള കഥാപാത്രങ്ങളാകട്ടെ അപ്രധാന വേഷങ്ങളിലോ പുരുഷന്റെ നിഴലുകളോ പുരുഷ കാമനകളെ തൃപ്തിപ്പെടുത്തുന്ന വസ്തുക്കളോ ആണ്. എന്നാൽ ഹോളിവുഡ് സിനിമകൾക്ക് എതിർ നിൽക്കുക എന്നു പറയുമ്പോൾ ഡെറനെ സംബന്ധിച്ച് അത് കേവലം വിഷയ സ്വീകരണത്തിലോ സ്ത്രീ കഥാപാത്രങ്ങൾക്ക് പ്രാധാന്യം കൊടുക്കുന്ന തിലോ മാത്രം ഒതുങ്ങുന്നില്ല. ഹോളിവുഡ് സിനിമയുടെ ആവിഷ്കാര ശൈലിക്കും (അത് ലോകത്തിന് മുഴുവൻ മാതൃകയാണ്), സ്ത്രീ ചിത്രീക രണത്തിനും, ദൃശ്യ—ശബ്ദ പരിചരണത്തിനും എതിർ നിൽക്കേണ്ടിയി രിക്കുന്നു. അത്തരത്തിലുള്ള ഒരു സിനിമയായ Meshes—ന്റെ ടൈറ്റിൽ കാർഡിൽ Made in Hollywood എന്ന് എഴുതിക്കാണിക്കുമ്പോഴുള്ള ഐറണി ശ്രദ്ധിക്കുക.

Meshes of the Afternoon എന്ന സിനിമയിലെ കേന്ദ്ര കഥാപാത്രം സ്ത്രീയാണ്. പേരില്ലാത്ത സ്ത്രീയായി അഭിനയിക്കുന്നത് ഡെറൻ തന്നെ. ഉച്ചമയക്കത്തിൽ കാണുന്ന സ്വപ്നം പോലെയാണ് സിനിമ. തൃഷ്ണകളും മരണവാഞ്ഛയും കൂടിക്കുഴഞ്ഞ സ്വപ്നം. യഥാതഥമായ രീതിയിലല്ല സിനിമ തുടങ്ങുന്നത്. ഫ്രെയിമിന്റെ മുകളിൽ നിന്ന് ഒരു കൈ നിരത്തിൽ ഒരു പുഷ്പം വയ്ക്കുന്നു. കൈ മാത്രമേ നാം കാണുന്നുള്ളൂ.

അതിലൂടെ നടന്നു വരുന്ന ഒരു സ്ത്രീ നിരത്തിൽ വീണുകിടക്കുന്ന ആ പുഷ്പ മെട്ടുള്ള നടന്നു നീങ്ങുന്നു. വിടർന്നു നിൽക്കുന്ന, ഭംഗിയുള്ള ആ പുഷ്പം സ്ത്രീ മണത്തു നോക്കുന്നു. കറുത്ത ശിരോവസ്ത്രമണിഞ്ഞ ഒരു രൂപം അകലെയുള്ള വളവിൽ അപ്രത്യക്ഷമാകുന്നത് അവർ നോക്കി നിൽക്കു ന്നു. സ്ത്രീ വീട്ടിലെത്തി വാതിലിൽ മുട്ടുന്നു. വാതിൽ തുറക്കാത്തതിനാൽ അവർ പേഴ്സിൽ നിന്ന് താക്കോൽ എടുക്കാൻ ശ്രമിക്കവെ താക്കോൽ താഴെ വീഴുന്നു. സ്ത്രീ കയറിവന്ന പടികളിലൂടെ താക്കോൽ താഴേക്ക് തെന്നിത്തെന്നി പോകുന്നു. വീണ കിടക്കുന്ന താക്കോൽ എടുത്ത് വാതിൽ തുറന്ന് സ്ത്രീ അകത്തു കടക്കുന്നു. താറുമാറായിക്കിടക്കുന്ന മുറി. നിലത്ത് ചിതറിക്കിടക്കുന്ന കടലാസുകൾ. ക്രാഡറിൽ നിന്ന് വീണ കിടക്കുന്ന ഫോൺ. പ്രവർത്തിച്ചുകൊണ്ടിരിക്കുന്ന ഗ്രാമഫോൺ. മേശ പ്പുറത്ത് കപ്പ്. അടുത്തുള്ള പാതി മുറിച്ച കേക്കിൽ കത്തി. പെട്ടെന്ന് കത്തി താഴെ വീഴുന്നു. എല്ലാം പൂർവ സ്ഥിതിയിലാക്കി അവർ തന്റെ മുറിയിൽ എത്തി നിരത്തിൽ നിന്ന് കിട്ടിയ പുഷ്പം തന്റെ മടിയിൽ വച്ച് ചാരുകസേരയിൽ വിശ്രമിക്കുന്നു. മെല്ലെ മയക്കത്തിലേക്ക് തെന്നി വീഴുന്നു. അടയുന്ന കണ്ണിന്റെ ക്ലോസപ്പ്. മേഘം വന്ന് ഇരുൾ വീഴുന്ന തായി അനുഭവപ്പെടുന്നു. പിന്നീട് ഈ സംഭവങ്ങൾ ചില വ്യതിയാന ങ്ങളോടെ, പൊരുത്തമില്ലാത്ത രീതിയിൽ പുനരാവിഷ്ക്കരിക്കപ്പെടുന്നു.

പൂന്തോട്ടത്തിലൂടെ നടന്നു നീങ്ങുന്ന കറുത്ത ശോരോവസ്ത്രമണിഞ്ഞ രൂപത്തെ പിന്തുടരുന്ന സ്ത്രീ. രൂപം തിരിഞ്ഞു നോക്കുമ്പോൾ മുഖത്തി ന്റെ സ്ഥാനത്ത് കണ്ണാടി. സ്ത്രീ വാതിൽ തുറന്ന് വീട്ടിനകത്ത് കയറുന്നു. അപ്പോൾ ഫോൺ ഇരുന്നിരുന്ന സ്ഥലത്ത് കത്തി. താക്കോൽ സ്ത്രീയുടെ വായ്ക്കകത്ത്. അവർ തുപ്പുന്നു. അപ്പോൾ താക്കോൽ കത്തിയായി രൂപാന്തരപ്പെടുന്നു. അവർ പ്രവർത്തിച്ച കൊണ്ടിരിക്കുന്ന ഗ്രാമഫോൺ ഓഫാക്കി അതിന്റെ സൂചി മാറ്റുന്നു.

ഇത് സിനിമയുടെ പേര് സൂചിപ്പിക്കുന്നതുപോലെ അറ്റമില്ലാത്ത വലക്കെട്ടുക്കിൽ, കെണിയിൽ അകപ്പെട്ടതുപോലെ ആകുന്നു. ലൊക്കേഷൻ / സെറ്റുകൾ പൊടുന്നനെ മാറുന്നു. വീടിന്റെ ലിവിംഗ് റൂമിൽ നിന്ന് തെരുവിലേക്കും കടൽക്കരയിലേക്കും. സ്ത്രീ ഓരോ പ്രാവശ്യം വീട്ടിനകത്ത് കയറുമ്പോഴും വസ്തുക്കൾക്ക് സ്ഥാന ചലനം. സന്ദർഭങ്ങളുടെ പല ആവർത്തനങ്ങൾ അവർ കാണുന്നു. അവർ സ്വപനം കാണുന്നതായി അവർ കാണുന്നു. അവരുടെ പല രൂപങ്ങൾ മേശയ്ക്ക് ചുറ്റമിരുന്ന് പരസ്പരം നോക്കുന്നതായി കാണുന്നു. ഉറങ്ങിക്കൊ ണ്ടിരിക്കുന്ന ആ സ്ത്രീയെ ആ സ്ത്രീ തന്നെ കൊല്ലാൻ ശ്രമിക്കുമ്പോൾ

ഒരു പുരുഷൻ അവരെ ഉണർത്തുന്നു. പുരുഷൻ അവരെ കിടപ്പ മുറിയി ലേക്ക് നയിക്കുമ്പോൾ അവർ അറിയുന്നു, സ്വപ്നത്തിൽ / ഭാവനയിൽ കണ്ടതൊക്കെ യഥാർഥത്തിൽ സംഭവിക്കുകയാണെന്ന്. കറുത്ത ശിരോവസ്ത്രമണിഞ്ഞ രൂപം തലയണക്കടിയിൽ കത്തി ഒളിപ്പിക്ക മ്പോൾ ഉണ്ടായതിന് സമാനമാണ് പുരുഷന്റെ അംഗവിന്യാസം എന്ന് അവർ മനസ്സിലാക്കുന്നു. പുരുഷനെ മുറിവേൽപ്പിക്കാനുള്ള അവരുടെ ശ്രമം വിഫലമാകുന്നു. സിനിമ അവസാനിക്കുമ്പോൾ മുറിയിലേക്ക് കടന്നുവരുന്ന പുരുഷൻ കാണുന്നത് നനഞ്ഞ തറയിൽ വീണ് തകർന്ന കിടക്കുന്ന കണ്ണാടിയാണ്. നനവ് ആ സ്ത്രീയുടെ രക്തമായിരിക്കണം. കാരണം മുമ്പ് കസേരയിൽ ഇരുന്ന് ഉറങ്ങുകയായിരുന്ന സ്ത്രീ മരിച്ച കിടക്കുന്നതാണ് പിന്നീട് അയാൾ കാണുന്നത്.

പല വ്യാഖ്യാനങ്ങൾക്ക് സാധ്യത ഒരുക്കുന്ന സിനിമയാണിത്. ഗാർഹിക ജീവിതം, വിവാഹം, സ്വാതന്ത്ര്യ മോഹം, സ്വത്വം, ലൈംഗികത, മരണ ചിന്തകൾ, ഏകാന്തത, അന്യവൽക്കരണം, അസ്തിത്വ പ്രശ്നങ്ങൾ, അവളിലെതന്നെ വൈരുദ്ധ്യങ്ങൾ -- ഈ ചെറു സിനിമ കൈകാര്യം ചെയ്യുന്ന വിഷയങ്ങൾ നിരവധിയാണ്. എന്നാൽ, സിനിമയെക്കുറിച്ച് ഡെറൻ എന്താണ് പറയുന്നത് എന്ന് നോക്കാം: "ഒരു വ്യക്തിയുടെ ആന്തരികാനുഭവങ്ങളാണ് സിനിമ. മറ്റള്ളവർക്ക് സാക്ഷ്യം വഹിക്കാൻ കഴിയുന്ന ഒരു സംഭവം ഈ സിനിമ ആലേഖനം ചെയ്യുന്നില്ല. മറിച്ച്, വളരെ ലളിതമായ ഒരു സംഭവത്തെ ഒരു വ്യക്തി യുടെ ഉപബോധം വികസിപ്പിക്കുകയും വ്യാഖ്യാനിക്കുകയും വിശദീ കരിക്കുകയും ചെയ്യുന്ന രീതികളെ സിനിമ പുനർനിർമ്മിക്കുകയാണ്". അവർ തുടർന്ന് പറയുന്നു: "Meshes ഒരു സർറിയലിസ്റ്റ് സിനിമയല്ല. ഫ്രോയിഡിയൻ സിനിമയുമല്ല. ഇവ രണ്ടും വാഹനങ്ങളാണ്, ഒന്നുകിൽ ബോധപൂർവ്വം, അല്ലെങ്കിൽ പ്രകടമല്ലാതെ". തുടർന്ന് അവർ എന്താണ് Trance Cinema—യുടെ സമ്പ്രദായങ്ങൾ എന്നും ഇക്കാലത്ത് എങ്ങിനെയാണ് Trance Cinema ഉണ്ടാക്കുക എന്നും ചോദിക്കുന്നു. ഉത്തരം അവരുടെ സിനിമകൾ തന്നെയാണ്.

അസാധാരണവും അത്ഭുതപ്പെടുത്തുകയും ചെയ്യുന്ന തരത്തിലുള്ള ദൃശ്യങ്ങൾ. ആവർത്തനം, രൂപാന്തരണം, ചാക്രികത, പ്രകടമാ വുകയും തിരോഭാവിക്കുകയും ചെയ്യുന്ന വസ്തുക്കൾ -- സിനിമയുടെ പ്രത്യേകതകളാണ് ഇതൊക്കെ. മാന്ത്രികമായി അനുഭവപ്പെടുന്ന സിനിമ പ്രേക്ഷകനെ അതീന്ദ്രിയമായ തലത്തിലേക്ക് ഉയർത്തുന്നു. സിനിമയിൽ അന്തർഹിതമായിരിക്കുന്ന മാജിക്കിന്റെ തലത്തെ ഡെറൻ

ഭാവനാത്മകമായി ഉപയോഗിക്കുന്നു. സിനിമയിലെ ജാലവിദ്യക്കാര നായിരുന്ന ല്യൂയി മാലെയായിരിക്കും ഡെറനെ പ്രചോദിപ്പിച്ചത്.

സിനിമയുടെ അനുഷ്ഠാനപരമായ ഒരു രൂപം സൃഷ്ടിക്കാൻ ഡെറൻ ശ്രമിച്ചു. ആംഗ്യങ്ങൾ ഉപയോഗിച്ച് അബോധാവസ്ഥയെ മോചി പ്പിക്കുന്നതിനുള്ള ഒരു 'അർദ്ധ-മിസ്റ്റിക്കൽ ചികിത്സാ' മാർഗമായി അവർ ഇതിനെ കണ്ടു. ഒരു സിനിമാ അനുഷ്ഠാനമെന്ന നിലയിൽ, സ്ഥലപരമായ രീതിയിൽ മാത്രമല്ല, ക്യാമറ സൃഷ്ടിച്ച കാലത്തിന്റെ അടിസ്ഥാനത്തിൽ കൂടിയാണ് ഇത് നേടിയെടുക്കുന്നത്. "അനുഷ്ഠാനം എന്നത് മറ്റെല്ലാത്തിൽ നിന്നും വേറിട്ടനിൽക്കുന്ന ഒരു പ്രവർത്തന മാണ്, അത് രൂപത്തിന്റെ പ്രയോഗത്തിലൂടെ അതിന്റെ ഉദ്ദേശ്യം സാക്ഷാത്കരിക്കാൻ ശ്രമിക്കുന്നു. ഈ അർത്ഥത്തിൽ അനുഷ്ഠാനം കലയാണ്; ചരിത്രപരമായി പോലും, എല്ലാ കലകളും അനുഷ്ഠാനത്തിൽ നിന്നാണ് ഉരുത്തിരിഞ്ഞത്" എന്ന് ഡെറൻ ഈ വിഷയത്തെക്കുറിച്ച് എഴുതുകയുണ്ടായി. ഇതിനായി അവർ പുരാതന/ആദിമ ആശയങ്ങൾ വികസിപ്പിച്ചു. ആഘോഷങ്ങളിലൂടെ കൈവരുന്ന ഊർജത്തിന്റെ പുനരുജ്ജീവനമെന്ന നിലയിൽ അനുഷ്ഠാനത്തിന്റെ ആദിമ വേരു കളിലേക്കുള്ള യാത്രയാണിത്. ഇതൊക്കെയും പ്രകടിപ്പിക്കുന്നത് ആംഗ്യങ്ങളിലൂടെയാണ്. ഈ അനുഷ്ഠാന സിനിമകൾ സംവിധായി കയുടെ സഞ്ചിത അബോധാവസ്ഥയും (ആന്തരികം) സമൂഹത്തിന്റെ സഞ്ചിത ബോധവും (ബാഹ്യവും) തമ്മിലുള്ള പിരിമുറുക്കവും എന്നാൽ പരസ്പര പൂരകവുമായ ബന്ധത്തെ ചിത്രീകരിക്കുന്നു. അനുഷ്ഠാനങ്ങളിൽ എന്നപോലെ ഡെറൻ പ്രേക്ഷകരെ അവരുടെ സജീവ പങ്കാളിത്തം ആവശ്യപ്പെട്ട് പ്രകടനത്തിൽ ഉൾപ്പെടുത്തുന്നു, ഇതിലൂടെ അഭിനേ താക്കളുടെയും പ്രേക്ഷകരുടെയും കൂട്ടായ പരിവർത്തനം ലക്ഷ്യമിടുന്നു. അതേസമയം, ക്യാമറാ ചലനങ്ങൾ, ആവർത്തനം, ശൈലീകൃത അഭിനയം എന്നിവയിലൂടെ പ്രേക്ഷകരെ ഒരകലത്തിൽ നിർത്തുകയും ചെയ്യുന്നു.

സിനിമയിൽ അന്തർഹിതമായ മാജിക്കുമായി ബന്ധപ്പെടുത്തി ഡെറന്റെ സിനിമകളെ പഠിക്കാവുന്നതാണ്. "നമുക്ക് ഈ സമയം മാന്ത്രികതയ്ക്കായി നീക്കിവയ്ക്കാം... അസാധ്യമായത് യാഥാർത്ഥ്യമാക ട്ടെ, അവിശ്വസനീയമായത് സത്യമാകട്ടെ." -- ഡെറന്റെ ഈ വാക്കുകൾ അവരുടെ സിനിമകളിലുടനീളം പ്രത്യക്ഷപ്പെടുന്ന മാന്ത്രികതയുടെ – അക്ഷരാർത്ഥത്തിലും രൂപകമായും - ഒരു ബോധം വെളിപ്പെടുത്തുന്നു. ഫ്രെഞ്ച് ചലച്ചിത്ര സംവിധായകൻ ജോർജ് മെലെയെയാണ് ഈ

സന്ദർഭത്തിൽ ഓർമ്മ വരുന്നത്. ഒരു മെജിഷ്യൻ കൂടിയായിരുന്ന അദ്ദേഹത്തിന്റെ സിനിമകൾ മാജിക്കും മായികതയും നിറഞ്ഞതാണ്. അതിനായി അദ്ദേഹം സിനിമയിൽ പല സങ്കേതങ്ങളും (Special effects) വികസിപ്പിച്ചു. മെലെയുടെയും ഡെററിന്റെയും സിനിമകളെ പഠിച്ച ലൂസി ഫിഷർ തന്റെ The Eye for Magic: Maya and Melies എന്ന പുസ്തകത്തിൽ ഇപ്രകാരം എഴുതി: "മെലെയെ സംബന്ധിച്ചിട ത്തോളം, മാജിക് അടിസ്ഥാനപരമായി ഒരു 'കൗശല'മാണ്, എന്നാൽ, ഡെറനെ സംബന്ധിച്ചിടത്തോളം അത് 'അത്ഭുത'ത്തിലേക്കുള്ള പ്രവേശനമാണ് ". ഫിഷറിനെ സംബന്ധിച്ചിടത്തോളം, ഡെററിന്റെ 'ഭ്ര മാത്മക ഭീകരതയുടെ' ബോധത്തിൽ നിന്ന് വ്യത്യസ്തമായി മെലെയുടെ സിനിമകൾ 'ഹാസ്യാത്മകമായ അസംബന്ധത്തിന്റെ ബോധം' സൃഷ്ടിക്കുന്നു. സിനിമാ ചരിത്രകാരനായ ടോം ഗണ്ണിംഗ് ആദ്യകാല സിനിമയെ 'ആകർഷണം' (Attraction) എന്ന് വിശേഷിപ്പിക്കുന്ന, അതിന്റെ ഏക ലക്ഷ്യം വിനോദമായിരുന്നു. മെലെ ആകർഷണത്തി ന്റെ മാസ്റ്ററും മാജിക് പരിശീലിച്ച ആളമായിരുന്നു. പ്രേക്ഷകർക്ക് കൂടുതൽ താൽപ്പര്യമുണ്ടാക്കുന്ന 'അമ്പരപ്പിക്കുന്ന യാഥാർത്ഥ്യങ്ങൾ' സൃഷ്ടിക്കുന്നതിലാണ് ഡെറനെ സംബന്ധിച്ചിടത്തോളം സിനിമയുടെ 'ആകർഷണം'. 'കൊമേഴ്സ്യൽ എന്റർപ്രൈസ്', 'സെൻസേഷണൽ' തുടങ്ങിയ പദങ്ങൾ ഉപയോഗിച്ചാണ് ഫിഷർ മെലീസിനെ നിർവ ചിക്കുന്നത്. 'ജനപ്രിയ സിനിമയോടുള്ള എതിർപ്പ് ', 'അഗാധമായ പ്രാധാന്യം', 'സിനിമാ വിസ്മയം' എന്നിങ്ങനെയാണ് ഡെറനെ വിശേ ഷിപ്പിക്കുന്നത്. മെലെയുടെ 'ആകർഷണങ്ങളും' 'യാഥാർത്ഥ്യവും' ഡെററിന്റെ സിനിമാറ്റിക് മാജിക്കും തമ്മിലുള്ള വ്യത്യാസം ഇതിലൂടെ വ്യക്തമാവുന്നു. അതായത്, മേലെയ്ക്ക് മാജിക് മായികതയാണ്, വ്യാജ യാഥാർത്ഥ്യമാണ്. എന്നാൽ ഡെറനെ സംബന്ധിച്ചിടത്തോളം മാജിക് പ്രബുദ്ധർക്ക് എത്തിച്ചേരാവുന്ന അനുഷ്ഠാനങ്ങളോടും മിത്തുകളോടും ബന്ധപ്പെട്ടിരിക്കുന്നു.

ഡെററിന്റെ സിനിമകളെ 'കോറിയോസിനിമ' എന്നാണ് വിശേഷിപ്പി ക്കുന്നത്. ചലിക്കുന്ന മനുഷ്യ ശരീരവും ചലച്ചിത്രനിർമ്മാണ പ്രക്രിയയും കണക്കിലെടുത്താണ് ഈ വിശേഷണം. ഈ ഘടകം 'മെഷെസ് ഓഫ് ദി ആഫ്റ്റർനൂൺ' (1943), 'അറ്റ് ലാൻഡ് ' (1944) 'സ്റ്റഡി ഇൻ കൊറിയോഗ്രാഫി ഫോർ ക്യാമറ' എന്നീ സിനിമകളാണ് ഡെററിന്റെ ആശയങ്ങൾ പൂർണ്ണ രൂപത്തിൽ കാണാം. അതായത്, നാടകീയവും യഥാർത്ഥവുമായ സ്ഥലത്തിന്റെ പരിധിയിൽ നിന്ന് മനുഷ്യ ശരീരത്തെ

മോചിപ്പിക്കാനുള്ള ശ്രമങ്ങൾ. 'സ്റ്റഡി' എന്ന സിനിമയിൽ ഒരു നർത്തകൻ (ടാലി ബീറ്റി) വ്യത്യസ്ത അവസ്ഥകളിൽ (വനം, സ്വീക രണമുറി, മ്യൂസിയം ഗാലറി മുതലായവ) അനായാസമായി നീങ്ങുന്നു. ചിട്ടപ്പെടുത്തിയ ചലനങ്ങൾ സിനിമയുടെ എഡിറ്റിംഗ് പാറ്റേണമായി കൃത്യമായി പൊരുത്തപ്പെടുത്തുന്നതിലൂടെയാണ് ഈ ഒരു നേട്ടം കൈവരിച്ചത്. ബീറ്റി പല ഇടങ്ങളിലൂടെ കുതിക്കുമ്പോൾ ഒരു പുതിയ ഭ്രമിശാസ്ത്രപരമായ യാഥാർത്ഥ്യം സൃഷ്ടിക്കപ്പെടുന്നു, വെറും നാല് മിനിറ്റി നുള്ളിൽ വലിയ ദൂരങ്ങൾ താണ്ടാൻ കഴിയുന്ന ഒന്ന്. ഡെറന്റെ ക്യാമറ, ഫലത്തിൽ ബീറ്റിയുടെ പങ്കാളിയാവുന്നു.

ഡെറന്റെ 'അറ്റ് ലാൻഡ് ' എന്ന സിനിമയുടെ തുടക്കത്തിൽ അവർ കടൽക്കരയിൽ അടിഞ്ഞു കിടക്കുന്നതാണ് നാം കാണുന്നത്. പിന്നീട് മരത്തടിയുടെ സഹായത്തോടെ അവർ ആഡംബര വിളക്കുകൾ കത്തിനിൽക്കുന്ന ഒരു മുറിയിൽ എത്തുന്നു. അവിടെ നീണ്ട തീൻമേ ശയ്ക്ക് ഇരുവശവും പുകവലിക്കുകയും ഭക്ഷണം കഴിക്കുകയും ചെയ്യുന്ന സ്ത്രീ പുരുഷന്മാർ. ഡെറൻ ആ മേശയ്ക്ക് മുകളിലൂടെ ഇഴഞ്ഞു നീങ്ങുന്നു. എന്നാൽ ആളുകൾ അവളെ കാണുന്നില്ല. അവളുടെ ശരീരം ഒരു പുതിയ ഫ്രെയിമിലേക്ക് വീണ്ടും തടസ്സമില്ലാതെ നീങ്ങുന്നു. സസ്യജാ ലങ്ങളിലൂടെ ഇഴയുന്നു; പാറകളിൽ വെള്ളം ഒഴുകുന്ന രീതിയിൽ. ഒരു ഫാമിന് കുറുകെ ഒരു മനുഷ്യനെ പിന്തുടർന്ന് കിടക്കയിൽ കിടക്കുന്ന ഒരു രോഗിയുടെ അടുത്തേക്ക്, പിന്നീട് നിരവധി വാതിലുകളിലൂടെ കടന്ന് ഒരു മലഞ്ചെരുവിൽ എത്തുന്നു. ക്യാമറയിൽ നിന്ന് വളരെ ദൂരെ മണൽത്തിട്ടകളിലൂടെ മുകളിലേക്കും താഴേക്കും നടക്കുന്നു, തുടർന്ന് ഭ്രാന്തമായി കല്ലുകൾ ശേഖരിക്കുന്നു. രണ്ട് സ്ത്രീകൾ മണലിൽ ചെസ്സ് കളിക്കുന്നത് കാണുമ്പോൾ അവൾ ആശയക്കുഴപ്പത്തിലാണെന്ന് നമുക്ക് തോന്നുന്നു. അപ്പോൾ മുഴുവൻ സീക്വൻസിലൂടെയും അവൾ പിന്നോട്ട് ഓടുന്നു, ജമ്പ്-കട്ടുകൾ കാരണം, അവൾ ഒരു ഇരട്ടയായി നമുക്ക് അനുഭവപ്പെടുന്നു. അവിടെ അവളുടെ അപര ഓടുന്നത് കാണുന്നു. അവളുടെ ചില ചലനങ്ങൾ നിയന്ത്രിതമാണ്, അത് നാടകീയവും നൃത്തവുമായി സാമ്യമുള്ളതുമാണ്. ചില ചലനങ്ങൾക്ക് മൃഗങ്ങളുടെ ചലനങ്ങളുമായി സാമ്യമുണ്ട്. 'മെഷസ് ഓഫ് ദി ആഫ്റ്റർ നൂൺ' ഒരു ആന്തരിക ലോകത്തെ ബാഹ്യലോകവുമായി ആശയ ക്കുഴപ്പത്തിലാക്കുന്ന രീതിയിൽ ബാഹ്യവൽക്കരിക്കുകയാണെങ്കിൽ 'അറ്റ് ലാൻവഡ് ' എന്ന സിനിമയ്ക്ക് ആന്തരിക ലോകവുമായി വലിയ ബന്ധമില്ല; അത് ബാഹ്യലോകത്തിന്റെ ഗുപ്തമായ ചലനാത്മകതയെ

ബാഹ്യവൽക്കരിക്കുന്നു. ഇവിടെ നാടകകീയത ബാഹ്യലോകത്തി ന്റെ പ്രവർത്തനത്തിൽ നിന്നാണ് ഉണ്ടാകുന്നത്. സിനിമയെക്കുറിച്ച് ഡെറൻ ഇപ്രകാരം പറയുകയുണ്ടായി: "It is as if I had moved from a concern with the life of a fish, to a concern with the sea which accounts for the character of the fish and its life. And Rituals pulls back even further, to a point of view from which the external world itself is but an element in the entire structure and scheme of metamorphosis: the sea itself changes because of the large changes of the earth".

അമേരിക്കൻ അവാങ് ഗാർദ് സിനിമയുടെ ഇടക്കക്കാരി എന്ന നിലയിൽ, ഡെറൻ സിനിമയിൽ കൊണ്ടുവന്ന പുതുമകൾ പരീക്ഷണാ ത്മക ചലച്ചിത്ര പ്രവർത്തകരെ ആകർഷിച്ചു. 1940-കളിൽ അമേരിക്ക യിലെ ചലച്ചിത്രനിർമ്മാണത്തെ നിയന്ത്രിച്ചിരുന്ന സ്ഥാപനപരമായ പരിമിതികളിൽ നിന്ന് ഒഴിഞ്ഞുമാറാൻ അവളുടെ വിട്ടുവീഴ്ചയില്ലാത്ത മനോഭാവം അവളെ പ്രാപ്തയാക്കി. ഡെറന്റെ സ്വാധീനം ഡേവിഡ് ലിഞ്ചിനെപ്പോലുള്ള (David Lynch) സമകാലിക ചലച്ചിത്ര സംവി ധായകരിലും കാണാം. അദ്ദേഹത്തിന്റെ ലോസ്റ്റ് ഹൈവേ (Lost Highway, 1997) എന്ന സിനിമ ഡെറന്റെ 'മെഷെസ് ഓഫ് ദി ആഫ്റ്റർ നൂണി'നാണ് സമർപ്പിച്ചിരിക്കുന്നത്. ലിഞ്ച് സമാനമായ സർപ്പിളമായ ആഖ്യാനരീതിയാണ് സ്വീകരിക്കുന്നത്.

ആഖ്യാനത്തിലെ നവീനത കൂടാതെ, പരീക്ഷണ സിനിമകൾക്കായി ഒരു പുതിയ മാർക്കറ്റിംഗ് മാർഗം ഡെറൻ വികസിപ്പിക്കുകയും അവത രിപ്പിക്കുകയും ചെയ്തു. ഇത് ഹോളിവുഡ് സ്റ്റുഡിയോകളുടെ അതിരു കൾക്കുള്ളിൽ പ്രവർത്തിക്കാൻ ആഗ്രഹിക്കാത്ത സ്വതന്ത്ര ചലച്ചിത്ര പ്രവർത്തകരെ ലക്ഷ്യമാക്കിയുള്ളതാണ്. സർവ്വകലാശാലകളിലും മ്യൂസിയങ്ങളിലും സിനിമകൾ പ്രദർശിപ്പിച്ചുകൊണ്ടാണ് ഡെറൻ തന്റെ സിനിമകൾക്ക് ധനസഹായം കണ്ടെത്തുന്നതിലുള്ള ഒരു പുതിയ മാർഗം വികസിപ്പിച്ചത്.

തന്റെ ജീവിതകാലത്ത് പരീക്ഷണാത്മക ചലച്ചിത്ര നിർമ്മാതാക്കൾ ക്ക് സാമ്പത്തിക സഹായം ഉറപ്പാക്കാനുള്ള ഡെറന്റെ നീണ്ട അന്വേ ഷണത്തിന് ഒടുവിൽ അവളുടെ പേരിൽ ഒരു ഗ്രാന്റ് സ്ഥാപിച്ചതോടെ ഉത്തരം ലഭിച്ചു. 1986-ൽ അമേരിക്കൻ ഫിലിം ഇൻസ്റ്റിറ്റ്യൂട്ട് പരീക്ഷണാ ത്മക ചലച്ചിത്രനിർമ്മാണത്തിൽ ഡെറന്റെ സുപ്രധാന സംഭാവനയെ അംഗീകരിച്ചുകൊണ്ട് സമകാലിക സ്വതന്ത്ര ചലച്ചിത്ര-വീഡിയോ

നിർമ്മാതാക്കളുടെ പ്രവർത്തനങ്ങളെ പ്രോത്സാഹിപ്പിക്കുന്നതിനായി മായ ഡെറൻ അവാർഡ് നിലവിൽവരുത്തി.

ഒരു പ്രധാന ചലച്ചിത്ര സൈദ്ധാന്തിക കൂടിയായിരുന്ന ഡെറൻ. ചലച്ചിത്ര സിദ്ധാന്തത്തെക്കുറിച്ചുള്ള അവരുടെ ഏറ്റവും വ്യാപകമായി വായിക്കപ്പെട്ട ലേഖനം, An Anagram of Ideas on Art, Form and Film ആയിരിക്കാം. 'എസെൻഷ്യൽ ഡെറൻ: കളക്ടഡ് റൈറ്റിംഗ്സ് ഓൺ ഫിലിം' എന്ന പുസ്തകം ഡെറന്റെ സ്വന്തം സിനിമകളെക്കുറിച്ചുള്ള ഉപന്യാസങ്ങളും കൂടാതെ ചലച്ചിത്ര സിദ്ധാന്തത്തെക്കുറിച്ചുള്ള കൂടുതൽ പൊതുവായ ഉപന്യാസങ്ങൾ, നൃത്തവും ചലച്ചിത്രവും തമ്മിലുള്ള ബന്ധം, ചലച്ചിത്ര നിർമ്മാണത്തിന്റെ വിവിധ സാങ്കേതിക വശങ്ങൾ, അമേച്വർ, പ്രൊഫഷണൽ ഫിലിം മേക്കിംഗ് എന്നിവ തമ്മിലുള്ള വ്യത്യാസം എന്നീ ഉപന്യാസങ്ങളുടെ സമാഹാരമാണ്. ഈ പുസ്തകം ചലച്ചിത്ര വിദ്യാർത്ഥികൾക്കും ചലച്ചിത്ര പ്രേമികൾക്കും പണ്ഡിതന്മാർ ക്കും ഒരുപോലെ ഉപകാരപ്രദമാണ്.

ഡെറന്റെ അതിപ്രശസ്തമായ ഒരു ഫോട്ടോഗ്രാഫുണ്ട്, Meshes of the Afternoon എന്ന സിനിമയിൽ നിന്നുള്ള ഒരു ദൃശ്യം. നിഗൂഢ ഭാവത്തോടെ അകത്തുനിന്ന് ഗ്ലാസ്സ് പാനലിലൂടെ പുറം ലോകത്തെ നിശ്ശബ്ദമായി നിരീക്ഷിക്കുന്ന ഡെറൻ. കണ്ണുകളിൽ സന്ദേഹ സൂചന ഉണ്ടെങ്കിലും ഗാർഹികാന്തരീക്ഷത്തിൽ നിന്ന് രക്ഷപ്പെടാനുള്ള തീവ്ര നൈരാശ്യമില്ല. അതേ സമയം ഗ്ലാസ്സിനപ്പുറം അടച്ചിട്ടിരിക്കുന്ന അവസ്ഥയിൽ അവർ പൂർണ്ണ സന്തോഷവതിയുമല്ല. ഈ നിശ്ചല ദൃശ്യം ഡെറന്റെ സിനിമകളുടെ സത്തയെ പൂർണമായും പ്രതിനിധീ കരിക്കുന്നു.

ഡെറന്റെ സിനിമകൾ കാണുകയും ചലച്ചിത്രനിർമ്മാണത്തെക്ക റിച്ചുള്ള അവരുടെ തത്ത്വചിന്ത മനസ്സിലാക്കുകയും ചെയ്യുന്നത് എല്ലാ കലാകാരന്മാരെയും അവരുടെ ക്രാഫ്റ്റിനെ കുറിച്ചും സിനിമ ഉണ്ടാക്കുക എന്നതിന്റെ അർത്ഥത്തെക്കുറിച്ചും കൂടുതൽ പര്യവേക്ഷണം ചെയ്യാൻ പ്രോത്സാഹിപ്പിക്കുന്നു. ഡെറന്റെ അമച്വർ വേഴ്സസ് പ്രൊഫഷണൽ എന്ന ലേഖനത്തിൽ അവർ ഇപ്രകാരം എഴുതി: "തിരക്കഥ, സംഭാഷണ രചയിതാക്കൾ, പരിശീലനം ലഭിച്ച അഭിനേതാക്കൾ, വിപുലമായ ക്രൂ, സെറ്റുകൾ, പ്രൊഫഷണൽ സിനിമയുടെ ഭീമമായ നിർമ്മാണ ബജറ്റ് എന്നിവയിൽ അസൂയപ്പെടുന്നതിനുപകരം, എല്ലാ പ്രൊഫഷണലുകളും തന്നോട് അസൂയപ്പെടുന്ന ഒരു മഹത്തായ കാര്യം അമേച്വർ സിനിമാക്കാർ ഉപയോഗപ്പെടുത്തണം, അതായത്

ശാരീരീകവും, കലാത്മകവുമായ സ്വാതന്ത്ര്യം. 'അമേച്ചർ' എന്നത് ഒരു ക്ഷമാപണമാവരുത്...കൂടുതൽ ഉപകരണങ്ങളും പിന്നണി പ്രവർത്ത കരെയും ചേർക്കുന്നതില്ലൂടെയല്ല, നിങ്ങളുടെ പക്കല്ലുള്ളത് അതിന്റെ പൂർണ്ണ ശേഷിയിൽ ഉപയോഗിച്ചുകൊണ്ട് നിങ്ങളുടെ സിനിമകൾ മെച്ച പ്പെടുത്തുക. നിങ്ങളുടെ ഉപകരണത്തിന്റെ ഏറ്റവും പ്രധാനപ്പെട്ട ഭാഗം നിങ്ങളാണ്: നിങ്ങളുടെ ചലനാത്മക ശരീരം, നിങ്ങളുടെ ഭാവനാത്മക മനസ്സ്, രണ്ടും ഉപയോഗിക്കാനുള്ള നിങ്ങളുടെ സ്വാതന്ത്ര്യം. നിങ്ങൾ അവ ഉപയോഗിക്കുന്നുണ്ടെന്ന് ഉറപ്പാക്കുക".

സിനിമ: പ്രാന്തും പ്രതിഷേധവും

"All will be remembered, all will be remembered.
Everything will be remembered"- Aamir Azis, Indian Poet.

പായൽ കപാഡിയ സംവിധാനം ചെയ്ത 'എ നൈറ്റ് ഓഫ് നോയിംഗ് നത്തിംഗ്' (A Night of Knowing Nothing) എന്ന സിനിമ ഇക്കഴിഞ്ഞ കാൻ ചലച്ചിത്ര മേളയിൽ മികച്ച ഡോക്യു മെന്ററിക്കുള്ള ഗോൾഡൻ ഐ അവാർഡ് നേടി. 27 സിനിമകളിൽ നിന്നാണ് പായലിന്റെ ഈ സിനിമ തിരഞ്ഞെടുത്തത്. ചിലിയൻ ഡോക്യുമെന്ററി സംവിധായകൻ പട്രീസിയോ ഗുസ്മാൻ, ഫ്രഞ്ച് ചലച്ചി ത്ര സംവിധായിക ആഗ്നസ് വർദ എന്നിവർക്ക് മുമ്പ് ഈ പുരസ്കാരം ലഭിച്ചിട്ടുണ്ട്. അമേരിക്കൻ ഡോക്യുമെന്ററി സംവിധായകൻ എസ്ര എഡൽമാൻ അധ്യക്ഷനായ ജൂറി, പുരസ്കാര പത്രത്തിൽ ഇപ്രകാരം രേഖപ്പെടുത്തി: "വ്യക്തിപരവും രാഷ്ട്രീയവും ആയ വശങ്ങൾ ആകർഷ കമായ രീതിയിൽ സമന്വയിപ്പിച്ച കലാപരമായ കാഴ്ചപ്പാട്... ഒരു ആദ്യ സിനിമയായതിനാൽ ഇത് കൂടുതൽ ആശ്ചര്യപ്പെടുത്തുന്ന". ഈ വർഷം അവാർഡിനായി മത്സരിക്കുന്ന 28 ചിത്രങ്ങളിൽ അമേരിക്കൻ സംവിധാ യകൻ ഒലിവർ സ്റ്റോണിന്റെ 'JFK റീവിസിറ്റഡ്: ത്രൂ ദി ലുക്കിംഗ് ഗ്ലാസ് ' (JFK Revisited: Through the Looking Glass, Oliver Stone), ബ്രിട്ടീഷ് സംവിധായകൻ ആൻഡ്രിയ അർനോൾഡിന്റെ കൗ '(Cow, Andrea Arnold)',അമേരിക്കൻ സംവിധായകൻ ടോഡ് ഹെയ്ന-സിന്റെ 'ദി വെൽവെറ്റ് അണ്ടർഗ്രൗണ്ട്' (The Velvet Underground, Todd Haynes), ഇറ്റാലിയൻ ചലച്ചിത്ര സംവിധായകൻ മാർക്കോ

ബെല്ലോച്ചിയോയുടെ 'മാർക്സ് കാൻ വെയ്റ്റ്' (Marx Can Wait, Marco Bellocchio) എന്നിവ ഉൾപ്പെട്ടന്നു.

2015-ൽ ഗജേന്ദ്ര ചൗഹാനെ പൂന ഫിലിം ഇൻസ്റ്റിറ്റ്യൂട്ടിന്റെ സാരഥിയായി നിയമിച്ചതിനെ തുടർന്നുണ്ടായ വിദ്യാർത്ഥികളുടെ സമരമാണ് സിനിമയുടെ പശ്ചാത്തലം. ഇന്ത്യയിൽ പുതുതായി രൂപീകരിച്ച ബി.ജെ.പിയുടെ നേതൃത്വത്തിലുള്ള സർക്കാരാണ് അദ്ദേഹത്തെ നിയമിച്ചത്. 1980കളിൽ ടിവിയിൽ ഹിന്ദു മത്തോളജിക്കൽ കഥാപാത്രത്തെ അവതരിപ്പിച്ച ഏറ്റവും ജനപ്രിയമായ ഒരു നടനാണ് അദ്ദേഹം. ബി.ജെ.പിയുമായുള്ള ബന്ധവും ഹിന്ദു ദേശീയ സംഘടന യായ ആർ.എസ്.എസിനെ പിന്തുണച്ചതുമാണ് ചൗഹാനെ ഇൻസ്റ്റി റ്റ്യൂട്ടിന്റെ തലപ്പത്ത് നിയമിച്ചതെന്ന് വിദ്യാർഥികൾ ആരോപിച്ചു. ഇത് എഫ്ടിഐഐയിൽ മാത്രമല്ല, നിരവധി ആർഎസ്എസ് അനു ഭാവികളെ വിവിധ പൊതു ധനസഹായമുള്ള സ്ഥാപനങ്ങളിലേക്ക് നിയമിച്ചിട്ടുണ്ടെന്നും വിദ്യാർത്ഥികൾ പറഞ്ഞു. അടൂർ ഗോപാലകൃഷ്ണൻ, ഗിരീഷ് കർണാഡ്, യു.ആർ, അനന്തമൂർത്തി മുതലായ അന്തർദേശീയ പ്രശസ്തരായ പ്രഗത്ഭരുമായി താരതമ്യപ്പെടുത്തുമ്പോൾ ഇൻസ്റ്റിറ്റ്യൂട്ടിനെ -നയിക്കാനുള്ള ചൗഹാന്റെ കഴിവിൽ വിദ്യാർത്ഥികൾ സംശയാല്യ ക്കളായിരുന്നു.

എന്നാൽ ഈ സംഭവത്തെ നേരിട്ട് അവതരിപ്പിക്കുകയല്ല സംവിധായിക. സിനിമ തുടങ്ങുമ്പോൾ സ്ക്രീനിൽ ഇപ്രകാരം എഴ തിക്കാണിക്കുന്നു: "ഫിലിം ആൻഡ് ടെലിവിഷൻ ഇൻസ്റ്റിറ്റ്യൂട്ട് ഓഫ് ഇന്ത്യയിലെ ഒരു ഹോസ്റ്റലിലെ എസ് 18-ലെ ഒരു അലമാരയ്ക്കുള്ളിൽ, ന്യൂസ്പേപ്പർ കട്ടിങ്ങുകൾ, ഉണങ്ങിയ പൂക്കൾ, മെമ്മറി കാർഡുകൾ എന്നിവയടങ്ങിയ ഒരു പെട്ടി കണ്ടെത്തി. അതിൽ ഫിലിം സ്കൂളിലെ ഒരു വിദ്യാർത്ഥിനി തന്റെ കാമുകന് ('K' എന്നമാത്രമാണ് പരാമർശി ച്ചിരിക്കുന്നത്) എഴുതിയ കത്തുകളും ഉണ്ടായിരുന്നു. അതിൽ അവളുടെ പേര് 'L' എന്നമാത്രമാണ് എഴുതിയിരിക്കുന്നത്. ഈ കത്തുകൾ വായിക്കുന്ന അവളുടെ ശബ്ദത്തിലൂടെയാണ് നാം എല്ലാം അറിയുന്നത്. കാമുകൻ മറുപടി അയക്കുന്നത് അവസാനിപ്പിച്ചുവെങ്കിലും അവൾ കത്തെഴുതുന്നത് തുടർന്നു. അവളുടെ കൂടെ പഠിക്കുന്ന വിദ്യാർത്ഥിയാണ് അയാൾ. താഴ്ന്ന ജാതിയിലുള്ള അവളെ വിവാഹം കഴിക്കുന്നതിൽ അയാളുടെ മാതാപിതാക്കൾക്ക് എതിർപ്പാണ്. അതിനാൽ പഠനം തുടരാൻ അയാളെ അവർ അനുവദിക്കുന്നില്ല. (ഈ സിനിമ ജോൺ അബ്രഹാമിന്റെ 'അമ്മ അറിയാൻ' എന്ന സിനിമയെ ഓർമ്മിപ്പിക്കുന്നു.

അതിൽ പ്രധാന കഥാപാത്രം തന്റെ യാത്രാനുഭവങ്ങൾ അമ്മയെ അറിയിക്കുകയാണല്ലോ).

"സമരം നടന്ന ആ രാത്രി ഓർമ്മയുണ്ടോ? മരങ്ങൾക്കടിയിൽ ആരോ പ്രൊജക്ടറുകൾ സ്ഥാപിച്ചിരുന്നു. നീ എന്റെ അടുത്തായിരുന്നു ഇരുന്നത്. ഞാൻ നിന്റെ തോളിൽ തല ചായ്ച്ചു. വിളറിയ പ്രൊജ ക്ടർ വെളിച്ചത്തിൽ...എങ്ങനെ സംഭവിച്ചു എന്ന് എനിക്കറിയില്ല... പെട്ടെന്ന് നമ്മൾ ചുംബിച്ചു" – അവൾ എഴുതി. കാമുകൻ വിട്ടുപി രിഞ്ഞ കാമുകിയാണ് കത്തുകൾ എഴുതുന്നതെങ്കിലും, അവളുടേത് വിലക്കപ്പെട്ട പ്രണയം ആണെങ്കിലും അതിൽ അതിവൈകാരികത തീരെയില്ല. (മറ്റൊന്ന്, അവൾ വായിക്കുന്ന കത്തിലെ സംഭവങ്ങളല്ല സിനിമയിൽ അവതരിപ്പിക്കുന്നത്. അതായത് സാധാരണ സിനിമക ളിലേതു പോലെ ശബ്ദങ്ങൾക്ക് ചേർന്ന ദൃശ്യങ്ങൾ അല്ല, അല്ലെങ്കിൽ തിരിച്ചും). 'പ്രിയനേ' എന്ന് അഭിസംബോധന ചെയ്യുന്ന കത്തുകളിൽ അവരുടെ ബന്ധത്തോടൊപ്പം തെളിയുന്നത് അവളുടെ ചുറ്റപാടിൽ സംഭവിക്കുന്ന സമൂലമായ മാറ്റങ്ങളാണ്. അവൾ എഴുതി: "കാമ്പസിൽ ജീവിതം ദുഷ്കരമാവുകയാണ്. നീ പോയതിന് ശേഷം ഭരണക്കൂടം ഞങ്ങൾക്ക് എതിരെ തിരിഞ്ഞു. സമരം ചെയ്തതിന് അവർ ഞങ്ങളെ ശിക്ഷിക്കുകയാണെന്ന് ഞാൻ കരുതുന്നു".

ഫിലിം ഇൻസ്റ്റിറ്റ്യൂട്ട് മുതൽ, ജവഹർലാൽ നെഹ്റു, ജാമിയ മിലിയ സർവകലാശാലകൾ ഉൾപ്പെടെ ഇന്ത്യയിലെ മറ്റ കാമ്പസുകളിലെ വിദ്യാർത്ഥി പ്രതിഷേധങ്ങൾ പോലുള്ള വലിയ സാമൂഹിക പ്രശ്നങ്ങൾ കത്തിലൂടെ അവതരിപ്പിക്കുന്നു. പൊതുവിദ്യാഭ്യാസ വ്യവസ്ഥയെ തകർക്കാനുള്ള സർക്കാർ നീക്കങ്ങൾ മാത്രമല്ല, ന്യൂനപക്ഷങ്ങളെ ആക്രമാസക്തമായി അടിച്ചമർത്തുന്നതും, രോഹിത് വെമ്മുലയുടെ ആത്മഹത്യയും, പൗരത്വ ഭേദഗതി നിയമ വിരുദ്ധ പ്രതിഷേധവും, പിന്നെ, ഗൗരി ലങ്കേഷ് വധം, ഹൈദരാബാദ് യൂണിവേഴ്സിറ്റിയിൽ വിദ്യാർത്ഥിനികൾക്ക് നേരെ പോലീസിന്റെ ബലാത്സംഗ ഭീഷണി. ദളിത് വിദ്യാർത്ഥികളെ തൊട്ടുകൂടാത്തവർ എന്ന് വിളിച്ചുള്ള അധിക്ഷേപം. മുസ്ലീം വിദ്യാർത്ഥികളെ തീവ്രവാദികൾ എന്ന് മുദ്രക ത്തൽ. ന്യൂസ്പേപ്പർ ക്ലിപ്പിംഗകൾ ഇപ്രകാരം: വൻ വിജയത്തിലക്ക് മുന്നേറുന്ന മോദി. ഗുജറാത്ത് കത്തുന്നത് തുടരുന്നു, ഒമ്പത് പേർ കൊല്ല പ്പെട്ടു, സൈന്യത്തെ വിളിച്ചു. മിശ്രവിവാഹം മൂലമുള്ള മരണം. ടംപിന്റെ വിജയം. ബീഫ് കൊണ്ടുപോയി എന്നാരോപിച്ച് കൊല. ആക്രമത്തിന്റെ ഘോഷയാത്ര അവൾ കത്തുകളിലൂടെ അവതരിപ്പിക്കുന്നു. സമകാലിക

ഇന്ത്യനവസ്ഥയുടെ ഒരു പരിച്ഛേദം.

അർധരാത്രി നടത്തിയ ഉപരോധത്തിൽ ഇൻസ്റ്റിറ്റ്യൂട്ടിലെ അഞ്ച് വിദ്യാർത്ഥികളെ അറസ്റ്റ് ചെയ്തു. വിദ്യാർത്ഥികളെ ദേശവിരുദ്ധരെന്നും ഹിന്ദു വിരുദ്ധരെന്നും വിളിച്ച് അവരുടെ വീര്യം കെടുത്താൻ ശ്രമിച്ചു. തുടർന്ന്, വിദ്യാർത്ഥികൾക്ക് പൊതുജന സഹതാപം നഷ്ടപ്പെട്ടു. നിരവധി വിദ്യാർത്ഥികൾ നിരാഹാര സമരം നടത്തി, നിരവധി വിദ്യാർ ത്ഥികളെ ആശുപത്രിയിൽ പ്രവേശിപ്പിച്ചു. സമരം ഇടരാൻ കഴിയാതെ വന്നതോടെ 139 ദിവസം പിന്നിട്ടതോടെ സമരം അവസാനിപ്പിച്ചു.

സിനിമയിൽ ഒരിടത്ത് പെൺകുട്ടി കത്തിൽ ഇപ്രകാരം എഴുതി: "...ഓരോ ദൃശ്യവും വേഗത്തിലും ഭയാനകമായും അപ്രത്യക്ഷമായി. ഹിംസയുടെ ക്ഷണികമായ ഓർമ്മ". പിന്നെ, ഓർമ്മ എങ്ങനെ മാറ്റി എഴുതപ്പെടുകയും 'ചരിത്രം' എന്ന് വിളിക്കപ്പെടുകയും ചെയ്യുന്ന എന്നതി നെക്കുറിച്ചുള്ള ഒരു വരിയും ഉണ്ട്. ഇതേക്കുറിച്ച് സംവിധായിക പറയുന്നു: "ഈ ചിന്തകൾ മിലൻ കുന്ദേരയുടെ "അധികാരത്തിനെതിരായ മനു ഷ്യന്റെ പോരാട്ടം മറക്കുന്നതിനെതിരായ ഓർമ്മയുടെ പോരാട്ടമാണ്" എന്ന വരികളിൽ നിന്ന് പ്രചോദനം ഉൾക്കൊണ്ടതാണ്. നമ്മുടെ ഇന്നത്തെ രാഷ്ട്രീയ സാഹചര്യത്തിൽ ചരിത്രത്തെ മായ്ച്ചുകളയാനും തിരുത്തിയെഴുതാനുമുള്ള തീവ്ര ശ്രമങ്ങൾ നടക്കുന്നു".

അവളുടെ കത്തിന്റെ മാർജിനിൽ അവൾ വരച്ച ചിത്രങ്ങൾ ഉണ്ടാ യിരുന്നു. പരിചിതമല്ലാത്തതും പലപ്പോഴും കൈകൾ പോലെ കാണ പ്പെടുന്നതുമായ രൂപങ്ങൾ. അത്തരം രേഖാ ചിത്രങ്ങളെ ദൃശ്യങ്ങൾക്ക് മേൽ സൂപ്പർഇമ്പോസ് ചെയ്യുന്നു. ചുമരുകൾ നിറയെ ഗ്രാഫിത്തികളും പോസ്റ്ററുകളും കാണാം. സ്നേഹം, സമാധാനം, സംഗീതം, സമരം, ചെറുത്തുനിൽപ്പ്, സിനിമ, ഏകാന്തത. ഘട്ടക്, ഗൊദാർദ്, കുറൊസാവ മുതലായവരുടെ പോസ്റ്ററുകൾ. സിനിമയുടെ ശീർഷകം ഇൻസ്റ്റിറ്റ്യൂട്ടിലെ പ്രധാന തിയേറ്ററിന് പുറത്തുള്ള ബോർഡിൽ ഒരു അജ്ഞാത കവി എഴുതിയതാണ്.

ചലിക്കുന്ന ചിത്രത്തോടുള്ള സ്നേഹവും സർഗ്ഗാത്മകതയോടുള്ള സ്നേഹവും രാഷ്ട്രീയ സ്വാതന്ത്ര്യത്തിനായുള്ള പോരാട്ടവുമായി കൈകോർ ക്കുന്നു. മധുബാലയുടെ ജന്മദിനം കേക്ക് മുറിച്ച് ആഘോഷിക്കുന്ന വിദ്യാർത്ഥികൾ. അവരുടെ സിനിമയിലെ പ്രശസ്തമായ ഗാനം 'പ്യാർ കിയാ തോ ഡർനാ ക്യാ' പാടി നൃത്തം ചെയ്യുന്നവർ. സിനിമയുടെ ഇടക്കത്തിൽ ഇറന്ന വേദിയിലെ സിനിമാ പ്രദർശനത്തിന മുന്നിൽ വിദ്യാർത്ഥികൾ ഒരുമിച്ച് നൃത്തം ചെയ്യുന്നു. നമുക്ക് കേൾക്കാനാകാത്ത

സംഗീതത്തിനൊത്താണ് അവരുടെ ശരീരം ചലിക്കുന്നത്. ഈ നിഴൽ രൂപങ്ങളുടെ ചില ശക്തമായ ചലനങ്ങളിൽ ചിലപ്പോൾ അവർ സ്ക്രീനിന്റെ ഭാഗമായി മാറിയതായി നമുക്ക് അനുഭവപ്പെടുന്നു. ഇതേ വിദ്യാർത്ഥികൾ പിന്നീട് ഭരണകൂട അനീതിക്കും പോലീസ് ക്രൂരതയ്ക്കും എതിരെ തെരുവുകളിലേക്ക് ഒഴുകുന്നു. അവരുടെ മുദ്രാവാക്യങ്ങളിൽ ഐസെൻസ്റ്റീനും പുഡോവ്കിനും കയറിവരുന്നു. ഉറങ്ങുന്ന വിദ്യാർത്ഥി. അവന്റെ ലാപ്ടോപ്പിൽ സിനിമ പ്ലേ ചെയ്യുന്നു. അവൻ സിനിമ കണ്ട് ഉറങ്ങിയതായിരിക്കാം.

യാഥാർത്ഥ്യത്തെ രേഖപ്പെടുത്തുക, ചരിത്രപരമായ ആവശ്യങ്ങ ൾക്കായി സംഭവങ്ങളെ രേഖപ്പെടുത്തുക എന്നായിരുന്ന ഡോക്യുമെന്ററി സിനിമയുടെ ഇടക്കത്തിലുള്ള ഭൂമിക. (ഡോക്യുമെന്റ് എന്നാൽ രേഖ എന്നാണല്ലോ അർത്ഥം. ആദ്യകാല ഡോക്യുമെന്ററി സിനിമകളെ 'Actuality films' എന്നാണ് വിളിച്ചിരുന്നത്). ഡോക്യുമെന്ററിയ്ക്ക് വിദ്യാഭ്യാസ / ബോധന ഭൂമികയും ഉണ്ടായിരുന്നു. യാഥാർത്ഥ്യത്തെ രേഖപ്പെടുത്തുക എന്ന സിനിമയെ കുറിച്ചുള്ള സങ്കൽപ്പത്തിന് എതിരെ വളരെക്കാലം മുമ്പേതന്നെ ആശയങ്ങൾ രൂപപ്പെട്ടിരുന്നു. ക്രിസ്റ്റ്യൻ മെറ്റ്സ് എഴുതി: "ഡോക്യുമെന്ററി ഒരു വഞ്ചനയാണ്. ഡോക്യുമെന്ററി ഫിലിം എന്നൊന്നില്ല, എല്ലാ സിനിമയും ഫിക്ഷൻ സിനിമയാണ്" . "തിരശ്ശീലയിൽ ഒന്നും യാഥാർത്ഥ്യമല്ല. ഒരു കസേരയുടെ ദൃശ്യം സൂചകം (Signifier) പോല്യമല്ല" എന്നാണ് ആന്ദ്രെ ബാസിൻ അഭിപ്രായപ്പെ ട്ടത്. "ഓരോ സിനിമയും അതിലെ അഭിനേതാക്കളുടെ ഡോക്യുമെന്റ റിയാണ് " എന്ന് ഗൊദാർദ്.

ഡോക്യുമെന്ററിയുടെ സാമ്പ്രദായിക സങ്കൽപ്പങ്ങളിൽ നിന്ന് വ്യ ത്യസ്തമായ ഒരു സിനിമയാണ് പായലിന്റെ ഈ സിനിമ. ശ്ലഥമാണ് സിനിമയുടെ രൂപം. ഒരു ഓഡിയോവിഷ്വൽ കൊളാഷ്. പ്രക്ഷോഭ ത്തെ ഇതിലൂടെ ശക്തമായി അവതരിപ്പിക്കാൻ കഴിയുന്നു. ഹോം വീഡിയോ, ആർക്കൈവൽ ഫൂട്ടേജ്, സിസിടിവി റെക്കോർഡിംഗുകൾ എന്നിവയുൾപ്പെടെ പല രീതിയിലുള്ള സാമഗ്രികളാണ് സിനിമയിൽ ഉപയോഗിച്ചിരിക്കുന്നത്. മാത്രവുമല്ല, ദൃശ്യങ്ങളുടെ ടെക്സ്ചർ പ്രത്യേക രീതിയിലുള്ളതാണ്. ചില സന്ദർഭങ്ങൾ ഒഴിച്ചാൽ സിനിമ ബ്ലാക്ക് ആൻഡ് വൈറ്റിൽ ആണെങ്കിലും ഗ്രെയിൻ നിറഞ്ഞതും പഴയ അനലോഗ് ഫിലിമിന്റെ സ്വഭാവം ഉള്ളതുമാണ്. കളർ ഉപയോഗി ക്കുന്ന സന്ദർഭങ്ങളിൽ, പ്രത്യേകിച്ച് വിവാഹത്തിന്റെ ഫൂട്ടേജിൽ, പഴയ 8 എംഎം ആർക്കൈവിന്റെ യഥാർത്ഥ നിറങ്ങളും സ്വാച്ചസും

അതുപോലെ നിലനിർത്തി. സ്വപ്നങ്ങളും യാഥാർത്ഥ്യങ്ങളും ഓർമ്മക ളും ഗൃഹാതുരത്വവും ആർക്കൈവുകളും ഫാൻ്റസികളും ഉത്കണ്ഠകളും മിശ്രണം ചെയ്യുന്ന സങ്കരമാണ് സിനിമ.

രണ്ട് തരം സിനിമകൾ ഉണ്ട്. ഒന്ന് ചെത്തി മിനുക്കിയ സിനിമകൾ. ഇവ ചെത്തിത്തേച്ച് മിനുക്കി തിളങ്ങുന്ന പെയിൻ്റടിച്ച, ചുമരുകളിൽ പോലും ടൈൽസ് ഒട്ടിച്ച വീടിനെ ഓർമ്മിപ്പിക്കുന്നു. ഇവ കാണാൻ നല്ല ഭംഗിയുള്ളവയാണ്. എന്നാൽ രണ്ടാമത്തെ വിഭാഗം സിനിമകൾ പുറത്തുപോലും ചെത്തി മിനുക്കാത്ത വീടിനെപോലെയാണ്. കാണാൻ ആ രീതിയിൽ ഭംഗി ഇല്ലാത്തത്. ഇതുപോലെ ഈ സിനിമ വളരെ പരുക്കനും, അസംസ്കൃതവും അപൂർണ്ണവുമായി അനുഭവപ്പെടുന്നു. ഇത്തരം ശൈലി പ്രേക്ഷകരെ സിനിമയിൽ നിന്ന് ഒരകലത്തിൽ നിർത്തുന്നു. അപൂർണ്ണം എന്ന സ്വഭാവം നമ്മെ ബ്രഹ്ത്തിൻ്റെ അന്യ വൽക്കരണ സങ്കൽപ്പങ്ങളമായി ബന്ധിപ്പിക്കുന്നു. ആഖ്യാനത്തിൻ്റെ പടിപടിയായുള്ള പുരോഗതിയിലൂടെ വികാരത്തിൻ്റെ ക്ലൈമാക്സിൽ എത്തിക്കുന്നതിന് പകരം പ്രേക്ഷകർക്ക് വസ്തുനിഷ്ടമായി അപഗ്രഥി ക്കാൻ ഈ സങ്കേതം അവസരം കൊടുക്കുന്നു. എന്നാൽ, ഈ സിനിമ മറ്റ ചില സന്ദർഭങ്ങളിൽ പ്രേക്ഷകരെ സിനിമയിലേക്ക് വലിച്ചടുപ്പി ക്കുകയും ചെയ്യുന്നു. ഇത്തരം ശൈലികളുടെ ലയന-അകൽച്ചയാണ് സിനിമ.

"ഫലത്തിന് പ്രാധാന്യം കൊടുക്കുന്ന ഒരു സിനിമയ്ക്, സ്വയം പര്യാപ്തമായ ഒരു സിനിമയ്ക് വിപരീതമായ സിനിമ. നമ്മൾ കൈവശം വച്ചിരിക്കുന്ന ആശയങ്ങളെ 'മനോഹരമായി ചിത്രീകരിക്കുന്ന' ഒരു സിനിമയുടെ വിപരീതം" – Imperfect cinema എന്ന ആശയം മുന്നോ ട്ടുവെച്ച ക്യൂബൻ ചലച്ചിത്ര സംവിധായകനായ ജൂലിയോ ഗാർസിയ എസ്പിനോസയുടെ (Julio Garcia Espinosa) ഈ വാക്കുകൾ ഇപ്പോൾ മനസ്സിൽ കടന്നുവരുന്നു. "ചുറ്റുപാടുകളെയും ജീവിതത്തെ ത്തന്നെയും ചികഞ്ഞു നിരീക്ഷണവിധേയമാക്കി ആവിഷ്കരിക്കുന്നതിൽ നൂതന കലാരൂപമായ സിനിമയുടെ ശക്തി നാം തിരിച്ചറിയുന്നു" എന്ന് ഡോക്യുമെൻ്ററിയുടെ പിതാവ് എന്ന് വിശേഷിപ്പിക്കുന്ന John Grierson. ഒപ്പം 'ശുദ്ധമായ' കവിത എന്ന ആശയത്തെ ആക്രമിക്കുക യും പകരം 'അശുദ്ധ' കവിതയ്ക് വേണ്ടി വാദിക്കുകയും ചെയ്ത നെരൂദയും ഓർമ്മയിൽ വരുന്നു. തൻ്റെ "അശുദ്ധമായ ഒരു കവിതയിലേക്ക്" (Toward an Impure Poetry) എന്ന കൃതിയിൽ നെരൂദ എഴുതി, "നാം ധരിക്കുന്ന വസ്ത്രം പോലെ, അല്ലെങ്കിൽ നമ്മുടെ ശരീരം പോലെ,

മലിനമായ സൂപ്പ് പോലെ, നമ്മുടെ ലജ്ജാകരമായ പെരുമാറ്റം കൊണ്ട് മലിനമായത് പോലെ അശുദ്ധമായ ഒരു കവിത."

സാമൂഹിക-രാഷ്ട്രീയ പ്രശ്നങ്ങളെ അധികരിച്ച് നമുക്ക് ധാരാളം ഡോക്യുമെന്ററികൾ ഉണ്ടെങ്കിലും ഈ സിനിമയിൽ ഏറെ ആകർഷിച്ച ഘടകം, കാമുകിയ്ലായി മാതാപിതാക്കളുടെ എതിർപ്പിനെ മറികടക്കാൻ കഴിയാത്ത യുവാവിന്റെ അവസ്ഥയാണ്. അയാൾ വിപ്ലവാശയങ്ങൾ ഉള്ള ആളാണ്, അനീതിക്ക് എതിരെ പ്രതിഷേധിക്കുന്ന ആളാണ്. വിദ്യാർത്ഥി സമരത്തിൽ പങ്കെടുക്കുന്ന ആളാണ്. ഓർമ്മപ്പെടുത്തൽ എന്നോണം അയാൾ പത്രങ്ങളിലെ ക്ലിപ്പകൾ ഫയൽ ചെയ്യുന്നു. ഭരണകൂടത്തോടും വലതുപക്ഷത്തോടും അധികാരത്തോടും പ്രതി ഷേധിച്ച് അവളുടെ കൂടെ നിൽക്കാൻ കഴിയുമെങ്കിൽ, അവളോടുള്ള പ്രണയത്തിന്റെ കാര്യത്തിൽ സ്വന്തം മാതാപിതാക്കൾക്ക് എതിരെ നിലകൊള്ളുന്നതിൽ നിന്ന് അയാളെ തടയുന്നതെന്താണ്? എന്തുകൊ ണ്ടാണ് തെരുവിൽ വളരെ ശക്തിയോടെ പ്രകടമാക്കുന്ന രാഷ്ട്രീയം വീട്ടിൽ പ്രവേശിച്ചാൽ പിൻവാങ്ങുന്നത്? അവളുടെ ഭാവിക്കുവേണ്ടി പോരാടാൻ ശക്തിയാർജിക്കാത്തത് എന്തുകൊണ്ടാണ്? ഇത് ഹിപ്പോ ക്രസിയല്ലാതെ മറ്റെന്താണ്? പുറത്ത് ലെനിനും, അകത്ത് പൂന്താനവും? തീവ്ര വിപ്ലവകാരികൾ തീവ്രവലതുപക്ഷമായിത്തീരുന്നു. സ്ത്രീ സമത്വ ത്തിന വേണ്ടി വാദിക്കുന്നവർ സ്ത്രീ പീഡനക്കേസിൽ കുടുങ്ങുന്നു. പുറത്ത് ഫെമിനിസം, അകത്ത് പുരുഷ മേധാവിത്തം. ഇരട്ട മുഖമുള്ള പുരോഗ മനവാദികളുടെ എണ്ണം പെരുകുന്ന ഇക്കാലത്ത് സിനിമ മുന്നോട്ടുവെ ക്കുന്ന വിഷയം പ്രസക്തമാണ്. വിപ്ലവകാരികൾ തലയിൽ മുണ്ടിട്ട് ക്ഷേത്രത്തിൽ പോകുന്നു, ആരും അറിയാതെ അരയിൽ ജപിച്ച ഉറുക്ക് കെട്ടുന്നു. "ഒരുപക്ഷേ നിങ്ങൾ ഒരിക്കലും ധൈര്യമുള്ള ആളായിരുന്നില്ല" എന്നാണ് അവൾ കാമുകന് എഴുതുന്നത്.

സിനിമയെ കുറിച്ചുള്ള ആലോചനകൾ വിദ്യാർത്ഥികളുടെ പ്രതി ഷേധത്തിൽ കേന്ദ്രീകരിച്ചായിരുന്നില്ല എന്നാണ് സംവിധായിക പറഞ്ഞത്. വിദ്യാർത്ഥികൾ പഠനം പൂർത്തിയാക്കുമ്പോൾ അവരുടെ ഉത്കണ്ഠകൾ എന്തായിരിക്കും, വ്യക്തിബന്ധങ്ങളിൽ അവർ അഭിമു ഖീകരിക്കുന്ന പ്രശ്നങ്ങൾ എന്തായിരിക്കും എന്നറിയാൻ അവരോട് സംവിധായിക സംസാരിച്ചു. സ്വന്തം ജാതി / സമുദായത്തിൽ നിന്നുള്ള വരെ വിവാഹം കഴിക്കാനായി അവർക്കുമേലുള്ള സമ്മർദം എത്രയാണ് എന്നൊക്കെ അറിയാനാണ് ഇതിലൂടെ ശ്രമിച്ചത്. പതുക്കെ പ്രതിഷേധം ആളിക്കത്താൻ തുടങ്ങി. അപ്പോൾ പ്രതിഷേധം സിനിമയിലേക്ക്

കടന്നുവന്നു.

"നിത്യ ജീവിതത്തിലെ, കുടുംബത്തിലെ, ബന്ധങ്ങളിലെ വൈരു ദ്ധ്യങ്ങളെക്കുറിച്ച് സംസാരിക്കാനാണ് ഈ സിനിമയിലൂടെ ശ്രമിച്ചത്. ഒപ്പം ഞങ്ങളുടെ സമരങ്ങളെ പുനരാലോചിക്കാനും. പ്രതിരോധം, വ്യ ക്തിപരം എന്നീ ആശയങ്ങളെ ഒരുമിച്ച് ചേർക്കുന്നത് മറ്റൊരു ചിന്താഗ തിയിലേക്ക് നയിക്കുമെന്ന് തോന്നി. എന്നാൽ കാലക്രമേണ, എന്താണ് സംഭവിക്കുന്നതെന്ന് ഞങ്ങൾ കൂടുതൽ ചിന്തിക്കാൻ തുടങ്ങിയപ്പോൾ, ഇന്ന് നമ്മുടെ സമൂഹത്തിൽ വളർന്നുവരുന്ന അസ്വാസ്ഥ്യത്തിന്റെ വേര് രാഷ്ട്രീയ വ്യവഹാരത്തിലല്ല, മറിച്ച് നമ്മുടെ വീടിന്റെ സ്വകാര്യതയിലും നമ്മുടെ ബന്ധങ്ങളുടെ അടുപ്പത്തിലുമാണ് ഉള്ളതെന്ന് മനസ്സിലായി. വ്യത്യസ്തമെന്നു തോന്നിക്കുന്ന ഈ രണ്ട് ഇടങ്ങളും യഥാർത്ഥത്തിൽ അടുത്ത് ബന്ധപ്പെട്ടവയാണ് "-സംവിധായിക ഇപ്രകാരം പറഞ്ഞു സിനിമ അവസാനിക്കുന്നത് തുടക്കത്തിൽ കണ്ടതുപോലുള്ള നൃത്ത രംഗത്തിലാണ്. ഇതോടെ ഒരു വൃത്തം പൂർത്തിയാവുന്നു. ഒരു വിപ്ലവ ത്തിൽ ശരീരം മാത്രമല്ല ഉൾപ്പെടുന്നത് എന്ന് ഇത് ഓർമ്മിപ്പിക്കുന്നു. യഥാർത്ഥ മാറ്റം ആദ്യം വരുന്നത് മനസ്സിന്റെ മോചനത്തോടെയാണ്.

അവളുടെ കത്തിൽ പസോളിനി കടന്നുവരുന്നുണ്ട്. അത് ഒരു ചലച്ചിത്ര സംവിധായകൻ എന്ന നിലയിലല്ല. പ്രതിഷേധത്തിനിടെ അവൾ ഒരു പോലീസുകാരിയുമായി മുഖാമുഖം നിൽക്കുന്ന ഒരു സന്ദ ർഭത്തിലാണ് അവൾ പസോളിനിയെ പരാമർശിക്കുന്നത്. "അവൾ (വനിതാ പോലീസ്) രാത്രി വീട്ടിൽ പോയി പാചകം ചെയ്യും, നാളെ നേരത്തെ എഴുന്നേൽക്കും, കുടുംബത്തിന് ഉച്ചഭക്ഷണം ഉണ്ടാക്കും, കുട്ടികളെ സ്കൂളിൽ അയയ്ക്കും. അവൾ ഞങ്ങളെ കുറിച്ച് എന്താണ് ചിന്തി ക്കുന്നതെന്ന് ഞാൻ അത്ഭുതപ്പെട്ടുന്നു. ഞാൻ പസോളിനിയെക്കുറിച്ച് ചിന്തിച്ചു".

ബൂർഷ്വാ മൂല്യ വ്യവസ്ഥയ്ക്കെതിരായ പ്രതിഷേധം, സമത്വത്തിനും പൗരാവകാശങ്ങൾക്കും വേണ്ടിയുള്ള പോരാട്ടം, രാജ്യത്തെ വിദ്യാഭ്യാസ സമ്പ്രദായം നവീകരിക്കുക എന്നതായിരുന്ന 1968-ൽ ഇറ്റലിയിൽ ഉണ്ടായ വിദ്യാർത്ഥി പ്രക്ഷോഭം. 1 മാർച്ച് 1968-ൽ വിദ്യാർത്ഥികളും പോലീസും തമ്മിലുള്ള ആദ്യത്തെ അക്രമാസക്തമായ ഏറ്റുമുട്ടലിന്റെ യുദ്ധക്കളമായി വിയാ ഡി വാലെ ഗിയുലിയയിലെ റോം സർവകലാശാ ലയുടെ സ്കൂൾ ഓഫ് ആർക്കിടെക്ചർ മാറി. ഏറ്റുമുട്ടലിൽ 148 പോലീസ് ഓഫീസർമാർക്കും 1500-ഓളം പ്രതിഷേധക്കാരിൽ 478 പേർക്ക് പരി ക്കേൽക്കുകയും, ധാരാളം പേരെ അറസ്റ്റ് ചെയ്യുകയും ചെയ്തു.

ഈ സംഭവത്തെക്കുറിച്ച് പസോളിനി ഒരു കവിത എഴുതിയിട്ടുണ്ട്. ഈ സമരത്തിൽ അദ്ദേഹം പോലീസിനെ പിന്തുണച്ചു. വിദ്യാർത്ഥികൾ ബൂർഷ്വാസിയുടെ മക്കളാണെന്നും എന്നാൽ പോലീസ് തൊഴിലാളിവർഗമാണെന്നും അദ്ദേഹം പറഞ്ഞു. തൊഴിലാളികളില്ലാതെ ഈ വിദ്യാർ ത്ഥികൾക്ക് യഥാർത്ഥത്തിൽ ഒരു വിപ്ലവം സൃഷ്ടിക്കാൻ കഴിയുമോ എന്ന ചോദ്യമായിരുന്നു അദ്ദേഹത്തിന്റേത്.

"ഐസൻസ്റ്റീൻ, പുഡോവ്കിൻ! ഞങ്ങൾ പോരാട്ടം, ഞങ്ങൾ വിജയിക്കും!" എന്നായിരുന്ന വിദ്യാർത്ഥികൾ ഉയർത്തിയ മുദ്രാവാക്യം. 2021 ഫെബ്രുവരിയിൽ പാർലമെന്റിൽ   നടത്തിയ പ്രസംഗത്തിൽ, ഇന്ത്യൻ പ്രധാനമന്ത്രി നരേന്ദ്ര മോദി, രാഷ്ട്രീയ പ്രവർത്തകരെ വിശേ ഷിപ്പിക്കാൻ ഒരു പുതിയ പദം ഉപയോഗിച്ചു: "നമുക്കെല്ലാം ബുദ്ധിജീ വികളും (Intellectuals) ശ്രം-ജീവികളും (Workers) പരിചിതമാണ്, എന്നാൽ ഇപ്പോൾ, ആന്ദോളൻ ജീവികൾ [പ്രതിഷേധക്കാർ] എന്ന ഒരു പുതിയ വിഭാഗം ഉണ്ട്. ഇവർ   പ്രതിഷേധങ്ങളെ പോഷിപ്പിക്കുന്ന. അഭിഭാഷകരുടെതായാലും വിദ്യാർത്ഥികളുടെതായാലും തൊഴിലാളി കളുടെതായാലും എല്ലാത്തരം പ്രതിഷേധങ്ങളിലേക്കും അവർ ചാടുന്ന. ചിലപ്പോൾ അവർ ശ്രദ്ധയിൽപ്പെട്ടേക്കാം, മറ്റ് സന്ദർഭങ്ങളിൽ, അവർ പശ്ചാത്തലത്തിൽ ഇടരും. അവർ പ്രതിഷേധങ്ങളെ പോഷിപ്പിക്കുന്ന പരാന്നഭോജികളെപ്പോലെയാണ് ". എല്ലാ സമരങ്ങളെയും പരിഹസി ക്കുക എന്നതാണല്ലോ സർക്കാരിന്റെയും ഒരു വിഭാഗം ജനങ്ങളുടെയും അജണ്ട.

വിദ്യാർത്ഥി സമരത്തിന്റെ അന്തരഫലത്തെ കുറിച്ച് ആഷിഷ് രാജാ ധ്യക്ഷ ഇപ്രകാരം അഭിപ്രായപ്പെട്ടു: "ഇൻസ്റ്റിറ്റ്യൂട്ടിലെ സമരം സിനിമാ പ്രവർത്തകർക്ക് പര്യവേക്ഷണം ചെയ്യാൻ താൽപ്പര്യമുള്ള ഒരു പുതിയ തരം സിനിമയുടെ വാതിൽ തുറന്നു. സമരത്തിൽ പങ്കെടുത്തവരുടെ പ്രത്യക്ഷ രാഷ്ട്രീയമില്ലാത്ത ഒരു പുതിയ തരം സിനിമ ഉയർന്നവരുന്ന. കിസ്ലോ, വികാസ് ഉർസ്, അഭിജിത്ത് മുജുംദാർ എന്നിവർ വിസ്തൃതമായ ഇടം സൃഷ്ടിക്കാൻ ശ്രമിക്കുന്ന, സിനിമയെ ചുറ്റിപ്പറ്റിയുള്ള ഒരു ഇടം, അത് ഇപ്പോൾ രാഷ്ട്രീയവൽക്കരിക്കപ്പെട്ടിരിക്കുന്ന, ഇത് കഥകൾ പറഞ്ഞുകൊണ്ടേയിരിക്കുമെന്ന് സൂചിപ്പിക്കുന്ന. എഫ്ടിഐഐ പ്രതി ഷേധങ്ങൾ വളരെ നീണ്ട അഗ്രങ്ങളുള്ള സംഭവങ്ങളാണ്. അതിന്റെ പ്രത്യാഘാതങ്ങൾ വികസിച്ചുകൊണ്ടേയിരിക്കും".

ലോകസിനിമയുടെ ചരിത്രം പരിശോധിച്ചാൽ, പലപ്പോഴും, സ്ത്രീകളുടെ നേട്ടങ്ങൾ അവഗണിക്കപ്പെട്ടുകയോ, രേഖപ്പെടുത്താതിരിക്കുകയോ,

ചരിത്രരേഖയിൽ നിന്ന് മായ്ക്കുകയോ ചെയ്ത. ഇത് നിരാശാജനകവും ദോഷകരവുമാണെങ്കിലും, സ്ത്രീകളുടെ ചരിത്രത്തിൽ വലിയ സർഗ്ഗാത്മക വും ബൗദ്ധികവുമായ നേട്ടങ്ങൾ ഇല്ലെന്ന തെറ്റായ ധാരണ സൃഷ്ടിക്കുന്നു. സ്ത്രീകളുടെ നേട്ടങ്ങൾ അവരിൽ നിന്ന് നീക്കം ചെയ്യപ്പെടുകയും സ്ത്രീക ളുടെ ജോലിയുടെ ക്രെഡിറ്റ് പുരുഷന്മാർ മനഃപൂർവ്വം തട്ടിയെടുക്കുകയും ചെയ്ത.

സിനിമയുടെ ആദ്യകാലം തൊട്ടുതന്നെ സ്ത്രീകൾ എഡിറ്റർമാ രായി പ്രവർത്തിച്ചിരുന്നു. അക്കാലത്ത് ഈ ജോലിക്ക് "എഡിറ്റർ" എന്ന പേരുപോലും കിട്ടിയിരുന്നില്ല. ഫിലിം മുറിച്ച് ഒട്ടിക്കുന്ന ജോലി ആയതിനാൽ ഇവർ 'കട്ടർ' എന്നാണ് അറിയപ്പെട്ടിരുന്നത്. ഈ ജോലി ചെയ്യുന്നവരെ അവിദഗ്ധ തൊഴിലാളികളായിട്ടായിരുന്നു കണ്ടി രുന്നത്. ഇവർക്ക് സിനിമയിൽ ക്രെഡിറ്റ് കിട്ടിയില്ല എന്ന മാത്രമല്ല, വേതനം ഉച്ഛമായിരുന്നു.

ഹോളിവുഡ്, ഒരു കാലത്ത്, ഡി.ഡബ്ല്യൂ. ഗ്രിഫിത്തിനെ സിനിമയുടെ പിതാവായി പ്രഖ്യാപിച്ചു. എന്നാൽ അദ്ദേഹത്തിന് വളരെ മുമ്പുതന്നെ, പാരീസിൽ ജനിച്ച ആലീസ് ഗൈ (Alice Guy) സിനിമയിലെ ആഖ്യാന ഭാഷയ്ക്ക് അടിത്തറ പാകി. സ്പ്ലിറ്റ് സ്ക്രീൻ, ഡബിൾ എക്സ്പോഷർ എന്നിങ്ങനെ അക്കാലത്ത് നവീനമായ ടെക്നിക്കുകൾ ആദ്യമായി ഉപയോഗിച്ചവരിൽ ഒരാളാണ് ഗൈ. ക്ലോസപ്പ് കണ്ടുപിടിച്ചതിന്റെ ബഹുമതി ഗ്രിഫിത്തിനാണ് നാം കൊടുക്കുന്നതെങ്കിലും അതിന് അർഹ ഗൈ ആണ്. സിനിമ സംവിധാനം ചെയ്യുന്ന ആദ്യ വനിത യായിരുന്നു അവർ. 1896 മുതൽ 1906 കാലഘട്ടത്തിൽ ലോകത്തിലെ ഏക വനിതാ ചലച്ചിത്ര പ്രവർത്തകയയും അവരായിരുന്നു. 1896-ലാണ് ആലീസ് ഗൈ തന്റെ ആദ്യ സിനിമ സംവിധാനം ചെയ്തത്. അതിന്റെ യഥാർത്ഥ പേര് 'ദി ഫെയറി ഓഫ് ദ കാബേജ്' എന്നും "ദി ബർത്ത് ഓഫ് ചിൽഡ്രൻ"എന്നുമായിരുന്നു. അതുപോലെ, invisible cutting എന്ന് വിളിക്കപ്പെടുന്ന ക്ലാസിക് എഡിറ്റിംഗ് ശൈലിയുടെ ഇടക്കൊ രിയായിരുന്ന മാർഗരറ്റ് ബൂത്ത് (Margaret Booth). ഡി.ഡബ്ല്യൂ. ഗ്രിഫിത്തിന്റെ ചിത്രങ്ങൾ എഡിറ്റ് ചെയ്യുന്ന "പാച്ചർ" ആയാണ് അവർ ഹോളിവുഡിൽ ജോലി ആരംഭിച്ചത്. ഫിലിം എഡിറ്റർ എന്ന് വിളിക്കപ്പെടുന്ന ആദ്യത്തെ "കട്ടർ" അവരായിരുന്നു. ബൂത്തിന്റെ ചരമ ക്കുറിപ്പിൽ ബ്രിട്ടീഷ് പത്രമായ ദി ഗാർഡിയൻ ഇപ്രകാരം എഴുതി: "ശബ്ദത്തിന്റെയും ദൃശ്യത്തിന്റെയും അന്തിമ എഡിറ്റിംഗിന് അംഗീകാരം ലഭിക്കുന്നതിന് എല്ലാ ചലച്ചിത്ര നിർമ്മാതാക്കൾക്കും അവരുടെ

സമ്മതം ലഭിക്കേണ്ടിയിരുന്നു". ആൽഫ്രഡ് ഹിച്ച്കോക്കിന്റെ ഭാര്യ യായിരുന്ന അൽമ റിവില്ലെയാണ് അദ്ദേഹത്തിന്റെ സിനിമകളിലെ പല അസാധാരണ കട്ടകൾക്കും പിന്നിൽ. ഹിച്ച്കോക്കിന്റെ ഏറ്റവും അടുത്ത സഹകാരിയായിരുന്ന റെവിൽ. 1923-ൽ ഗ്രഹാം കട്ട്സ് സംവിധാനം ചെയ്ത "വുമൺ ട്ട വുമൺ" എന്ന സിനിമയിൽ റെവിൽ എഡിറ്ററായിരുന്നു. ഹിച്ച്കോക്ക് ഈ സിനിമയിൽ ക്രെഡിറ്റ് ചെയ്യ പ്പെടാത്ത അസിസ്റ്റന്റ് ഡയറക്ടറും സഹ-തിരക്കഥാകൃത്തുമായിരുന്നു. ഈ സിനിമയുടെ ജോലിക്കിടെയാണ് ഹിച്ച്കോക്ക് റെവില്ലെയെ കണ്ടുമുട്ടുന്നത്. Stagecoach (1939), The Wizard of Oz (1939) എന്നീ സിനിമകൾ എഡിറ്റ് ചെയ്തത് സ്ത്രീകളായിരുന്നു.

നമ്മുടെ രാജ്യത്ത് സിനിമയിലേക്കുള്ള സ്ത്രീകളുടെ കടന്നുവരവ് അപൂർവ്വമായിരുന്നു. തുടക്കത്തിൽ അഭിനയത്തിൽ സ്ത്രീ സാന്നിദ്ധ്യം വിരളമായിരുന്നു എങ്കിൽ സംവിധാന രംഗത്തും അവരുടെ സാന്നിധ്യം ശുഷ്കമായിരുന്നു, പ്രത്യേകിച്ച് ഡോക്യുമെന്ററി സിനിമകളിൽ. വീഡിയോയുടെ വരവോടെ, കമ്മ്യൂണിറ്റി വീഡിയോ പ്രോജക്ടുകൾ കൂണപോലെ മുളച്ചു. ഒട്ടനവധി സംവിധായികമാരും നിരവധി വനിതാ കൂട്ടായ്മകളും ഉയർന്നുവന്നു. താരതമ്യേന വിലകുറഞ്ഞ പോർ ട്ടബിൾ യു-മാറ്റിക് വീഡിയോ ഉപകരണങ്ങൾ ഉപയോഗിച്ച് അവർ സിനിമകൾ ഉണ്ടാക്കി. ഡിജിറ്റൽ സാങ്കേതിക വിദ്യ ലഭ്യമായതോടെ കൂടുതൽ സ്ത്രീ ചലച്ചിത്ര പ്രവർത്തകർ ഈ രംഗത്തേക്ക് കടന്നുവന്നു. ഇന്ന് ഡോക്യുമെന്ററി സിനിമയിൽ വിപ്ലവമായ പര്യവേക്ഷണങ്ങൾ വനിതാ സംവിധായകർ നടത്തുന്നു.

കെയ്റോ ഇന്റർനാഷണൽ വിമൻസ് ഫിലിം ഫെസ്റ്റിവൽ, ബാഴ്സലോണ ഇന്റർനാഷണൽ വിമൻസ് ഫിലിം ഫെസ്റ്റിവൽ, ഹോങ്കോങ്ങിലെ ചൈന വിമൻസ് ഫിലിം ഫെസ്റ്റിവൽ, ഘാനയിലെ എൻഡിവ വിമൻസ് ഫിലിം ഫെസ്റ്റിവൽ, സോൾ ഇന്റർനാഷണൽ വിമൻസ് ഫിലിം ഫെസ്റ്റിവൽ എന്നിവയുൾപ്പെടെ നിരവധി ഫിലിം ഫെസ്റ്റിവലുകൾ വനിതാ സംവിധായകരെ പ്രോത്സാഹിപ്പിക്കുന്നതിൽ പ്രത്യേക ശ്രദ്ധ കേന്ദ്രീകരിക്കുന്നു. ഫ്രാൻസിൽ, 'ലെ കളക്ടിഫ് 50/50' (Le Collectif 50/50) എന്ന സംഘടന എല്ലാ ഫിലിം ഫെസ്റ്റിവലുക ളിലും പുരുഷ-സ്ത്രീ-സംവിധാന സിനിമകൾക്ക് തുല്യ സ്ഥാനം ലഭിക്ക ന്നുവെന്ന് ഉറപ്പാക്കുന്നു.

നെറ്റ്ഫ്ലിക്സ്, ആമസോൺ പ്രൈം തുടങ്ങിയ സ്ട്രീമിംഗ് പ്ലാറ്റ്ഫോമുക ളുടെ വരവോടെ സ്ത്രീകൾ എഴുതിയതും, സംവിധാനം ചെയ്യുന്നതുമായ

സിനിമകൾക്ക് വലിയ അവസരം കിട്ടുന്നു. ഓക്സ്ഫാം ഇന്ത്യ MAMI ഫിലിം ഫെസ്റ്റിവല്യമായി കൈകോർത്ത് ലിംഗസമത്വത്തെക്കുറിച്ചുള്ള മികച്ച സിനിമയ്ക്കുള്ള അവാർഡ് സ്പോൺസർ ചെയ്യുന്നു. കേരള സർക്കാർ വനിതകൾക്ക് സിനിമ സംവിധാനം ചെയ്യാൻ ധനസഹായം ചെയ്യുന്നു.

സിനിമയുടെ ചരിത്രം പുരുഷാധിപത്യത്തിന്റെ ഭാഗമാണ്. അത് ഇന്നും തുടരുന്നു. നമ്മുടെ രാജ്യത്ത് മാത്രമല്ല, അമേരിക്കയിൽ പോലും സിനിമയിൽ സ്ത്രീ പ്രാതിനിധ്യം വളരെ കുറവാണ്. ആശയവിനിമയ ത്തിന്റെയും വീഡിയോ പങ്കിടൽ പ്ലാറ്റ്ഫോമുകളുടെയും തീരെ ഭാരം കുറഞ്ഞ, താങ്ങാനാവുന്ന വിലയ്ക്കുള്ള ഉപകരണളും സാങ്കേതികവിദ്യയും ലഭ്യമായ ഈ യുഗത്തിൽ യുവ ചലച്ചിത്ര പ്രവർത്തകരെ ഡോക്യുമെന്റ് റിയുടെ സാധ്യതകൾ ആരായാൻ അനുവദിക്കുന്നു.

പ്രശസ്ത ചിത്രകാരി നളിനി മലാനിയുടെ മകളാണ് പായൽ. അമ്മയുടെ സ്വാധീനത്തെ കുറിച്ച് പായൽ ഒരഭിമുഖത്തിൽ ഇപ്രകാരം പറയുകയുണ്ടായി: "വീട്ടിൽ ഉണ്ടായിരുന്ന സിനിമകളുടെ ശേഖരമാണോ, അമ്മയുടെ കലാ പ്രവർത്തനങ്ങളും സങ്കൽപ്പങ്ങളും ആണോ എന്നറി യില്ല, അമ്മ എന്നെ സ്വാധീനിച്ചിട്ടുണ്ട്, അത് ബോധപൂർവ്വമായിരിക്കാം, അല്ലായിരിക്കാം. ചുറ്റുമുള്ള എല്ലാ കാര്യങ്ങളിലും അമ്മ എപ്പോഴും താത്പരയാണ്. കലാ മേഖലയിൽ പ്രവർത്തിക്കാനും, എന്തെങ്കിലും സൃഷ്ടിക്കാനും ജീവിതത്തോട് താത്പര്യം ഉണ്ടായിരിക്കണം. നമുക്ക് ചുറ്റുമുള്ള എല്ലാ കാര്യങ്ങളിലും സൗന്ദര്യമുണ്ട്, അമ്മയ്ക്ക് ജീവിതത്തോട് അഭിനിവേശമായിരുന്നു".

ദൃശ്യങ്ങളിൽ വാക്കുകൾ ഒട്ടിക്കുന്ന ദൂറാസ്

നോവലിന്റെ പരമ്പരാഗത സങ്കൽപ്പങ്ങളിൽ നിന്നുള്ള സമൂല വൃതിയാനമായിരുന്ന ഫ്രഞ്ച് നവതരംഗ പ്രസ്ഥാനം (ന്യൂ നോവൽ). ഈ പ്രസ്ഥാനത്തിലെ ഒരംഗമാണ് മാർഗരറ്റ് ദൂറാസ്. Marguerite Germaine Marie Donnadieu എന്നാണ് യാഥാർത്ഥ പേര്). 1914-ൽ ഇന്തോ-ചൈനയിലെ ഫ്രഞ്ച് കോളനിയായിലാണ് (ഇന്നത്തെ വിയറ്റ്നാം) അവർ ജനിച്ചത്. ഫ്രഞ്ചുകാരായ മാതാപിതാക്കൾ അധ്യാപകരായിരുന്നു. കുടുംബത്തിലെ ഒരേയൊരു പെൺകുട്ടിയായിരുന്ന മാർഗരറ്റ്. അവൾക്ക് രണ്ട് സഹോദരന്മാരുണ്ടായിരുന്നു. പിതാവിന്റെ അകാല മരണത്തിന ശേഷം ദൂറാസ് ഫ്രാൻസിലും ഇന്തോ-ചൈനയിലുമായി വിദ്യാഭ്യാസം നേടി. പിതാവിന്റെ ജന്മ സ്ഥലമായ ദൂറാസ് എന്ന ഗ്രാമത്തിൽ ചിലവഴിച്ച രണ്ട് വർഷങ്ങൾ അവളുടെ മനസ്സിൽ മായാത്ത ഓർമ്മകളായി നില നിൽക്കുന്നു. ഈ ഗ്രാമത്തിന്റെ പേരാണ് പിന്നീട് അവർ സ്വീകരിച്ചത്.

ദൂറാസിന്റെ രചനാശൈലി, വ്യക്തമായി വ്യതിരിക്തമാണെങ്കിലും പലപ്പോഴും നൂവോ റോമന്റെ(Nouveau Roman) പരീക്ഷണാത്മക സങ്കേതങ്ങൾ ഉണർത്തുന്നു എന്നാണ് പഠിതാക്കൾ പറയുന്നത്. ചെറിയ വാക്യങ്ങൾ ചെറിയ ചെറിയ വിശദാംശങ്ങളിൽ ശ്രദ്ധ കേന്ദ്രീകരിക്കുന്നു. ഒരു നോട്ടം, ഒരു നെടുവീർപ്പ്, ഒരു സ്പർശം എന്നിവ പ്രധാനപ്പെട്ടതാകുന്നു. ഇത് പലപ്പോഴും ഒരു ആശയത്തേ ക്കാൾ ഒരു മാനസികാവസ്ഥയോ വൈകാരിക പ്രതിസന്ധിയോ ആണ്. ഉദാഹരണമായി L'amour (പ്രണയം) എന്ന നോവലിൽ പ്രണയം എന്താണെന്നതിനെക്കുറിച്ചുള്ള ചർച്ച അടങ്ങിയിട്ടില്ല; മറിച്ച്,

സംഭാഷണങ്ങളില്ലൂടെയും ചെറിയ വാക്യങ്ങളില്ലൂടെയും പ്രണയത്തെ ഉണർത്തുകയും സൂചിപ്പിക്കുകയും ചെയ്യുന്നു.

ഇരുപതിലധികം നോവലുകളും ഏതാണ്ട് അത്രയും നാടകങ്ങളും ദൂറാസ് എഴുതി. കൂടാതെ നിരവധി ഉപന്യാസങ്ങളും. പത്രങ്ങളിലും, റേഡിയോയിലും, ടിവിയിലുമായി അവരുടെ ധാരാളം അഭിമുഖങ്ങളും ഉണ്ട്. Prix Goncourt പുരസ്കാരം ഉൾപ്പെടെ പല ബഹുമതികളും അവർക്ക് ലഭിച്ചിട്ടുണ്ട്. വിയറ്റ്നാമിലെ ബാല്യവും പിന്നീടുള്ള കൊളോണിയൽ ജീവിതത്തിന്റെ അനുഭവവും ദൂറാസിന്റെ എഴുത്തിൽ അഗാധമായ സ്വാധീനം ചെലുത്തി: 1985ലെ ഒരു അഭിമുഖത്തിൽ അവർ പറഞ്ഞു: "എനിക്ക് ഒരു ജന്മസ്ഥലം ഇല്ല എന്നതുപോലെയാണ്, ഒരു സ്ഥലം ഉണ്ടായിരുന്നു, പക്ഷേ അത് വളരെ അകലെയാണ്. അവിടേക്ക് എനിക്കൊരിക്കലും തിരിച്ചപോകാൻ കഴിഞ്ഞിട്ടില്ല... എന്നാൽ ഭൂതകാലം ഒരുപക്ഷേ വർത്തമാനകാലത്തിലായിരിക്കാം. അതുപോലെ സ്ഥലം ഇപ്പോൾ ഭൂതകാലത്തിലാണ്. ജീവിതത്തെ കുറിച്ച് പറയാനുള്ളത് കൃത്യമായി പറയാൻ എനിക്ക് ഇത് ഉപയോ ഗിക്കാം".

ഒരു സ്ത്രീയും പോസ്റ്റ് കൊളോണിയൽ എഴുത്തുകാരി എന്ന നിലയിലും ഫ്രാൻസിന് അകത്തും പുറത്തും ഫെമിനിസ്റ്റ്, പോസ്റ്റ് കൊളോണിയൽ പഠനങ്ങളിൽ വൈദശ്യം നേടിയ പണ്ഡിതന്മാർക്കിടയിൽ അവർ വളരെയധികം ചർച്ചചെയ്യപ്പെട്ടു. അവരുടെ സാഹിത്യ കൃതികൾ മുപ്പത്തിയഞ്ച് ഭാഷകളിലേക്ക് വിവർത്തനം ചെയ്യപ്പെട്ടു. ആധുനിക സാഹിത്യത്തിലെ മഹാരഥന്മാരായ മാർസൽ പ്രൂസ്റ്റ്, ജെയിംസ് ജോയ്സ്, വർജീനിയ വൂൾഫ് എന്നിവർക്കൊപ്പം സമകാലിക ഫ്രഞ്ച് സാഹിത്യത്തിലെ അലൻ റോബെ ഗ്രിയേ എന്നിവർക്കൊപ്പവുമാണ് പലരും ദൂറാസിന് സ്ഥാനം കൊടുത്തിരിക്കുന്നത്.

ദൂറാസിന്റെ മരണത്തിന് ഒരു വർഷത്തിന് ശേഷം എഴുതിയ The Duras Phenomenon എന്ന പുസ്തകത്തിൽ Margaret Sankey ഇപ്രകാരം എഴുതുകയുണ്ടായി: "ഫ്രാൻസിൽ അക്കാലത്ത് മറ്റൊരു സ്ത്രീ എഴുത്തുകാരിയും ഇത്രയും തീവ്രമായി വായനക്കാരേയും നിരൂപകരേയും പ്രകോപിപ്പിച്ചിട്ടില്ല. അവൾ ഒന്നുകിൽ സ്നേഹിക്കപ്പെട്ട, അല്ലെങ്കിൽ നിന്ദിക്കപ്പെട്ട. പ്രകോപിപ്പിക്കാനുള്ള അവളുടെ കഴിവ് ഐതിഹാസി കമാണ്".

അതേസമയം, ഒരു ചലച്ചിത്ര സംവിധായിക എന്ന നിലയിലും അവർക്ക് ലോക സിനിമയിൽ വലിയ സ്ഥാനമുണ്ട്. എന്നാൽ, ആ

രീതിയിൽ അവരെ മലയാളത്തിൽ ചർച്ചചെയ്യപ്പെട്ടിട്ടില്ല. അലൻ റെനെയുടെ പ്രശസ്തമായ 'ഹിരോഷിമ മോൺ അമോർ' (Hiroshima-Mon Amour, 1959) എന്ന സിനിമയുടെ തിരക്കഥ എഴുതിക്കൊണ്ടാണ് ദ്യൂറാസ് സിനിമയിലേക്ക് വരുന്നത്. റെനെയെ സംബന്ധിച്ച് സാമ്പ്ര ദായിക സിനിമാ രീതികളെ എങ്ങിനെ മറികടക്കും എന്നതായിരുന്ന വിഷയം എങ്കിൽ ദ്യൂറാസിനെ സംബന്ധിച്ച് പര്യാപ്തമായ ഒരു ഭാഷ കണ്ടെത്തുകയായിരുന്ന വിഷയം. സംഭവങ്ങളുടെ നേരിട്ടുള്ള പ്രതി നിധാനം മനുഷ്യാനുഭവത്തിന്റെ ചില അവസ്ഥകളെ തൃപ്തികരമായി അവതരിപ്പിക്കുന്നതിൽ പരാജയപ്പെട്ടുമോ എന്ന സംശയം. ഒഴുകുന്ന രീതിയില്ലുള്ള ഓർമ്മകൾക്ക് ഘനീഭവിക്കാത്ത രീതിയില്ലുള്ള ഒരു ഭാഷ കണ്ടെത്തുകയായിരുന്ന അവരുടെ വെല്ലുവിളി. ഒരഭിമുഖത്തിൽ സിനിമയെ കുറിച്ച് റെനെ ഇപ്രകാരം പറഞ്ഞു: "രണ്ട് കാലഘട്ടങ്ങളിൽ പ്രവർത്തിക്കുക എന്ന ആശയം എനിക്കും ദ്യൂറാസിനും ഉണ്ടായിരുന്ന. വർത്തമാനവും ഭൂതകാലവും ഒരുമിച്ച് നിലനിൽക്കുന്ന, എന്നാൽ ഭൂതകാലം ഫ്ലാഷ്ബാക്കിൽ ആയിരിക്കരുത്. . . ഇമ്മാനുവേൽ റിവ അവതരിപ്പിച്ച കഥാപാത്രം വിവരിച്ചതെല്ലാം കള്ളമാണെന്ന് നിങ്ങൾ ക്ക് തോന്നിയേക്കാം, അവൾ പറയുന്ന കാര്യങ്ങൾ ശരിക്കും സംഭവിച്ച എന്നതിന് തെളിവില്ല. എന്നാൽ ആ അവ്യക്തത രസകരമായി എനിക്ക് അനുഭവപ്പെട്ട".

എന്നാൽ തന്റെ ആദ്യ ചിത്രം സംവിധാനം ചെയ്യാൻ ദ്യൂറാസ് ഏകദേശം പത്ത് വർഷത്തോളം കാത്തിരുന്ന. സിനിമകൾ സംവിധാനം ചെയ്യാൻ ദ്യൂറാസിനെ പ്രേരിപ്പിച്ച കാര്യം, തന്റെ നോവ ലുകളുടെ സിനിമാ അനുകല്പനങ്ങളിൽ ദ്യൂറാസ് തൃപ്തയായിരുന്നില്ല. ദ്യൂറാസിന്റെ രചനകളെ ആധാരമാക്കിയുള്ള This Angry Age (Rene Clement), Seven Days...Seven Nights (Peter Brook), 10:30 PM Summer (Jules Dassin), The Sailor from Gibralter (Tony Richardson) എന്നീ സിനിമകൾ പ്രതിനിധാനത്തിന്റെ റിയലിസ്റ്റിക് മാതൃകകൾ പിന്തുടർന്ന, അത് തന്റെ രചനകളെ വഞ്ചിക്കുന്നതായും ദ്യൂറാസ് കരുതി. തന്റെ കഥാപാത്രങ്ങളുടെ ആന്തരിക ലോകത്തെയും അവരുടെ പ്രതികരണങ്ങളെയും ലോകത്തിന് അറിയിക്കാൻ സിനിമകളിലൂടെ തനിക്ക മാത്രമേ കഴിയൂ എന്ന് അവർ വിശ്വസിച്ച. അങ്ങിനെയാണ് അവർ സിനിമാ സംവിധാനത്തിലേക്ക് കടക്കുന്നത്. ദ്യൂറാസ് ഇപ്രകാരം പറയുകയുണ്ടായി: "The reality reproduced by classical cinema has never been of any interest to me.

Everything is said too much, shown too much – an excess of meaning in which, paradoxically, the context becomes impoverished."

സിനിമയുടെ കൗതുകകരമായ സാധ്യതകളിൽ ദ്യൂറാസ് എന്നും മുഴുകിയിരുന്നു. ഇതിനെ തന്റെ ബാല്യവും കൗമാരവുമായി അവർ ബന്ധപ്പെടുത്തി. ഈ അനുഭവങ്ങളെ അവർ തന്റെ ഫിക്ഷനിലേക്ക് സമന്വയിപ്പിച്ചു. ഇത് താൻ ഭാവിയിൽ ചെയ്യാൻ പോവുന്ന സിനിമാ സംവിധാനത്തെ പ്രതീക്ഷിച്ചുകൊണ്ടായിരുന്നു എന്നാണ് ഒരു ദ്യൂറാസ് പഠിതാവ് പറയുന്നത്. സിനിമയിലെ അവരുടെ സജീവമായ ഇടപെട ലിന് കാരണമായ മറ്റൊരു പ്രധാന ഘടകം അവരുടെ ജീവിതത്തിൽ എഴുത്ത് ചെലുത്തിയ സ്വാധീനമാണ്. എഴുതുന്നത് അപകടകരമാണെ ന്ന് അവർക്ക് തോന്നി, എഴുതാൻ ആവശ്യമായ ഏകാന്തത തന്നെ ഭ്രാന്തിലേക്ക് നയിക്കുമെന്ന് അവർ ഭയപ്പെട്ടു. ഒരു ടീമിനൊത്ത് പ്രവ ർത്തിക്കുന്നതിനാൽ സിനിമ അവരെ സംബന്ധിച്ച് അധികം അപക ടകാരിയായിരുന്നില്ല.

ദ്യൂറാസ് എഴുത്തിനെ കുറിച്ച് ഇപ്രകാരം പറയുകയുണ്ടായി: "These books are painful, to write and to read, and the pain should lead us toward a place . . . a place of experimentation. Writing also means not speaking. Keeping silent. Screaming without sound. A writer is often quite restful; she listens a lot. She doesn't speak much because it's impossible to speak to someone about a book one has written, and especially about a book one is writing".

"താങ്കൾ നോവലുകളും നാടകങ്ങളും എഴുതുമ്പോൾ, ഒരു സിനിമ എന്ന ആശയം താങ്കൾക്ക് മനസ്സിൽ നിലനിന്നിരുന്നോ? അതോ നിങ്ങൾക്ക് ഈ രൂപത്തിൽ മാത്രമേ എഴുതാൻ കഴിയൂ എന്നതുകൊ ണ്ടാണോ?" എന്നൊരു ചോദ്യത്തിന് ഉത്തരമായി ദ്യൂറാസ് പറയുന്നു: "എനിക്ക് സിനിമയെക്കുറിച്ച് അറിയില്ലായിരുന്നു, പക്ഷേ എനിക്ക് ഒരു പുസ്തകത്തെ കുറിച്ചുള്ള ആശയം ഉണ്ടായിരുന്നു ... വായിക്കാനോ അഭിനയിക്കാനോ ചിത്രീകരിക്കാനോ കഴിയുന്ന ഒരു പുസ്തകം".

'Destroy, She Said' എന്ന നോവലിനെ കുറിച്ച് ദ്യൂറാസ് പറയുന്നു: ഇത് നോവലിസ്റ്റിക് വീക്ഷണകോണിൽ നിന്നുള്ള ഒരു വിഘടിച്ച പുസ്ത കമാണ്. അതിൽ വാക്യങ്ങളൊന്നും ഉണ്ടെന്ന് ഞാൻ കരുതുന്നില്ല. എന്നാൽ, തിരക്കഥയ്ക്ക് ആവശ്യമുള്ള ദിശകളുണ്ട്: "സൂര്യപ്രകാശം,"

"ഏഴാം ദിവസം," "ച്ചട്," "തീവ്രമായ വെളിച്ചം," "സന്ധ്യ". വായിക്കാ നുള്ള സാമഗ്രികൾ കഴിയുന്നത്ര സ്വതന്ത്രമായ ശൈലിയിൽ ആയിരി ക്കാൻ ഞാൻ ആഗ്രഹിക്കുന്നു. വാക്യങ്ങൾ കാരണം എനിക്ക് ഇനി നോവലുകൾ വായിക്കാൻ കഴിയില്ല". ഒരേ കലാസൃഷ്ടിക്ക് ഒന്നിലധികം രൂപങ്ങളെക്കുറിച്ചുള്ള ദ്യൂറാസിന്റെ വിപ്ലവകരമായ ആശയമാണിത്. ഒരു സൃഷ്ടി, ഒരേ സമയം നോവൽ, നാടകം, കവിത, സിനിമ, സംഗീത ശകലം എന്നിവയാണ്. 'ഇന്ത്യാ സോംഗി'ന്റെ ഫ്രഞ്ച് പതിപ്പിന് 'ടെക്സ്റ്റ്-തിയേറ്റർ-ഫിലിം' (Texte-théâtre-film) എന്ന ഉപശീ ർഷകമാണ് ദ്യൂറാസ് നൽകിയത്.

നശീകരണം(Destroy)എന്നത് ദ്യൂറാസിന്റെ സിനിമകളെയും സംബ ന്ധിക്കുന്ന ഒരു രൂപകമാണ്. അവരുടെ നോവലിനെ ആധാരമാക്കിയു ള്ള 'Destroy, She Said' എന്ന സിനിമയിൽ രണ്ടു കഥാപാത്രങ്ങൾ തമ്മിലുള്ള സംഭാഷണങ്ങൾക്ക് വിചിത്രമായ രീതിയിൽ സ്വയം പ്ര തിഫലിപ്പിക്കുന്ന ശൈലിയുണ്ട്. എലിസബത്ത് അലിയോൺ താൻ വായിക്കാൻ ശ്രമിച്ച ഒരു പുസ്തകത്തിന് നേരെ ചൂണ്ടി മാക്സ് തോറിനോട് പറയുന്നു: "നിങ്ങൾക്ക് ഇഷ്ടമാണെങ്കിൽ പുസ്തകം നിങ്ങൾക്ക് തരാം." മാക്സിന്റെ മറുപടി: "എനിക്ക് ഇഷ്ടമല്ല. നിങ്ങൾ അത് വലിച്ചെറി യണം" എന്നായിരുന്നു. ഇതിനെ ചലച്ചിത്ര അനുകല്പനത്തെ കുറിച്ച മാത്രമല്ല, ചലച്ചിത്ര സംവിധാനത്തിന്റെ രൂഢമൂലമായ സമ്പ്രദായങ്ങ ളെക്കുറിച്ചു ഉള്ള അവരുടെ അഭിപ്രായമായി വായിക്കാം. 'പുസ്തകം വലിച്ചെറിയുക' എന്നത് ഒരഭിമുഖത്തിൽ ദ്യൂറാസ് നടത്തിയ ഒരു പ്രസ്താ വനയെ അനുസ്മരിപ്പിക്കുന്നു. അതിൽ അവർ ഒരു പ്രശ്നത്തിന് മൂന്ന് പരി ഹാരങ്ങൾ നിർദ്ദേശിച്ചു: "നിങ്ങൾ ആദ്യം മുതൽ ആരംഭിക്കുക, എല്ലാം നിലംപരിശാക്കുക...നമുക്ക് എല്ലാം തകർത്ത് വീണ്ടും ആരംഭിക്കാം". (ഇത് ഗൊദാർദിന്റെ പൂജ്യത്തിലേക്കുള്ള മടക്കം എന്ന ആശയത്തെ ഓർമ്മിപ്പിക്കുന്നു. രണ്ടുപേരും രണ്ടു രീതിയിൽ സിനിമയെ കൊല്ലുകയും പുനരുജ്ജീവിപ്പിക്കുകയും ചെയ്യുവരാണ്).

നശീകരണത്തെ കുറിച്ചുള്ള ദ്യൂറാസിന്റെ ആശയങ്ങൾ അവരുടെ സാഹിത്യവുമായി മാത്രം ബന്ധപ്പെട്ടതല്ല, മറിച്ച് അവരുടെ കലാ പരമായ സംവേദനക്ഷമതയുടെ സവിശേഷതയാണ്. അവരുടെ ആഗ്രഹം ദൃശ്യങ്ങളിൽ എഴുതിയ വാചകങ്ങൾ ഒട്ടിക്കുക എന്നതായി രുന്നു (To 'paste written texts' on pictures). ആഖ്യാന സാമ്പ്ര ദായികതയുടെയും മാധ്യമത്തിന്റെയും അതിരുകൾ ലംഘിക്കുന്നതി ലുള്ള ദ്യൂറാസിന്റെ ഉത്കണ്ഠ, 'ഇന്ത്യാ സോംഗ് 'എന്ന പുസ്തകത്തിന്

"ടെക്സ്റ്റ്-തിയേറ്റർ-ഫിലിം" എന്ന് ഉപശീർഷകം നൽകന്നതി ലൂടെ ഊന്നിപ്പറയുന്നു. ടെക്സ്റ്റിന്റെ വിവിധ മാധ്യമങ്ങളിലൂടെയുള്ള ഉപയോഗം സങ്കീർണ്ണമായ ബന്ധം സൃഷ്ടിക്കുന്നു. 'ഇന്ത്യ സോംഗ് ' എന്ന കൃതിയുടെ തുടക്കത്തിൽ അവർ എഴുതി: എന്റെ Vice-consul എന്ന പുസ്തകത്തിൽ നിന്നാണ് ഈ കഥാപാത്രങ്ങളെ എടുത്തത്. എന്നാൽ ഇവരെ പുതിയ ആഖ്യാന മേഖലകളിലേക്ക് കൊണ്ടവന്നു... ഒരു എപ്പിസോഡ് മുഴുവൻ പുസ്തകത്തിൽ നിന്ന് എടുത്താലും,പുതിയ ആഖ്യാനത്തിലേക്കുള്ള അതിന്റെ തിരുകൽ അർത്ഥമാക്കുന്നത് അത് വ്യത്യസ്തമായി വായിക്കുകയും കാണുകയും വേണം എന്നാണ്. സാഹി ത്യത്തിലെ പദ പ്രയോഗങ്ങൾ സിനിമയിലേക്കും സിനിമയുടെ ഓഡി യോവിഷ്വൽ സ്വഭാവസവിശേഷതകൾ സാഹിത്യത്തിലേക്കും കൊണ്ട വരുന്നുണ്ടെങ്കിലും ദുറാസ് അതിൽ ഏതെങ്കിലും ഒരു മാധ്യമത്തിന്റെ മാത്രം സാങ്കേതികതകളിലോ സൈദ്ധാന്തിക ചട്ടക്കൂടുകളിലോ മാത്രം ഒതുങ്ങുന്നില്ല. സാഹിത്യത്തിൽ എന്നപോലെ സിനിമയിലും മുൻധാര ണകളെ വെല്ലുവിളിക്കാനും സിനിമാ യാഥാസ്ഥിതികതയെ തകിടം മറിക്കാനും അവർ ശ്രമിച്ചു.

1972-ൽ ബ്രിട്ടനിലെ നാഷണൽ തിയേറ്റർ ഒരു നാടകം എഴുതാൻ ദുറാസിനോട് ആവശ്യപ്പെട്ടു. അങ്ങിനെയാണ് അവർ 'ഇന്ത്യാ സോംഗ്' എഴുതുന്നത്. 1973-ൽ ഒരു നാടകം/തിരക്കഥ/നോവൽ എന്ന നിലയിലാണ് 'ഇന്ത്യാ സോംഗ് ' ആദ്യമായി പുസ്തകരുപത്തിൽ പ്ര സിദ്ധീകരിച്ചത്. ഈ നാടകം അക്കാലത്ത് അവതരിപ്പിക്കുകയുണ്ടാ യില്ല. ഈ നാടകത്തെ ആധാരമാക്കി ദുറാസ് തന്നെ സംവിധാനം ചെയ്ത അതേപേരിലുള്ള സിനിമ 1975-ൽ പുറത്തിറങ്ങി. 1993-ലാണ് ആദ്യമായി നാടകം അരങ്ങിൽ അവതരിപ്പിച്ചത്.

1930-കളിലെ ഇന്ത്യയാണ് ദുറാസിന്റെ 'ഇന്ത്യാ സോംഗ്'(India Song, 1975) എന്ന സിനിമയുടെ പശ്ചാത്തലം. അക്കാലത്ത് കൽക്ക ത്തയിലെ ഫ്രഞ്ച് എംബസിയിൽ ഒരു രാത്രിയിൽ നടന്ന പാർട്ടിയിലെ സംഭവങ്ങളും അടുത്ത ദിവസം ഇന്ത്യൻ മഹാസമുദ്രത്തിലെ ഒരു ദ്വീപിലെ ഫ്രഞ്ച് വസതിയിൽ നടന്ന സംഭവങ്ങളും നാല് ശബ്ദങ്ങൾ -രണ്ട് സ്ത്രീകളും രണ്ട് പുരുഷന്മാരും - ഓഫ് സ്ക്രീനിൽ വിവരിക്കുന്നതാണ് സിനിമ. (അവർ പരസ്പരം പറയുന്നതാണോ, നമുക്ക് കേൾക്കാ നായി പറയുന്നതാണോ എന്ന് നിശ്ചയമില്ല). ഇന്ത്യയിലെ ഫ്രഞ്ച് അംബാസഡറുടെ ഭാര്യയാണ് ആൻ-മേരി സ്ട്രെട്ടർ. അംബാസഡർ സ്ട്രെട്ടറെ വിവാഹം കഴിച്ചെങ്കിലും മൈക്കൽ റിച്ചാർഡ്സൺ

അവരുടെ കാമുകനാണ്. മറ്റ് രണ്ട് പുരുഷന്മാരും, ഒരു ഫ്രഞ്ച് വൈസ് കോൺസൽ, ഒരു യുവ ഫ്രഞ്ച് അറ്റാഷെ എന്നിവരും അവളമായി പ്രണയത്ത് ലാണ്. ഒരു രാത്രി, മുങ്ങിമരിക്കാൻ ഇന്ത്യൻ മഹാസമുദ്രത്തി ലേക്ക് നടന്ന് ആൻ-മേരി ആത്മഹത്യ ചെയ്യുന്നു. ഇന്ത്യൻ ജനതയുടെ ദാരിദ്ര്യം, രോഗം, പട്ടിണി, കഷ്ടപ്പാടുകൾ എന്നിവയിൽ നിന്ന് വിശേ ഷാധികാരമുള്ള യൂറോപ്യൻ കൊളോണിയലിസ്റ്റകൾ അഭയം പ്രാപി ക്കുന്ന ആഡംബര ജീവിതത്തിന്റെ ചുറ്റപാടിലാണ് അവളുടെ കഥ അവതരിപ്പിക്കുന്നത്. പ്രണയം, ആഗ്രഹം, അഭിനിവേശം, മരണം, കൊളോണിയൽ ആധിപത്യത്തിന്റെ സാമൂഹിക അസമത്വങ്ങൾ എന്നി വയൾപ്പെടെ നിരവധി പ്രമേയങ്ങൾ ഈ സിനിമ ഉൾക്കൊള്ളുന്നു.

സിനിമയിൽ ശബ്ദം ദൃശ്യത്തിൽ നിന്ന് വിഘടിച്ചതാണ്. അതുപോലെ ഇതിവൃത്തത്തിൽ നിന്ന് ആഖ്യാനവും. അതിനാൽ പരമ്പരാഗത ശൈലിയിൽ കഥയിലോ, ലൊക്കേഷനിലോ, കാല ഘട്ടത്തിലോ പ്രേക്ഷകർക്ക് മുഴുകാൻ അവസരം കൊടുക്കുന്നില്ല. കഥാപാത്രങ്ങളോ ആഖ്യാതാക്കളമായോ താദാത്മ്യപ്പെടാനും അനുവ ദിക്കുന്നില്ല. ഇരുണ്ട വികാരങ്ങളെയും മാരകമായ മാനസിക ഇടങ്ങളെ യും കുറിച്ചുള്ള അവ്യക്തമായ പരാമർശങ്ങൾ മാത്രമേയുള്ളൂ, കഥയുടെ വികാസം ഇല്ല. കഥാപാത്രങ്ങൾക്ക് വളരെ ചെറിയ ചലനങ്ങളെ ഉള്ളൂ. അവർ പലപ്പോഴും നിശ്ചലമായത് പോലെയാണ്. എന്നാൽ സൗണ്ട് ട്രാക്ക് ഊർജ്ജസ്വലവും വൈകാരികവുമാണ്. സ്ക്രീനിൽ കാണുന്നതിനേക്കാൾ കൂടുതൽ നമ്മൾ ശബ്ദത്തില്ലടെ 'കാണുന്നു'. ഇത് സിനിമയെ അസ്വസ്ഥമാക്കുന്ന അനുഭവമാക്കുന്നു.

ഈ സിനിമയിലെ 'ആഖ്യാനം' ഓഫ് സ്ക്രീനിൽ വ്യക്തികൾ പറയുന്ന വാക്കുകളാണ്. ഇത് കൂടുതലും സംഭാഷണങ്ങളുടെ ഒരു പരമ്പരയാണ്. ഓഫ് സ്ക്രീനിൽ ആയതിനാൽ നാം കാണാത്ത കഥാ പാത്രങ്ങൾ സ്ക്രീനിലെ കഥാപാത്രങ്ങളെയും സംഭവങ്ങളെയും കുറിച്ച് സംസാരിക്കുന്നു. ചിലപ്പോഴൊക്കെ സംഭാഷണങ്ങൾ ഭൂതകാലത്തിൽ സംഭവിച്ച കാര്യങ്ങൾ വിവരിക്കുന്നതുപോലെ, എന്നാൽ ചിലപ്പോൾ അവ വർത്തമാനകാലഘട്ടത്തിൽ നടക്കുന്ന സംഭവങ്ങളെ വിവ രിക്കുന്നതുപോലെയായിരിക്കും. വിചിത്രമായ കാര്യം, അരങ്ങേറിയ രംഗങ്ങളിൽ കൂടുതൽ കഥാപാത്രങ്ങൾ ഉണ്ട് എന്നാണോ നാം മനസ്സി ലാക്കേണ്ടത്? അവർ കാഴ്ചയ്ക്ക് (സ്ക്രീനിന്) പുറത്താണ് എന്നാണോ?

നമ്മൾ സ്ക്രീനിൽ കാണുന്ന കഥാപാത്രങ്ങൾക്കിടയിൽ സംഭാ ഷണങ്ങൾ ഉണ്ട്: ഈ സംഭാഷണങ്ങൾ നമ്മൾ കാണുന്ന അതേ

സമയത്താണോ, ക്യാമറയ്ക്ക് പുറത്താണോ അതോ മറ്റേതെങ്കിലും സമയത്താണോ സംഭവിക്കുന്നതെന്ന് ഉറപ്പില്ല. കഥാപാത്രങ്ങൾക്ക് സംഭാഷണങ്ങൾ ഉണ്ടെങ്കിലും വിചിത്രമായ കാര്യം അവർ സംസാ രിക്കുന്നില്ല എന്നതാണ്. അഭിനേതാക്കളെ മോഡലുകളെപ്പോലെ യാണ് ഉപയോഗിക്കുന്നത് : അവർ സംസാരിക്കില്ല (ഓഫ് സ്ക്രീൻ ഒഴികെ), ചിലപ്പോൾ പൂർണ്ണമായും നിശ്ചലമായിരിക്കും. അഥവാ, അവർ സംസാരിക്കുകയാണെങ്കിൽ, അത് അവർ സംഭാഷണങ്ങളിൽ പറയുന്നത് തന്നെയായിരിക്കാം. ഒരു ഘട്ടത്തിൽ, ഒരു കഥാപാത്രം ഓഫ് സ്ക്രീനിൽ നിന്ന് ആക്രോശിക്കുന്നത് നാം കേൾക്കുന്നു: ഇത് നമ്മൾ സ്ക്രീനിൽ കാണുന്ന അതേ സമയത്താണ് സംഭവിക്കുന്നതെന്ന് നമുക്ക് തോന്നുന്നു. ഒന്നിനും തീർപ്പ് കൽപ്പിക്കാനാവാത്ത അവസ്ഥ. ഈ സന്ദർഭത്തിൽ അലൻ റെനെയുടെ 'ലാസ്റ്റ് ഇയർ അറ്റ് മരിയ ൻബാദ്' (Last Year at Marienbad, 1961) ഓർമ്മയിൽ വരുന്നു. അവ്യക്തമായ ഫ്ലാഷ്ബാക്കുകളിലൂടെയും സ്ഥലത്തിന്റെയും കാല ത്തിന്റെയും ക്രമരഹിതമായ മാറ്റങ്ങളിലൂടെയും സിനിമ മൂന്ന് കഥാപാ ത്രങ്ങൾ തമ്മിലുള്ള ബന്ധത്തെ പര്യവേക്ഷണം ചെയ്യുന്നു. കൊട്ടാര സദൃശമായ ഹോട്ടലിനകത്തും അതിന്റെ പൂന്തോട്ടത്തിലും സംഭാ ഷണങ്ങളും സംഭവങ്ങളും ആവർത്തിക്കുന്നു, കൂടാതെ ഹോട്ടലിന്റെ അലംകൃതമായ ഇടനാഴികളിൽ അവ്യക്തവും ആവർത്തിച്ചുള്ളതുമായ വോയ്സ് ഓവറുകളുള്ള നിരവധി ട്രാക്കിംഗ് ഷോട്ടുകൾ ഉണ്ട്. എന്താണ് യഥാർത്ഥമായത്, എന്താണ് സങ്കൽപ്പിക്കുന്നത് എന്നതിനെ കുറിച്ച് കൃത്യമായ നിഗമനങ്ങളൊന്നും നൽകുന്നില്ല. ഒരു പ്രഹേളിക പോലെ സിനിമ നിൽക്കുന്നു.

സമൂഹത്തിലെ സ്ത്രീകളുടെ അവസ്ഥ പര്യവേക്ഷണം ചെയ്യുന്നതി നുള്ള ഒരു പ്രതീകമായി ദ്യൂറാസ് ആൻ-മേരി സ്ട്രെറ്റർ എന്ന കേന്ദ്ര കഥാപാത്രത്തെ ഉപയോഗിക്കുന്നു. ആൻ-മേരി സിനിമയിലെ മറ്റ് കഥാപാത്രങ്ങൾക്കും അവളുടെ കഥ വിവരിക്കുന്ന നാല് ശബ്ദങ്ങൾ ക്കും ഒരു ഫാന്റസി വസ്തുവായി വർത്തിക്കുന്നു. അവൾ ഒരിക്കലും സിനിമയിലുടനീളം ഒരു വാക്ക് പോലും ഉച്ചരിക്കുന്നില്ല. അവൾ സ്വയം സംസാരിക്കാൻ അവസരമില്ലാത്ത ഒരു നിഷ്ക്രിയ വ്യക്തിയായും വെറും ശരീരമായും മറ്റുള്ളവർക്ക് അഭിനിവേശമുള്ള ഒരു വസ്തുവായും പ്രത്യക്ഷ പ്പെടുന്നു. അങ്ങനെ ആൻ-മേരി സമൂഹത്തിലുള്ള തന്റെ പദവിയിൽ പ്രതിഷേധിക്കുന്നതിനുള്ള ഏക പോംവഴിയായി സ്വയം നാശത്തെ കാണുന്നു.

അവളുടെ ഭർത്താവിനും കാമുകന്മാർക്കും അവൾക്കൊപ്പം കിടക്കാൻ വിസമ്മതിക്കുന്നവർക്കും ഇടയിൽ ആരാണ് എന്താണ് എന്ന് നമുക്ക് വ്യക്തമല്ല. സിനിമയുടെ ഭൂരിഭാഗവും നടക്കുന്നത് ഒരു ഡ്രോയിംഗ് റൂമിലാണ്, അതിന്റെ ഒരു ഭാഗത്ത് ഒരു വലിയ കണ്ണാടിയുണ്ട്. മുറിയിൽ ഒരുവശത്ത് ഒരു പീയാനോ. അതിന മുകളിലുള്ള ഫ്ലവർവേസിൽ പൂക്കൾ. ഒരു സ്ത്രീയുടെ ബ്ലാക്ക് ആൻഡ് വൈറ്റ് ഫോട്ടോ. അതിനടുത്ത് കത്തുന്ന ചന്ദനത്തിരികൾ. ടേബിൾ ലാമ്പ്. ഈ പ്രോപ്പ രട്ടികൾ ഒരിക്കലും മാറ്റുന്നില്ല. പ്രധാന കഥാപാത്രങ്ങളെ കൂടാതെ ഈ മുറിയിൽ നാം കാണുന്ന ഒരേയൊര മനുഷ്യ രൂപം, ലൈറ്റകൾ ഓണാക്കുകയും ഷാംപെയ്ൻ ഗ്ലാസുകൾ നിറയ്ക്കുകയും ചെയ്യുന്ന ഇന്ത്യാക്കാരനായ ഭൃത്യനാണ്. അയാളുടെ വേഷവും എപ്പോഴും ഒരേപോലെയാണ്. സ്ത്രീയുടെ ഫോട്ടോയ്ക്ക് അടുത്ത് ചന്ദനത്തിരി കത്തിച്ചവെക്കമ്പോൾ അതിനർത്ഥം അത് മരിച്ചപോയ സ്ത്രീയുടെ ഫോട്ടോ ആണെന്നാണ്. എന്നാൽ, ഫോട്ടോ യഥാർത്ഥത്തിൽ ആൻ-മേരിയായി അഭിനയിക്കുന്ന നടിയുടേതല്ല. അങ്ങിനെ ഫോട്ടോയിലെ ചിത്രം അത് പ്രതിനിധീകരിക്കുന്നതിൽ നിന്ന് വിഘടിക്കുന്നു, അതുപോലെ നോട്ടവും ചിത്രവും തമ്മില്ലും.

കഥാപാത്രങ്ങൾ മുറിയിൽ ഒരു ഭാഗത്തെ കോവണിയിലൂടെ ഇറങ്ങി മറ്റൊര കോണിലെ ജനാലയ്ക്ക് അടുത്തേക്ക് നടക്കുന്ന. പലപ്പോഴും നാം കാണുന്നത് കണ്ണാടിയിലെ പ്രതിബിംബമാണോ, യാഥാർത്ഥ മനുഷ്യരാണോ എന്ന് തിരിച്ചറിയാൻ കഴിയുന്നില്ല. ചിലപ്പോൾ ഒരാളെ നാം രണ്ടായി കാണുന്ന. അപ്പോൾ മാത്രമാണ് അവിടെ കണ്ണാടി ഉണ്ടെന്ന് നാം മനസ്സിലാക്കുന്നത്. പലപ്പോഴും കണ്ണാടിയുടെ ഉപയോഗം സൂത്രപ്പണികളായി നമുക്ക് അനുഭവപ്പെടുന്നു. കണ്ണാടി മുറിക്കകത്തെ സ്ഥലത്തെ തകർക്കുന്നു. പ്രേക്ഷകർ ആവർത്തിച്ച് കബളിപ്പിക്കപ്പെടുന്നു: അവിടെ ഒരു കണ്ണാടി ഉണ്ടെന്ന് നമ്മൾ മനസ്സിലാക്കുമ്പോൾ പോലും, ക്യാമറ അൽപ്പം വ്യത്യസ്തമായ ആംഗിളിലൂടെ ഇരട്ടിപ്പിക്കലിന്റെ തന്ത്രം വീണ്ടും വീണ്ടും ഉണ്ടാക്കുന്നു. കണ്ണാടി ഇടം ഇരട്ടിപ്പിക്കുകയും വിഭജിക്കുകയും ചെയ്യുന്നു. നാം വീണ്ടും വീണ്ടും പ്രഹേളികയിൽ ചെന്ന പെടുന്ന.

ഇവിടെ കണ്ണാടി വസ്തുവിന്റെ (കഥാപാത്രത്തിന്റെ) കണ്ണാടിയുടെ പ്രതലത്തിലെ കേവല പ്രതിഫലനം എന്ന രീതിയിലല്ല പ്രവർത്തിക്കുന്നത്. പകരം കണ്ണാടി കഥാപാത്രത്തെ ഉൾക്കൊള്ളുകയും / പൊതിയുകയും സങ്കീർണ്ണമാക്കുകയും ചെയ്യുന്ന. ഉദാഹരണത്തിന്,

കഥാപാത്രങ്ങൾ വലയവശത്ത് വന്ന് നിന്ന് മുറി കടക്കുമ്പോൾ, അവർ ആദ്യം കണ്ണാടിയുടെ പ്രതിഫലനത്തിൽ പ്രത്യക്ഷപ്പെടുന്നു, തുടർന്ന് അവർ ക്യാമറയുടെ ഫോക്കസ്സിലേക്ക് നീങ്ങുമ്പോൾ, കണ്ണാടിയിൽ നിന്ന് നീങ്ങുന്നു. കണ്ണാടിയുടെ ഉപയോഗത്തിലൂടെ പ്രേക്ഷകരെ സന്നിശ്ധമായ അവസ്ഥയിൽ എത്തിക്കുന്ന സന്ദർഭമാണ് വൈസ് കോൺസലും ആൻ-മേരിയും നൃത്തം ചെയ്യുന്ന രംഗം. ക്യാമറ ആദ്യം അവരെ കണ്ണാടിയിൽ ചിത്രീകരിക്കുന്നു, തുടർന്ന് അവർ സാവധാനം വലത്തേക്ക് നീങ്ങാൻ തുടങ്ങുന്നു, തുടർന്ന് ക്യാമറ വലത് ഭാഗത്തേക്ക് പാൻ ചെയ്ത് മുറിയിലൂടെ നീങ്ങി ഒടുവിൽ ഇരുവരും നൃത്തം ചെയ്യുന്ന ദൃശ്യത്തിലേക്ക് മടങ്ങുന്നു. അപ്പോൾ ഇവർ കണ്ണാടിയിൽ പ്രതിഫ ലിക്കുന്നില്ലെങ്കിലും, നേരിട്ട് ക്യാമറയ്ക്ക് മുന്നിലാണെങ്കിലും, ഈ രണ്ട് ദൃശ്യങ്ങളുടെയും ഫ്രെയിമുകളെ സിനിമ വേർതിരിക്കുന്നില്ല.

ഇന്ത്യൻ ജനതയുടെ ദാരിദ്ര്യം, രോഗം, പട്ടിണി, കഷ്ടപ്പാടുകൾ എന്നി വയിൽ നിന്ന് വിശേഷാധികാരമുള്ള വെള്ളക്കാർ അഭയം പ്രാപിക്കുന്ന യൂറോപ്യൻ കൊളോണിയൽ ജീവിതത്തിന്റെ ആഡംബരത്തിലാണ് സിനിമ സംഭവിക്കുന്നത്. കൊളോണിയൽ ആധിപത്യത്തിന്റെ നക ത്തിൻകീഴിൽ തദ്ദേശീയരായ ഇന്ത്യൻ ജനതയുടെ മരണവും കഷ്ടപ്പാ ടുകളും കേന്ദ്രകഥയുടെ പശ്ചാത്തലമായി വർത്തിക്കുന്നു. എംബസിക്ക് പുറത്തുള്ള ദുരിതമനുഭവിക്കുന്ന ഇന്ത്യയിലെ ജനവിഭാഗങ്ങളെ കുറിച്ച് പരാമർശിക്കുന്നതിലൂടെയാണ് അവരുടെ ദുരവസ്ഥ വിളിച്ചോതുന്നത്. കൽക്കട്ടയിലെ തെരുവുകൾ യാചകരും കുഷ്ഠരോഗികളും പട്ടിണി പ്പാവങ്ങളാലും നിറഞ്ഞിരിക്കുന്നു. ഓരോ ദിവസവും പട്ടിണി കിടന്ന് മരിക്കുന്ന എണ്ണമറ്റ ആളുകളെ ഗംഗാ നദിയുടെ തീരത്ത് വലിയ തീയിൽ ചുട്ടെരിക്കപ്പെടുന്നു. കെട്ടിടത്തിനു പുറത്തെ തോട്ടത്തിൽ ഒളിച്ചിരുന്ന് ഒച്ചവെക്കുന്ന യാചക സ്ത്രീ, "വെളുത്ത" ഇടങ്ങളുടെ പരിധിക്ക് പുറത്ത് താമസിക്കുന്നതും വെളുത്തവർ പൊതുവെ അവഗണിക്കുന്ന ദുരിതമ നുഭവിക്കുന്ന ജനവിഭാഗങ്ങളുടെ ഓർമ്മപ്പെടുത്തലായി വർത്തിക്കുന്നു.

ആൻ-മേരി നിരാശയുടെ പ്രതീകമായി വർത്തിക്കുന്നു. മുമ്പ് ആത്മ ഹത്യക്ക് ശ്രമിച്ചെങ്കിലും അവൾ വിജയിച്ചില്ല. പാർട്ടി കഴിഞ്ഞ് രാത്രി, അവൾ കടലിൽ മുങ്ങി ആത്മഹത്യ ചെയ്യുന്നതിൽ വിജയിക്കുന്നു. എന്തുകൊണ്ടാണ് ആൻ മേരി ആത്മഹത്യ ചെയ്യുന്നത് എന്നതിന് വ്യക്തമായ ഒരു വിശദീകരണവും സിനിമ നൽകുന്നില്ല. എന്നിര നാലും, ഇന്ത്യക്കാരുടെയും യൂറോപ്യക്കാരുടെയും തനിക്ക് ചുറ്റുമുള്ള എല്ലാവരുടെയും കഷ്ടപ്പാടുകളോടും നിരാശയോടും അവൾ പ്രത്യേകം

സംവേദനക്ഷമതയുള്ളവളാണെന്ന് തോന്നുന്നു. അവസാനമായപ്പോ ഴേക്കും, ഇന്ത്യക്കാരുടെ കഷ്ടപ്പാടുകളെക്കുറിച്ചും തന്നെ സ്നേഹിക്കുന്ന പുരുഷന്മാരുടെ കഷ്ടപ്പാടുകളെക്കുറിച്ചും അവൾ നിരാശയിലാണെന്ന് തോന്നുന്നു.

വൈസ് കോൺസൽ ആൻ മേരിയെക്കാളും നിരാശാബോധം പ്രക ടിപ്പിക്കുന്നു. ലാഹോറിലെ തന്റെ ബാൽക്കണിയിൽ നിന്ന് സ്വയം വെടി വയ്ക്കാൻ ശ്രമിച്ച അദ്ദേഹത്തിന് മാനസിക തകർച്ച അനുഭവപ്പെട്ടതായി അറിയുന്നു. അയാളുടെ കഷ്ടപ്പാടുകൾ വളരെ വലുതാണ്, അയാൾ കുഷ്ഠരോഗം ബാധിച്ച് മരിക്കും എന്നപോലും അയാൾ ചിന്തിക്കുന്നു. വൈസ്കോൺസലിന്റെ മാനസികവും വൈകാരികവുമായ അസ്ഥിരത ഇന്ത്യയിൽ തനിക്ക് ചുറ്റും കാണുന്ന നിരാശയുടെ പ്രകടനമാണെന്ന് തോന്നുന്നു. യൂറോപ്യന്മാരിൽ ഭൂരിഭാഗവും ഈ മരണവും കഷ്ടപ്പാടും അവഗണിക്കാൻ കഴിവുള്ളവരാണെങ്കിലും, ആൻ-മേരിയെപ്പോലെ വൈസ് കോൺസൽ അതിനോട് പ്രത്യേക സംവേദനക്ഷമതയുള്ള ആളാണ്, മാത്രമല്ല നിരാശയിലേക്ക് നയിക്കപ്പെട്ടുകയും അതിന്റെ ഫലമായി ആത്മഹത്യയ്ക്ക് ശ്രമിക്കുകയും ചെയ്യുന്നു.

കൊളോണിയൽ സംസ്കാരം, സമൂഹത്തിലെ സ്ത്രീകളുടെ പദവി, സ്ത്രീ ശരീരത്തിന്റെ പ്രതിനിധാനം എന്നിവയെ ഒരേസമയം വിമർശിക്കുന്ന ഒരു പരീക്ഷണ ഫെമിനിസ്റ്റ് സിനിമയായാണ് ഇന്ത്യാ സോംഗ് വാഴ്ത്ത പ്പെടുന്നത്. സിനിമയിലെ എല്ലാ ശബ്ദങ്ങളും അസ്വാഭാവികമാണെന്നും കഥാപാത്രങ്ങളെ നേരിട്ടുള്ള സംഭാഷണങ്ങളില്ലാത്ത ഭൗതിക ശരീരങ്ങ ളായി കാണുന്നുവെന്നും ഫെമിനിസ്റ്റുകൾ വിമർശിക്കുന്നു. ഈ പരീക്ഷ ണാത്മക സാങ്കേതികത സ്ത്രീകളുടെ പരമ്പരാഗത പ്രതിനിധാനങ്ങളുടെ വിമർശനമായി കണക്കാക്കപ്പെടുന്നു.

'ഇന്ത്യാ സോംഗ്' എന്ന സിനിമയിലെ ദൃശ്യ-ശബ്ദ വിഘടനം അതിന്റെ പാരമ്യത്തിൽ എത്തുകയാണ് ദുറാസിന്റെ 'അഗതാ ആൻഡ് ദി ലിമിറ്റ്ലെസ്സ് റീഡിംഗ്' (Agatha and the Limitless Reading, 1981) എന്ന സിനിമയിൽ. ഹോട്ടൽ മുറിയുടെ തണുത്തുറഞ്ഞ നാല് ചുവരുകൾക്കുള്ളിലാണ് സിനിമയുടെ 'കഥ' നടക്കുന്നത്. സിനിമ തുട ങ്ങുമ്പോൾ ശബ്ദപഥത്തിൽ ഒരു സ്ത്രീയും പുരുഷനും സംഭാഷണങ്ങൾ വായിക്കുന്നത് കേൾക്കാം. ഒരു സ്ത്രീ ദിവാസ്വപനത്തിൽ എന്നോണം മുറിക്കകത്ത് നടക്കുന്നു. അത് സഹോദരിയാണെന്ന് നമുക്ക് അനുമാ നിക്കാം. നരേഷനിലെ പുരുഷ ശബ്ദം സഹോദരനെ പ്രതിനിധീകരി ക്കുന്നതായിരിക്കാം. നാം കേൾക്കുന്ന സംഭാഷണങ്ങളിലൂടെ അവർ

പ്രണയ വികാരങ്ങൾ കൈമാറുന്നു. അവർ പിരിയുകയാണ്. ഇനി ഒരിക്കലും കണ്ടുമുട്ടരുത് എന്ന് ആഗ്രഹിക്കുന്നവർ. സാധ്യമെങ്കിൽ മറക്കുക. സംഭാഷണങ്ങളിൽ പാപബോധം പ്രകടമാണ്. എന്നാൽ മറക്കുക അസാധ്യം. അനന്തമായ സംഭാഷണങ്ങളിൽ അവർ തങ്ങളുടെ ആഗ്രഹം പങ്കുവെക്കുന്നു. സൗന്ദര്യത്തിന്റെയും ആഘാതത്തിന്റെയും ഓർമ്മകൾ, ഒരു അവിഹിത ബന്ധത്തിനുവേണ്ടി ഓരോരുത്തർക്കും ആഗ്രഹമുണ്ട്, എന്നാൽ അത് പാടില്ലെന്നും പുനരാരംഭിക്കാൻ കഴി യില്ലെന്നും അറിയാം.   (സംഭാഷണങ്ങൾ വായിക്കുന്നത് ദുറാസും അവരുടെ പാർട്ട്ണർ ആയിരുന്ന യാൻ ആന്ദ്രിയയുമാണ് (Yann Andréa). 1980-കളിൽ ദുറാസ് തന്റെ ആരോഗ്യപ്രശ്നങ്ങൾക്ക് സമാ ന്തരമായി, യാൻ ആൻഡ്രിയ എന്ന സ്വവർഗാനുരാഗിയായ നടനുമായി ബന്ധം ആരംഭിച്ചു. ആന്ദ്രിയയാണ് സിനിമയിൽ സഹോദരനായി അഭിനയിക്കുന്നത്). സഹോദരൻ വല്ലപ്പോഴും മാത്രമേ പ്രത്യക്ഷപ്പെ ടുന്നുള്ളൂ. എന്നാൽ ആ സന്ദർഭത്തിലും സഹോദരനും സഹോദരിയും തമ്മിൽ ഒരിക്കലും സംസാരിക്കുന്നില്ല. ശബ്ദപഥത്തിൽ നിർത്താതെ യുള്ള സംഭാഷണങ്ങൾക്കിടയിൽ വല്ലപ്പോഴും കേൾക്കുന്ന സംഗീത ശകലങ്ങൾ. ഇടയ്ക്ക് കടൽത്തീര ദൃശ്യങ്ങൾ. ഇത്രമാത്രം.

ദുറാസിന്റെ ശൈലിയെ Literary-cinematic coalescence എന്ന പുതിയ സിനിമാ അനുഭവം എന്ന രീതിയിൽ പരാമർശിക്കപ്പെടുന്നു. ദൃശ്യങ്ങളും ശബ്ദങ്ങളും തമ്മിലുള്ള ഏറ്റുമുട്ടൽ. ഈ ഏറ്റുമുട്ടൽ സൃഷ്ടിക്ക ന്ന പ്രക്ഷുബ്ധതയാണ് സിനിമയിലെ പ്രാതിനിധാനത്തെ തകർക്കുക (Irrepresentability) എന്ന വിഷയം പര്യവേക്ഷണം ചെയ്യാൻ ദുറാസ് ഉപയോഗിക്കുന്നത്. "യാഥാർത്ഥ്യത്തിന്റെ തനിപ്പകർപ്പ് എന്ന രീതിയിലുള്ള പ്രതിനിധാനത്തിൽ നിന്ന് സിനിമകളെ മോചിപ്പിക്കണം. അവ ഒരിക്കലും ഒരു കഥയുടെ ചിത്രീകരണമോ ജീവിതത്തെ തനിപ്പ കർപ്പാക്കാനുള്ള ശ്രമമോ അല്ല" എന്നാണ് ദുറാസ് അഭിപ്രായപ്പെട്ടത്.

ഈ സിനിമയിൽ സാമ്പ്രദായിക സിനിമകളിലേതു പോലെ നരേഷൻ ദൃശ്യങ്ങൾക്ക് അകമ്പടിയല്ല. പകരം അവ്യക്തതയും അനി ശ്ചിതത്വവുമാണ് സൃഷ്ടിക്കുന്നത്. ഈ സംഭാഷണങ്ങൾ സിനിമയ്ക്ക് ആധാരമായ സാഹിത്യത്തിലെ പാഠമാണ്. ഫിലിമിക് ഇമേജിലെ സാഹിത്യ പാഠത്തിന്റെ അവതരണം. സിനിമയുടെ തുടക്കത്തിൽ പുസ്തകത്തിന്റെ അച്ചടിച്ച ഫ്രെഞ്ചിലുള്ള പേജ് കാണിക്കുന്നു. പശ്ചാത്തല ത്തിൽ സംഭാഷണങ്ങൾ. വായിക്കപ്പെടുന്ന സംഭാഷണങ്ങളിലെ വിവ രങ്ങളെ അതേപോലെ സിനിമയിൽ അവതരിപ്പിക്കുകയല്ല. ഇവിടെ

അത് നാടകത്തിൽ നിന്നും എഴുത്തിൽ നിന്നും വിച്ഛേദിക്കപ്പെട്ട് സിനി മാറ്റിക് അനുഭവമാവുന്നു. ദൃശ്യവും ശബ്ദവും തമ്മിലുള്ള സ്വാശ്രയത്വവും അവയുടെ ഇടവേളയും കാലത്തെയും സ്ഥലത്തെയും അട്ടിമറിക്കുന്നു. അഗതയും അവളുടെ സഹോദരനും തമ്മിലുള്ള സംഭാഷണത്തിന്റെ സാഹിത്യ പാഠം ദുരാസും ആന്ദ്രിയും വിശദീകരിക്കുമ്പോൾ, വിഷ്വൽ ഇമേജ് ഹോട്ടൽ മുറിയിലൂടെ സഞ്ചരിക്കുന്നു. സ്ത്രീ കഥാപാത്രം എപ്പോഴും തനിച്ചും നിശബ്ദവുമാണ്. "എഴുത്ത് എന്നത് വെറും കഥകൾ മാത്രമല്ല. അത് നേരെ വിപരീതമാണ്. അത് എല്ലാം ഒരേസമയം പറയുന്നു. അത് ഒരു കഥ പറയുന്നതും കഥയുടെ അഭാവവുമാണ്. അതിന്റെ അഭാവ ത്തിലൂടെ അത് ഒരു കഥ പറയുന്നു" എന്ന് ദുറാസ് പറയുകയുണ്ടായി. ഇവിടെയാണ് രണ്ട് ഷോട്ടുകൾക്കിടയിൽ ധാരാളമായി ഉപയോഗി ക്കുന്ന ഇരുണ്ട ശൂന്യമായ ഇടം (Black screen) പ്രസക്തമാവുന്നത്. അങ്ങിനെ സിനിമ ദൃശ്യങ്ങൾക്കും ശബ്ദങ്ങൾക്കും ഒപ്പം അഭാവത്തി ന്റെത് (Blank screen) കൂടിയാവുന്നു. അതായത് കറുത്ത ശൂന്യമായ തിരശ്ശീല കറുത്ത ദൃശ്യമായിത്തീരുന്ന (Blank screen becomes black image). "ഇത് ഒരു കഥയെക്കുറിച്ചും അതിന്റെ അഭാവത്തെ ക്കുറിച്ചും, അസാധ്യമായതിന്റെ സാധ്യതയെക്കുറിച്ച് സംസാരിക്കാനുള്ള ഒരു കെട്ടുകഥയെക്കുറിച്ചുമാണ്. സിനിമ അതിന്റെ നാശത്തിലേക്ക് പോകട്ടെ. അതാണ് ഒരേയൊരു സിനിമ".

ബലാൽസംഗം, വംശീയ ഉന്മൂലനം

ആയുധ വ്യവസ്ഥ രൂപകൽപ്പന ചെയ്യുന്നതും, ക്രയവിക്രയം ചെയ്യുന്നതും, യുദ്ധം തീരുമാനിക്കുന്നതും, യുദ്ധം ചെയ്യുന്നതും പ്രധാനമായും പുരുഷന്മാരാണ്. പൗരുഷത്തിന്റെ പ്രതിഫലനമായാണ് പലരും യുദ്ധത്തെ കാണുന്നത്. പുരുഷനും ആയുധവും തമ്മിൽ പ്രത്യേക ബന്ധം ഉണ്ടെന്നാണ് ഇവർ പറയുന്നത്. വളരെ ചെറുപ്പം തൊട്ടുതന്നെ ഈ ബന്ധം ആരംഭിക്കുന്നുവത്രെ. ആൺകുട്ടികൾക്ക് കളിപ്പാട്ടങ്ങളായി തോക്കും വാളും കൊടുക്കുന്ന, അല്ലെങ്കിൽ അവർ ഇതൊക്കെ സ്വയം ഉണ്ടാക്കി കളിക്കുന്നു. മാത്രവുമല്ല, പുരുഷനും ആയു ധങ്ങളും തമ്മിലുള്ള ബന്ധത്തിന് ലൈംഗികതയുടെ സ്വഭാവമുണ്ടെന്ന് മറ്റ ചിലർ. തോക്കും വാളുമൊക്കെ പുരുഷ ലൈംഗികാവയവത്തെ പ്രതിനിധീകരിക്കുന്ന എന്ന് ഇവർ പറയുന്ന. ആയുധങ്ങളുടെ പ്ര തീകാത്മക സ്വഭാവം അംഗീകരിച്ചാൽ, ആയുധങ്ങളുടെ ഉപയോഗം ലൈംഗിക കർമത്തിന്റെ / മൈഥനത്തിന്റെ പ്രതീകമാകുന്ന. ആയു ധങ്ങൾ ലൈംഗികതയുടെ പ്രതീകം മാത്രമല്ല, ലൈംഗിക വികാരം ഉണർത്തുന്ന വസ്തുവും, പുരുഷത്വം ദൃഢീകരിക്കാനുള്ള ഉപകരണവുമാ ണെന്ന് മറ്റൊരു കൂട്ടർ.

മുകളിൽ പരാമർശിച്ചതൊക്കെ ആയുധവും പുരുഷ ലൈംഗികതയ മായുള്ള പ്രതിനിധാനങ്ങളാണെങ്കിൽ, യുദ്ധത്തിനിടെ പുരുഷൻ തന്റെ ലൈംഗികാവയവം പ്രത്യക്ഷത്തിൽത്തന്നെ ആയുധമാക്കി ഉപയോ ഗിക്കുകയും ചെയ്യുന്ന. സ്ത്രീകളെ ബലാൽസംഗം ചെയ്തുകൊണ്ടാണ് പുരുഷൻ ഇത് സാധിക്കുന്നത്.

ബോസ്നിയൻ യുദ്ധത്തെ അടിസ്ഥാനമാക്കി പല റിപ്പോർട്ടുകളും

സാക്ഷ്യപ്പെടുത്തുന്നത് സ്ത്രീകൾക്ക് നേരെയുള്ള അതിക്രമങ്ങൾ, പ്രത്യേ കിച്ച് ബലാൽസംഗം, വളരെ ആസൂത്രിതമായിരുന്നു എന്നാണ്. സംഘ രക്ഷത്തിന്റെ ഉപോൽപ്പന്നം എന്നനിലയിലല്ല, മറിച്ച് ബോധപൂർവം മുൻകൂട്ടി ആസൂത്രണം ചെയ്ത സൈനിക തന്ത്രത്തിന്റെ ഭാഗമായാണ് യുദ്ധത്തിൽ ബലാൽസംഗം ഉപയോഗിക്കുന്നത് എന്ന് ആംനെസ്റ്റി ഇന്റർനേഷണൽ രേഖപ്പെടുത്തുന്നു. ആക്രമിക്കപ്പെടുന്ന രാജ്യ ത്തിലെ സ്ത്രീകളെ ബലാൽസംഗം ചെയ്ത് അവരുടെ ഗർഭപാത്രങ്ങളിൽ ആക്രമികൾ തങ്ങളുടെ സന്തതികൾക്ക് ബീജാപാവം ചെയ്യുന്നതി ലൂടെ ഒരു വംശത്തെ ഉന്മൂലനം ചെയ്യുക എന്നതായിരുന്നു ലക്ഷ്യം. 1992—1995 ബോസ്നിയൻ യുദ്ധത്തിൽ ഏതാണ്ട് 20,000 മുതൽ 50,000 വരെ സ്ത്രീകൾ ഇത്തരത്തിൽ ബലാൽസംഗം ചെയ്യപ്പെട്ടിട്ടുണ്ട് എന്ന് കണക്കാക്കപ്പെടുന്നു. പല വിഭാഗത്തിൽപ്പെട്ട സ്ത്രീകളും ബലാൽസംഗം ചെയ്യപ്പെട്ടിട്ടുണ്ടെങ്കിലും ബോസ്നിയൻ മുസ്ലിം സ്ത്രീകളാണ് എണ്ണത്തിൽ കൂടുതൽ.

ബലാൽസംഗം ചെയ്യപ്പെട്ട വലിയൊരു ഭാഗം സ്ത്രീകൾ യുദ്ധത്തിന് ശേഷവും അഭയാർത്ഥി കേന്ദ്രങ്ങളിൽ നിന്ന് സ്വന്തം വീട്ടിലേക്ക് തിരിച്ച പോകാൻ ആഗ്രഹിക്കുന്നില്ല. ഇതിന് ഒരു പ്രധാന കാരണം ബാലാസംഗം ചെയ്ത പുരുഷന്മാർ ഇപ്പോഴും അവിടെയുണ്ട് എന്നതാണ്. അപരാധികളിൽ വളരെ കുറച്ചപേരൊഴിച്ച് വലിയൊരു ഭാഗം ചെറിയ തോതിൽപ്പോലും ശിക്ഷിക്കപ്പെട്ടില്ല. ബലാൽസംഗത്തിനിരയായ സ്ത്രീകൾ തിരിച്ച ചെന്ന് ജീവിക്കേണ്ടത് അവരെ ബലാൽസംഗം ചെയ്ത പുരുഷന്മാർക്ക് ഇടയിലാണ്. മറ്റൊരു കാരണം അവർക്കേറ്റ ആഘാതത്തിന്റെ ഫലമായുണ്ടായ മാനസികാവസ്ഥയാണ്.

യുദ്ധത്തിനിടയിൽ ബലാൽസംഗത്തിന് ഇരയായി ഗർഭം ധരിച്ച ഭൂരിഭാഗം സ്ത്രീകളും കുട്ടികൾക്ക് ജന്മം കൊടുക്കുന്നില്ല. എന്നാൽ ബോസ്നിയൻ യുദ്ധത്തിന്റെ പശ്ചാത്തലത്തിൽ ജസ്മീല സ്ബാനിക് (Jasmila Zbanic) സംവിധാനം ചെയ്ത 'ഗ്രബാവിക്ക' (Grbavica) എന്ന സിനിമയിലെ പ്രധാന കഥാപാത്രമായ, സെർബ് പട്ടാളക്കാ രാൽ ബലാൽസംഗം ചെയ്യപ്പെട്ട് ഗർഭിണിയായ എസ്മ എന്ന മുസ്ലിം സ്ത്രീ തന്റെ കുട്ടിക്ക് ജന്മം നൽകുന്നു. എസ്മ പറയുന്നു: "എനിക്ക് അവളെ (ഗർഭസ്ഥ ശിശുവിനെ) നശിപ്പിക്കണം എന്നുണ്ടായിരുന്നു. പരമാവധി ശക്തിയോടെ ഞാൻ ഉദരത്തിൽ ഇടിച്ച. പക്ഷെ, ഫലമുണ്ടായില്ല. അവളെയും അകത്തുവെച്ച് എന്റെ ഉദരം വല്യതായിക്കൊണ്ടിരുന്നു. അപ്പോഴും അവർ (പട്ടാളക്കാർ) വന്തുകൊണ്ടിരുന്നു. ദിവസവും രണ്ടോ

മൂന്നോ പേർ എന്ന കണക്കിന്. ആശുപത്രിയിൽ വച്ച് പ്രസവിച്ച ശേഷം ഞാൻ ജീവനക്കാരോട് പറഞ്ഞു: കുട്ടിയെ എനിക്ക് കാണേണ്ട. അടുത്ത മുറിയിൽ നിന്നുള്ള കുട്ടിയുടെ കരച്ചിൽ എനിക്ക് കേൾക്കാ മായിരുന്നു. അടുത്ത ദിവസം എന്റെ മുലകൾ ചുരത്തുന്നുണ്ടായിരുന്നു. ഒരിക്കൽ മാത്രം അവളെ മുലയൂട്ടുമെന്ന് ഞാൻ തീരുമാനിച്ചു. അവളെ കയ്യിലെടുത്തപ്പോൾ, അവൾ വളരെ ചെറുതായിരുന്നു. അവൾ എത്ര സുന്ദരിയായിരുന്നു".

സരയേയോവിലെ ഗ്രുബാവിക്ക എന്ന പട്ടണത്തിലാണ് എസ്മയും മകളും താമസിക്കുന്നത്. വംശീയത ഒരു പ്രശ്നമേയല്ലാതെ സെർബ്യുകളും, മുസ്ലീങ്ങളും, ക്രോയേറ്റ്സും ഒന്നിച്ച് ജീവിച്ച ഒരു പ്രദേശമായിരുന്നു ഇത്. പക്ഷെ വംശീയ വിദ്വേഷം എല്ലാം തകർത്തു. സെർബ്യുകൾ മുസ്ലിങ്ങളെയും ക്രോയെറ്റ്സുകളെയും ആക്രമിച്ച് ഈ പ്രദേശം പിടിച്ചെടുക്കുകയും, കൊള്ളയടിക്കുകയും സ്ത്രീകളെ ബലാൽസംഗം ചെയ്യുകയും ചെയ്തു. ഗ്രുബാവിക്ക തന്നെ സിനിമയ്ക്ക് പശ്ചാത്തലമായി തിരഞ്ഞെടുത്തതിന് പിന്നിൽ വ്യക്തിപരമായ കാരണങ്ങളുമുണ്ട്. യുദ്ധമുഖത്തുനിന്ന് ഏകദേശം നൂറ് മീറ്റർ അകലെയല്ലാതെയാണ് സംവിധായിക താമസിച്ചിരുന്നത്. യുദ്ധം തുടങ്ങിയപ്പോൾ അവർ സ്കൂളിൽ പഠിക്കുകയായിരുന്നു. യുദ്ധത്തെത്തുടർന്ന് ഈ പ്രദേശം ഒരു യുദ്ധ ക്യാമ്പായി മാറി.

അവർ പറയുന്നു: "ഇത്തരം അതിക്രമങ്ങളെ ഞാൻ പേടിച്ചിരുന്നു. യുദ്ധ തന്ത്രത്തിന്റെ ഭാഗമായി ബലാൽസംഗത്തെ ഒരായുധമായി ഉപയോഗിച്ച് സ്ത്രീകളെ അവമതിക്കാനും ഒരു വംശത്തെ ഇല്ലാതാക്കാ നും ഉപയോഗിക്കുന്നു എന്ന് ഞാൻ തിരിച്ചറിഞ്ഞു. അവിടം തൊട്ട് ബലാ ൽസംഗവും അതിന്റെ അനന്തര ഫലങ്ങളും എന്നെ മാനസികമായി പിന്തുടർന്നു. ഈ വിഷയത്തെക്കുറിച്ച് കിട്ടാവുന്നതൊക്കെ വായിച്ചു. പല വിധത്തിൽ ഈ വിഷയത്തെ മനസ്സിലാക്കാൻ ശ്രമിച്ചു. എന്തി നാണെന്നോ, ഇതുകൊണ്ട് എന്തു ചെയ്യാനാണ് എന്നോ അറിയാതെ. ഞാൻ ഒരു കുഞ്ഞിന് ജന്മം കൊടുത്തപ്പോൾ മാതൃത്വം എന്നിൽ പല തരം വികാരങ്ങൾ ഉണർത്തി. അപ്പോൾ ഞാൻ ഞെട്ടി. എന്നിട്ട് സ്വയം ചോദിച്ചു, വെറുപ്പിൽ ജനിച്ച ഒരു കുഞ്ഞിനോട് അതിന്റെ അമ്മയ്ക്ക് ഏതു തരത്തിലുള്ള വൈകാരിക ബന്ധമായിരിക്കും ഉണ്ടാവുക? കുഞ്ഞിനെ മുലയൂട്ടുന്ന ഇടവേളകളിലെ ഇത്തരം ചിന്തകളിൽ നിന്നാണ് സിനിമ ജനിച്ചത്".

പകൽ ഒരു ഷൂ ഫാക്ടറിയിലും രാത്രിയിൽ ഒരു ക്ലബ്ബിലും ജോലി ചെയ്താണ് എസ്മ മകളുടെ പഠനത്തിനും മറ്റ് ജീവിതച്ചിലവുകൾക്കുമുള്ള പണം ഉണ്ടാക്കുന്നത്. മകൾ സാറയുടെ ജനന രഹസ്യം, പട്ടാളക്കാർ ബലാൽസംഗം ചെയ്തതിന്റെ ഫലമായി ജന്മം കൊണ്ട, തന്ത ആരെന്ന് അറിയാത്ത കുട്ടിയാണ് സാറ എന്ന കാര്യം, എസ്മ മറച്ചവെക്കുന്നു. തന്റെ പിതാവിനെക്കുറിച്ചുള്ള സാറയുടെ തുടരെത്തുടരെയുള്ള ചോദ്യ ങ്ങൾക്ക് ഒടുവിൽ എസ്മ പറയുന്നത് അയാൾ യുദ്ധത്തിൽ വീര മൃത്യു വരിച്ച ഒരു പട്ടാളക്കാരനാണെന്നാണ്. ഇതിൽ അവൾ വളരെയ ധികം അഭിമാനിച്ചു. 'എന്റെ അച്ഛൻ യുദ്ധത്തിൽ വീരമൃത്യു വരിച്ച പട്ടാളക്കാരനാണ്' എന്ന് വിളിച്ച പറഞ്ഞാണ് തന്തയില്ലാത്തവൾ എന്ന കൂട്ടുകാരുടെ പരിഹാസത്തെ അവൾ നേരിടുന്നത്. തന്നോട് വഴക്കിന് വരുന്ന സമീറിന്റെ അച്ഛനും അവളുടെ അച്ഛനെപ്പോലെ ഒരു 'ഷഹീദ്' ആണ് എന്ന് അവനിൽ നിന്ന് അറിഞ്ഞപ്പോൾ അവർ കൂട്ടുകാരാവുന്നു.

പിതാവിനെക്കുറിച്ച് കൂടുതൽ അറിയാനായി, അയാളുടെ രൂപ ത്തെക്കുറിച്ച്, ഭാവത്തെക്കുറിച്ച് ഒക്കെ സാറ അമ്മയോട് ചോദിക്ക ന്നു. സാറയുടെ ചോദ്യങ്ങളിൽ രക്ഷപ്പെടാനാവാത്തവിധം കുടുങ്ങിയ എസ്മ ആ സാഹചര്യം ഒഴിവാക്കാനായി, രക്ഷപ്പെടാനായി പറയുന്നു: "പിതാവിന്റെ തലമുടിയാണ് നിനക്ക് കിട്ടിയിരിക്കുന്നത്". യഥാർത്ഥ ത്തിൽ സാറയുടെ മുടിക്ക് എസ്മയുടെ മുടിയോടാണ് സാമ്യം. അതേ സമയം അവരുടെ കണ്ണുകളുടെ നിറമാണ് വ്യത്യസ്തം.

എസ്മയ്ക്ക് തത്ക്കാലം ആശ്വാസം കിട്ടിയെങ്കിലും അധികം വൈകാതെ കാര്യങ്ങൾ കീഴ്മേൽ മറിയുന്നു. സ്കൂളിലെ മറ്റ് കുട്ടികൾക്കൊപ്പം സാറയ്ക്കും ഉല്ലാസ യാത്രയ്ക്ക് പോകണം. അവളുടെ പിതാവ് ശത്രുക്കളിൽ നിന്ന് സരയേവോയെ രക്ഷിക്കാനുള്ള ശ്രമത്തിൽ യുദ്ധത്തിൽ വീരമൃത്യു വരിച്ച ഒരു പട്ടാളക്കാരനാണെന്ന് സാക്ഷ്യപ്പെടുത്തുന്ന സർടിഫിക്ക റ്റ് സ്കൂളിൽ ഹാജരാക്കിയാൽ അവൾക്ക് യാത്രാ ചാർജിൽ ഇളവ് കിട്ടും. ഇതോടെ എസ്മ കുടുങ്ങുന്നു. മകളോട് സത്യം തുറന്നു പറയാതെ എസ്മ ഉല്ലാസ യാത്രയ്ക്കുള്ള മുഴുവൻ പണവും കഷ്ടപ്പെട്ട് സംഘടിപ്പിച്ച് മകളറിയാതെ സ്കൂളിൽ കൊടുക്കുന്നു. സ്കൂളിൽ നിന്ന് ഈ വിവരം മനസ്സിലാക്കിയ മകൾ അമ്മയോട് സത്യാവസ്ഥ അന്വേഷിക്കുന്നു. അവളുടെ വാക്കുകൾക്ക് മുന്നിൽ രക്ഷപ്പെടാനാവാതെ എസ്മ സത്യം തുറന്ന് പറയുന്നു.

സങ്കടം, ദ്വേഷ്യം, പുച്ഛം, വെറുപ്പ് എന്നീ വികാരങ്ങൾ സാറയിൽ തള്ളിക്കയറുന്നു. തുടർന്ന് അവൾ തന്റെ തലമുടി മുറിക്കുകയും, തല മൊട്ടയടിക്കുകയും ചെയ്യുന്നു. ഇത് ഒരു തരത്തിലുള്ള പ്രതികാരം തന്നെയാണ്. പ്രതീകാത്മകമായ പ്രവൃത്തിയാണിത്. ഈ പ്രതിഷേധ ത്തിലൂടെ പിതാവിൽ നിന്ന് കിട്ടിയിരിക്കാൻ സാധ്യതയുള്ള എല്ലാത്തി നെയും അവൾ നിശ്ശേഷം ഇല്ലാതാക്കുകയാണ്. മനശാസ്ത്രപരമായി പറഞ്ഞാൽ, അവൾ പിതാവിനെ കൊല്ലുകയാണ്. ഇതിലൂടെ അവൾ തന്റെ ഭൂതകാലത്തിൽ നിന്ന് പൂർണമായുള്ള വിച്ഛേദനം നടത്തുന്നു.

സത്യം അറിയുമ്പോൾ മകൾ തന്നിൽ നിന്ന് അകന്നുപോകുമോ എന്ന ഭയമായിരിക്കണം ഇത്രയും നാൾ ഇതൊരു രഹസ്യമായി സൂക്ഷി ക്കാൻ എസ്മയെ പ്രേരിപ്പിച്ചത്. പക്ഷെ അങ്ങിനെ സംഭവിക്കുന്നില്ല. തന്റെ ജനനത്തെക്കുറിച്ച് മകൾ സംശയിച്ചിരിക്കണം. അച്ഛനില്ലാത്ത കുട്ടിയായി വളരേണ്ടിവരിക എന്ന പ്രയാസങ്ങളിൽ നിന്ന് അവളിൽ പല ചോദ്യങ്ങളും ഉയർന്നു വന്നിരിക്കാം. പക്ഷെ ഇതോന്നുമായിരുന്നില്ല അവളെ അലട്ടിയിരുന്നത്. മറിച്ച്, അവളെ അലട്ടിയിരുന്നത് ഇക്കാര്യം അമ്മ അവളിൽ നിന്ന് മറച്ചുവെക്കുന്നു എന്നതാണ്. ഈ സത്യം പരസ്യമാക്കുന്നതോട് കൂടി, അമ്മയുടെ പ്രതീക്ഷൽ വിപരീതമായി അവരുടെ ബന്ധം കൂടുതൽ സ്നേഹനിർഭരവും, ദൃഢവുമായിത്തീരുന്ന എന്ന വേണം കരുതാൻ. മറ്റ കുട്ടികൾക്കൊപ്പം സന്തോഷത്തോടെ ഉല്ലാസയാത്രയ്ക്ക് പുറപ്പെടുന്ന മകൾ ബസ്സ് നീങ്ങവെ കയ്യുയർത്തി വീശി അമ്മയോട് സാറ യാത്ര പറയുന്ന രംഗം സൂചിപ്പിക്കുന്നതും ഇതുത ന്നെയാണ്. ഉല്ലാസയാത്രായിൽ കുട്ടികൾ പാടാറുള്ള 'സരയേവോ, മൈ ലൗ' എന്ന പാട്ടിലാണ് സിനിമ അവസാനിക്കുന്നത്. അൽപ്പനേ രത്തിന് ശേഷം മറ്റ കുട്ടികൾക്കൊപ്പം സാറയും പാടുന്നു. പാട്ടിലെ വരികൾ വളരെ ശുഭ സൂചകങ്ങളാണ്.

സംവിധായിക ഇക്കാര്യത്തെക്കുറിച്ച് പറയുന്നു: "യുദ്ധത്തിനിടെ ബലാൽസംഗത്തിന് ഇരകളാകുന്ന സ്ത്രീകളെക്കുറിച്ചുള്ള പല റിപ്പോർട്ട കളും ഞാൻ വായിക്കുകയുണ്ടായി. അതുപോലെ ബലാൽസംഗത്തിന് ഇരയായ പല സ്ത്രീകളുമായും, കൗൺസിലർമാരുമായും, തെറാപ്പി സ്റ്റകളുമായും സംസാരിച്ചു. ഇത് വളരെ ക്രൂരമായ അനുഭവമായിരുന്നു. ഇതൊക്കെ എങ്ങിനെ സംഭവിക്കാം എന്ന് നാം അത്ഭുതപ്പെടുന്നു. എങ്ങിനെ പുരുഷൻ ഇതൊക്കെയും ചെയ്യുന്നു, പകയുടെ അടിസ്ഥാ നത്തിൽ അവന് എങ്ങിനെ ഉദ്ധാരണം ഉണ്ടാകുന്നു? ഈ വിഷ യത്തോട്ടുള്ള എന്റെ രോഷമായിരുന്നു മനസ്സ് നിറയെ. ആദ്യത്തെ

ഇത്തരത്തിലുള്ള വികാര വിക്ഷോഭങ്ങൾക്കൊടുവിൽ, സമചിത്തത യോടെ ഈ വിഷയത്തെ പല കോണകളില്ലൂടെ ഞാൻ സമീപിച്ച. അങ്ങിനെയാണ് സിനിമ അനന്തര ഫലത്തെക്കുറിച്ചായിരിക്കണം എന്ന് തീരുമാനിച്ചത്. അമ്മയും മകളും തമ്മിലുള്ള ബന്ധത്തെപ്പറ്റി, അവരുടെ സ്നേഹത്തെപ്പറ്റി, ഈയൊരു സാഹചര്യത്തിലും സ്നേഹം സാധ്യമാകുന്നതിനെപ്പറ്റി".

ഇത്തരത്തിലുള്ള മറ്റ സിനിമകൾ ഓർമകളെ കൂട്ടുപിടിക്കുകയാണ് പതിവ്. ഭൂതകാലം എത്രമാത്രം ഭീകരമായിരുന്ന എന്നം, അത് വർത്തമാനത്തിലും ഒഴിയാബാധപോലെ കഥാപാത്രത്തെ പിന്തുട രുന്ന എന്നം കാണിക്കാനായി ഫ്ലാഷ് ബാക്കുകൾ ഉപയോഗിക്കുന്നു. എന്നാൽ ഈ സിനിമ ഭൂത കാലത്തെ പ്രത്യക്ഷതാ പരാമർശിക്കുന്നില്ല. ഭൂതകാലം ഒരു സന്ദർഭം മാത്രമാണ്, വിഷയമല്ല. എസ്മ വർത്തമാന കാലത്തിലെ നിത്യജീവിതത്തിൽ എങ്ങിനെ ജീവിക്കുന്ന എന്നാണ് സിനിമ കാണിക്കുന്നത്. വർത്തമാനത്തിൽ നിലനിൽപ്പിനായുള്ള അവരുടെ പോരാട്ടം അവതരിപ്പിക്കുന്നു.

എസ്മ യുദ്ധ ക്യാമ്പുകളിൽ ചിലവഴിച്ച കാലമോ, ബാലാസംഗ രംഗങ്ങളോ സിനിമയ്ക്കായി പുനസ്യഷ്ടിക്കുന്നില്ല. ഇത്തരം ദൃശ്യങ്ങ ളുടെ പുനസ്യഷ്ടിയില്ലൂടെ പ്രേക്ഷകരിൽ വൈകാരികത ഉണർത്തുക സംവിധായികയുടെ ലക്ഷ്യമല്ല. എസ്മയുടെ നിസ്സംഗ ഭാവം, അനുഭവ ങ്ങളോട്ടുള്ള സമീപനത്തിലെ അകൽച്ച, പ്രേക്ഷകനെയും അനുഭവിപ്പി ക്കുന്ന. കഥാപാത്രങ്ങൾക്ക് ഉണ്ടായേക്കാവുന്ന വൈകാരിക ഭാവങ്ങൾ കാണിക്കുന്നില്ല. പലപ്പോഴും അഭിനേതാക്കളുടെ മുഖം നമ്മെ കാണി ക്കുന്നില്ല. അതുകൊണ്ട് പ്രേക്ഷകനേയും വികാരം കൊള്ളാൻ അനു വദിക്കുന്നില്ല. നാടകീയത തീരെ ഇല്ലാത്ത പരിചരണം.

എസ്മയുടെ ക്രൂരമായ ഭൂതകാലം ചില സൂചനകളില്ലൂടെ പുറത്തു വരുന്നു. സിനിമയുടെ പശ്ചാത്തലമായ ഗ്രുബാവിക്ക എന്ന പട്ടണം ഇത്തരത്തിലുള്ള പല സൂചനകളും പേറുന്നു. യുദ്ധം അവസാനിച്ച് നിരവധി വർഷങ്ങൾ കഴിഞ്ഞിട്ടും യുദ്ധക്കെടുതികളുടെ ശേഷിപ്പുകൾ പേറുന്ന കെട്ടിടങ്ങളും തെരുവുകളും. മനുഷ്യ ദുരന്തത്തിന്റെ, സഹനത്തി ന്റെ ഓർമ്മകൾ തളം കെട്ടിനിൽക്കുന്നതു പോലെ. ഈ അടയാള ങ്ങൾ എസ്മയെ നിർവചിക്കാനും ഉപയോഗിക്കാം. (അതുകൊണ്ടത നെയായിരിക്കും ഒരു രൂപകം എന്ന നിലയിൽ ഈ പട്ടണത്തിന്റെ പേര് സിനിമയുടെ പേരായി ഉപയോഗിച്ചത്). കല്ലിച്ച മനസ്സ്. നിസ്സംഗ ഭാവം. ഒന്നും പുറത്ത് / മുഖത്ത് പ്രകടമാവുന്നില്ല. എല്ലാം ശാന്തം. വികാര

വിക്ഷുബ്ധതയോ നാടകീയതയോ ഇല്ല. പക്ഷെ എല്ലാം എസ്മയുടെ അകത്ത് നീറി പുകയുകയാണ്. ഇതിനനുസരിച്ച രീതിയിൽ നിസ്സംഗം എന്നു തോന്നിപ്പിക്കുന്ന രീതിയിലുള്ള എസ്മയുടെ അഭിനയം. ചില സൂചനകളില്ലൂടെ ഭൂത കാലത്തെ ചില അനുഭവങ്ങൾ കടന്നുവരുന്നു.

ജോലി കഴിഞ്ഞ് വീട്ടിലെത്തിയ എസ്മ വസ്ത്രം മാറ്റുന്ന രംഗം. അവളുടെ പിൻഭാഗമാണ് പ്രേക്ഷകരെ കാണിക്കുന്നത്. അവിടെ മുറിവിന്റെ പാടുകൾ കാണാം. കൂട്ട ബലാൽസംഗത്തിന്റെ ശാരീരിക അടയാളങ്ങൾ. മറ്റൊരു സന്ദർഭം. ബസ്സിൽ യാത്ര ചെയ്യുന്ന എസ്മയെ ചാരിനിൽക്കുന്ന പുരുഷന്റെ രോമാവൃതമായ നെഞ്ച് കാണുമ്പോൾ എസ്മയിലുണ്ടാകുന്ന ഭാവ മാറ്റം. അസ്വസ്ഥത. ഭീതി. പരിഭ്രാന്തി. മറ്റൊരു സന്ദർഭം. അവൾ ജോലി ചെയ്യുന്ന നൈറ്റ് ക്ലബ്ബ്. അകത്തെ ഇരുട്ടിൽ ഒരു വേശ്യയെ കയറിപ്പിടിച്ച് അവളുടെ സ്തനങ്ങളിൽ ബിയർ ഒഴിക്കുന്ന പട്ടാളക്കാരൻ. ഈ കാഴ്ചയിൽ അവൾ തന്റെ ഭൂതകാലം ഓർമ്മിച്ചിരിക്കണം. ഇവിടെയും അവൾ വലിയ തോതിൽ അസ്വ സ്ഥയാകുന്നു. അകാരണമായ ഭയത്തിന് അടിമയാകുന്നു. തുടർന്ന് ഡ്രെസ്സിംഗ് റൂമിൽ തല കുനിച്ച് ചുരുണ്ടുകൂടിയിരിക്കുന്ന എസ്മയെയാണ് നാം കാണുന്നത്. ബലാൽസംഗവുമായി ബന്ധപ്പെട്ട സൂചനകൾ / അടയാളങ്ങൾ പോലും അവൾക്ക് വലിയ ആഘാതമാകുന്നു.

പുറത്ത് കാണിക്കുന്നില്ലെങ്കിലും എസ്മ അകമേ സദാ ഒരു വലിയ ഭാരം പേറുന്നുണ്ട്. ഉള്ളിൽ പുകയുന്ന അഗ്നിപർവ്വതം കൊണ്ട് നടക്കു ന്നു. ഗ്രബാവിക്ക എന്ന വാക്കിന് ഭാരം ചുമക്കുന്ന സ്ത്രീ എന്ന അർത്ഥം കൂടി ഉണ്ടത്രേ. മകളുടെ ജനന രഹസ്യമാണ് അവൾ ചുമക്കുന്ന ഭാരം. അത്രയേറെ കഠിനമായിരുന്ന ഭൂതകാലാനുഭവങ്ങൾ. ഇതിനിടയിലും സന്തോഷത്തുരുത്തുകൾ ഇല്ലാതില്ല. എന്നാൽ ഇത്തരം കൊച്ച കൊച്ച സന്തോഷങ്ങളും അവസാനം ദുരന്താനുഭവങ്ങളുടെ ഓർമ്മയിൽ ചെന്ന് മുട്ടിത്തകരുന്നു. (താഴെ വിവരിക്കുന്ന അമ്മയും മകളും തമ്മിലുള്ള Pillow Fight രംഗം ഇതിന് ഉദാഹരണമാണ്).

തുടക്കത്തിലെ ചിത്രീകരണത്തിലെ പ്രത്യേകത കാരണം ഇതൊരു സാധാരണ രംഗമായും അമ്മയെയും മകളെയും തമ്മിൽ ബന്ധിപ്പിക്ക ന്ന തരത്തിലുള്ള ഊഷ്മളമായ സ്നേഹപ്രകടനങ്ങളായും പ്രേക്ഷകർക്ക് അനുഭവപ്പെടുന്നു. ഇതിന് ശാരീരികമായ ഒരു തലമുണ്ട്, സ്പർശം ഇവിടെ ഒരു പ്രധാന ഘടകമാകുന്നു. ഇതിനിടയിൽ രണ്ടു പേരും സാറയുടെ മുറിയിലേക്ക് നീങ്ങുന്നതോടെ ദൃശ്യങ്ങളുടെ ഗതി മാറുന്നു. ഇവിടെ കഥാപാത്രങ്ങളെ പിന്തുടരുന്നതിന് പകരം ക്യാമറ നിശ്ചലമാവുന്നു.

ശക്തിയോടെ തള്ളി സാറ എസ്മയെ കിടക്കിയിലേക്ക് വീഴ്ന്നു. ഇവിടം തൊട്ട് ലോ ആംഗിളിലാണ് ചിത്രീകരണം. മലർന്ന കിടക്ക ന്ന എസ്മയ്ക്ക് അഭിമുഖമായി മുകളിൽ അവളുടെ ശരീരത്തിന്റെ രണ്ട വശങ്ങളിലുമായി കൈകൾ കുത്തിയ സാറ. (ഈ ദൃശ്യം സ്വ സമ്മതമി ല്ലാതെ സ്ത്രീയെ പുരുഷൻ ലൈംഗിക ബന്ധത്തിന് നിർബന്ധിക്കുന്നത് ഓർമിപ്പിക്കുന്നു). തുടർന്ന് എസ്മയുടെ മുഖത്തിന്റെ മീഡിയം ക്ലോസപ്പ്. ഇതിലൂടെ അതിക്രമിയെ (സാറയെ) മുഖമില്ലാത്ത ശരീരം മാത്രമാക്ക ന്നു. ഈ സന്ദർഭത്തിൽ പെട്ടെന്ന് എന്തോ സംഭവിച്ചതുപോലെ എസ്മ കളി നിർത്തുന്നു. അവളുടെ ഈ പെരുമാറ്റത്തിന് ഭൂതകാലത്തിൽ വേരുകൾ കാണാം. അവൾ കടന്നുപോയ ബലാൽസംഗാനുഭവങ്ങ ളുടെ തീക്ഷണത ആ നിമിഷം അവളെ പൊള്ളിച്ചി രിക്കാം. പെട്ടെന്ന് സാറയെ തള്ളിമാറ്റി എഴുന്നേറ്റിരിക്കുന്ന എസ്മയുടെ പിൻഭാഗമാണ് നാം കാണുന്നത്. ഇതുപോലെ ബലാൽസംഗവുമായി ബന്ധപ്പെട്ട് സൂചനകൾ മാത്രം തരുന്ന സന്ദർഭങ്ങളിൽപ്പോലും എസ്മയുടെ പിൻഭാ ഗമാണ് നമ്മെ കാണിക്കുന്നത്. മുഖ ഭാവം, വൈകാരികത എന്നിവയ്ക്ക് ഇടം കൊടുക്കുന്നില്ല. എസ്മയുടെ ഈ അനുഭവങ്ങൾ നമ്മിൽ അതി വൈകാരികത സൃഷ്ടിക്കരുത് എന്ന മട്ടിൽ.

സാറയുടെ ജനനത്തിന് പിന്നിലെ രഹസ്യം എസ്മ അവളെ അറിയി ക്കുന്ന സന്ദർഭം. സെർബിയൻ പട്ടാളക്കാർ തന്നെ കൂട്ട ബലാൽസംഗം ചെയ്യവെന്നും അങ്ങിനെ ജന്മം കൊണ്ട കുട്ടിയാണ് സാറയെന്നും അവൾ വെളിപ്പെടുത്തുന്നു. വാഗ്വാദങ്ങൾക്ക് ശേഷം സാറയെ കിടക്ക യിലേക്ക് തളിയിട്ടതിന് ശേഷം അവൾക്ക് മുകളിൽ കയറിയിരുന്നാണ് എസ്മ ഈ രഹസ്യം സാറയെ അറിയിക്കുന്നത്. (ഇവിടെ ക്രിയയ്ക്കാണ് വാചികതയേക്കാൾ പ്രാധാന്യം). ഇവിടെ എസ്മയുടെ പിൻഭാഗമാണ് നമ്മെ കാണിക്കുന്നത്. (Pillow Fighting രംഗത്തിലേതിന് നേർ വിപരീതമാണ് ഇവിടെ അമ്മയുടെയും മകളുടെയും നില). ഈ അവസ്ഥയിൽ ഇരുന്നുകൊണ്ട് എസ്മ ബലാൽസംഗം പുനരവത രിപ്പിക്കുന്നു. പക്ഷെ, അവളുടെ കൊടിയ സങ്കടം, അപമാന ഭാരം, വിദ്വേഷം ഒക്കെയും ഈ ചെയ്തിയിലൂടെയാണ് അവതരിപ്പിക്കുന്നത്, മറിച്ച് മുഖഭാവങ്ങളിലൂടെയല്ല.

നമ്മുടെ സിനിമകളെ സംബന്ധിച്ച് നഗ്നത ഇന്നും വളരെ 'സാധ്യത'കളുള്ള ഒരു വിഷയമാണ്. നഗ്നതയുടെ ദൃശ്യങ്ങൾ പ്രേക്ഷ കൻ കാണാൻ ആഗ്രഹിക്കുന്നുണ്ട്, സംവിധായകൻ കൊടുക്കുന്നുണ്ട്. പലപ്പോഴും സിനിമയ്ക്കായി ഇത്തരം വിഷയങ്ങൾ തിരഞ്ഞെടുക്കുന്നു.

അപ്പോൾ നഗ്നത കാണിക്കുന്നതിനെ നീതീകരിക്കാമല്ലോ. മറ്റ ചിലപ്പോൾ, സാന്ദർഭികമായി, സ്വാഭാവികമെന്നോണം ഇത്തരം ദൃശ്യങ്ങൾ ഉൾക്കൊള്ളിക്കുന്നു. കൂട്ടബലാൽസംഗം സിനിമയ്ക്ക് വിഷയമാക്കുമ്പോൾ, നേരിട്ടല്ലെങ്കിൽ ഫ്ലാഷ്ബാക്കില്ലൂടെ ഇത്തരം രംഗങ്ങൾ കാണിക്കുകയാണ് പതിവ്. കഥാപാത്രം അനുഭവിച്ച ക്രൂരതയുടെ തീക്ഷണത പ്രേക്ഷകനെ അനുഭവിപ്പിക്കുക എന്ന വ്യാജേന. സത്യത്തിൽ ലൈംഗികത അവതരിപ്പിക്കുക എന്നതാണ് ലക്ഷ്യം. (ഇത്തരത്തിൽ ബലാൽസംഗത്തിന് ഇരയായ സ്ത്രീ കഥാ പാത്രത്തിന്റെ ക്രൂരാനുഭവങ്ങളെ ആവിഷ്ക്കരിക്കാനായി ബലാൽസം ഗത്തിന്റെ ദൃശ്യങ്ങൾ ഫ്ലാഷ് ബാക്കില്ലൂടെ പുനരാവിഷ്ക്കരിക്കുമ്പോൾ പല സന്ദർഭങ്ങളിലും ഇതിലടങ്ങിയിരിക്കുന്ന ലൈംഗികതയിലാ യിരിക്കും പ്രേക്ഷകന് താത്പര്യം). ഗ്രൂബാവിക്ക എന്ന സിനിമയിൽ ബലാൽസംഗത്തിനൊപ്പം യുദ്ധവുമുണ്ട്. രണ്ടും ഹരംകൊള്ളിക്കുന്ന, ഉത്തേജിപ്പിക്കുന്ന, വിൽപ്പന സാധ്യതയുള്ള വിഷയങ്ങൾ. എന്നാൽ സിനിമ ഈ വിഷയങ്ങളെ സെൻസേഷണലൈസ് ചെയ്യുന്നില്ല. പ്രേ ക്ഷകരെ സിനിമയ്ക്കകത്ത് വീഴ്ചി സദാ ബദ്ധശ്രുദ്ധരാക്കുന്നില്ല (Engage). ചിന്തിപ്പിക്കേണ്ടുന്ന വിഷയമായതിനാൽ പ്രേക്ഷകനെ ഒരകലത്തിൽ നിർത്തി, വികാരത്തിന് പകരം വിചാരത്തില്ലൂടെ സിനിമ കാണാൻ പ്രേരിപ്പിക്കുന്നു. ഇതിന് ഉതകുന്ന തരത്തില്ലുള്ള അഭിനയരീതിയും, സങ്കേതങ്ങളുടെ ഉപയോഗവും. ഇതുതന്നെയാണ് ഈ സിനിമയുടെ പ്രാധാന്യം. പരീക്ഷണം, സിനിമാറ്റോഗ്രാഫിയുടെ സാധ്യതകൾ ആരായൽ, സിനിമയുടെ ഭാഷയുടെ (അങ്ങിനെ പറയാമെങ്കിൽ) പുതുക്കൽ-ഇക്കാര്യങ്ങളൊക്കെ പോകട്ടെ, ചുരുങ്ങിയ പക്ഷം ഈ സിനിമയുടെ പ്രത്യേകതകളായി ചുണ്ടിക്കാണിച്ച കാര്യങ്ങളെങ്കിലും നമ്മുടെ സിനിമാക്കാർ ഉൾക്കൊള്ളാൻ തയ്യാറായെങ്കിൽ!

സിനിമയ്ക്ക് സെർബുകളുടെ ഭാഗത്ത് നിന്ന് പല തരത്തില്ലുള്ള വിമ ർശനങ്ങളും എൽക്കേണ്ടി വന്നു. എസ്മയായി അഭിനയിച്ച മിർജാന കാരനോവിക് എന്ന നടിയ്ക്കെതിരെയാണ് കൂടുതൽ വിമർശനങ്ങൾ ഉയർന്നത്. സെർബിലെ പ്രശസ്തയും ആരാധ്യയുമായ ഒരു അഭിനേത്രി യാണവർ. ഒരു സെർബ് അഭിനേത്രി സെർബുകളെ പ്രതിസ്ഥാനത്ത് നിർത്തുന്ന സിനിമയിൽ അഭിനയിക്കുന്നത് പലർക്കും സഹിക്കാനാ യില്ല. കാരനോവിക് പറയുന്നു: "ഇത് പ്രതീക്ഷിച്ചത് തന്നെയാണ്. ഇതിനെ അഭിമുഖീകരിച്ചേപറ്റൂ". ഈ കഥാപാത്രമായി അഭിനയിക്കാൻ അവസരം കിട്ടിയപ്പോൾ അവർക്ക് രണ്ടുവട്ടം ചിന്തിക്കേണ്ടി വന്നില്ല.

“ഇത്തരത്തിലൊക്കെ സംഭവിച്ചിട്ടുണ്ടെന്ന് എനിക്കറിയാമായിരുന്നു. സിനിമയിൽ അവതരിപ്പിച്ച രീതിയിലായിരിക്കില്ല. പക്ഷെ ഇതൊക്കെ സത്യമാണ്”. അവർ പറയുന്നു. വേർതിരിവുകളെ വകവെക്കാതെ സെർബിയയിലെയും ബോസ്നിയയിലെയും സിനിമകളിൽ അവർ ഒരേ പോലെ അഭിനയിക്കുന്നു. എമിർ കുസ്റ്റരിക്കയെപ്പോലുള്ള പ്രശസ്തരായ സംവിധായകരുടെ സിനിമകളിലും മിർജാന അഭിനയിച്ചിട്ടുണ്ട്.

ബർലിൻ മേളയിൽ പുരസ്ക്കാരം സ്വീകരിച്ചുകൊണ്ട് സംസാരിക്കവെ കുറ്റകൃത്യങ്ങൾക്ക് ഉത്തരവാദികളായ നേതാക്കളെ ശിക്ഷിക്കണമെന്ന് സംവിധായിക അപേക്ഷിക്കുകയുണ്ടായി. ബോസ്നിയയിലെ സെർബ് ഭൂരിപക്ഷ പ്രദേശങ്ങളിൽ സിനിമ പ്രദർശിപ്പിക്കാനുള്ള എല്ലാ സാധ്യത കളും ഇതോടെ ഇല്ലാതായി. സിനിമയുടെ വിതരണക്കാർ പ്രഖ്യാപിച്ചു: “സെർബുകളെ പ്രകോപിപ്പിക്കുന്ന ഒരു സിനിമ പ്രദർശിപ്പിക്കുന്നതി ലൂടെ ഒരു പ്രക്ഷോഭത്തിന് കാരണമാകാൻ ഞങ്ങൾ ആഗ്രഹിക്കുന്നില്ല. അങ്ങിനെയാകുമ്പോൾ ഞങ്ങൾക്ക് ഒരു സാമ്പത്തിക മെച്ചവും ഉണ്ടാ കില്ല”. എന്നിട്ടും പല സ്ഥലങ്ങളിലും സിനിമ പ്രദർശിപ്പിക്കുകയുണ്ടായി. ചില സ്ഥലങ്ങളിൽ സെർബുകൾ പ്രദർശനം അലങ്കോലപ്പെടുത്താൻ ശ്രമിക്കുകയുണ്ടായി.

എസ്മയെപ്പോലുള്ള സ്ത്രീകളെ ഗവർണ്മെൻറ് സഹായിക്കുന്നില്ലെന്ന് മാത്രമല്ല, യുദ്ധം കഴിഞ്ഞ് കാലമേറെക്കഴിഞ്ഞിട്ടും ഇവരെ യുദ്ധത്തിന്റെ ഇരകളായി അംഗീകരിക്കാൻ പോലും തയ്യാറായിരുന്നില്ല. സൈനി കർക്കും, മറ്റ പല സാഹചര്യങ്ങളിൽ ഗർഭിണികളായ സ്ത്രീകൾക്ക് അവർ പ്രസവിച്ച കുട്ടിക്കൊപ്പം സഹായം ലഭിക്കുന്നുണ്ട്. അതേസമയം, ഈ സ്ത്രീകളെക്കുറിച്ച് ജനങ്ങൾക്കിടയിൽ നിന്ന് പോലും ആരും സംസാരിക്കുന്നില്ല. സംവിധായിക പറയുന്നു: “ബോസ്നിയയിൽ മാത്രമല്ല, ഇത്തരം സ്ത്രീകൾ എല്ലായിടത്തുമുണ്ട്. ഉദാഹരണത്തിന്, റഷ്യൻ സൈനികരാൽ ബലാൽസംഗം ചെയ്യപ്പെട്ട നിരവധി സ്ത്രീകൾ ജർമനിയിലുണ്ട്. ഇവരെക്കുറിച്ചും ആരും സംസാരിച്ചില്ല. ഈ സ്ത്രീകളും ഇതിനെക്കുറിച്ച് സംസാരിക്കുന്നില്ല, അതുപോലെ ഗവർമെന്റും. സമൂഹം ഇതിനെ ഒരു നാണക്കേടായി കാണുന്നുണ്ടായിരിക്കാം......ഇവർ പൊതുവെ അദൃശ്യരാക്കപ്പെട്ടവരാണ്. ഇവരെ ആരും അപമാനിക്ക ന്നുണ്ടാവില്ല, ഇവരെക്കുറിച്ച് സംസാരിക്കുന്നതിന് വിലക്കുകളുമില്ല. എന്നാൽ ഉപബോധത്തിൽ സമൂഹം ഇവരെ അൽപ്പം അകല ത്തിൽ നിർത്തുന്നുന്നുണ്ടെന്ന് ഞാൻ കരുതുന്നു. ഇത്തരത്തിലുള്ള സ്ത്രീകൾ അവർക്കിടയിൽ ഇല്ല എന്നാണ് പൊതു വിചാരം”.

ബർലിൻ മേളയിൽ ഏറ്റവും നല്ല സിനിമയ്ക്കുള്ള ബഹുമതി ലഭിച്ച തോടെ, മാധ്യമങ്ങൾ മാത്രമല്ല, ജനങ്ങളും സിനിമയെക്കുറിച്ച് മാത്രമല്ല, ഈ വിഷയത്തെക്കുറിച്ചും സംസാരിച്ച് തുടങ്ങി. ഒരു സ്ത്രീ സംഘടന യുമായി സഹകരിച്ച് സംവിധായിക എസ്മയെപ്പോലെയുള്ള സ്ത്രീകളുടെ പ്രശ്നങ്ങൾ സർക്കാറിനും ജനങ്ങൾക്കും മുന്നിലേക്ക് കൊണ്ട് വരാൻ ശ്രമിച്ചു. ഓരോ പ്രദർശനത്തിന് ശേഷവും പ്രേക്ഷകരുടെ ഒപ്പ് ശേഖരിച്ച് സർക്കാറിന് നിവേദനം സമർപ്പിച്ചു. ഇത്തരം പ്രചാരണങ്ങളും പരാതികളും സർക്കാറിനെ നിയമത്തിൽ ഭേദഗതി വരുത്താനും ഈ സ്ത്രീകളെ യുദ്ധത്തിന്റെ ഇരകളായി കാണാനും, അവർക്ക് സാമ്പത്തിക സഹായം നൽകാനും നിർബന്ധിതമാക്കി.

സ്ബാനിക് 1997-ൽ രൂപം കൊടുത്ത Deblokada (ഡെബ്ലോകാഡ) എന്ന സിനിമാ കൂട്ടായ്മയ്ക്ക് കീഴിൽ ഡോക്യുമെന്ററികളും ഫ്രഞ്ച സിനിമകളും സംവിധാനം ചെയ്തുകൊണ്ടാണ് സംവിധാന രംഗത്തേക്ക് കടന്ന വരുന്നത്. യൂഗോസ്ലാവിയയുടെ തകർച്ച, അരക്ഷിതാവസ്ഥ, വംശീയ കലാപങ്ങൾ, യുദ്ധം-ജസ്മീലയെ എന്നും ചിന്തിപ്പിച്ച കാര്യ ങ്ങളായിരുന്നു ഇതൊക്കെ. പ്രത്യേകിച്ച്, യുദ്ധവും കൂട്ട ബലാൽസംഗവും. ഇത്തരം വിഷയങ്ങൾ ജസ്മീല തുടക്കം തൊട്ടുതന്നെ തന്റെ സിനിമക ളിൽ അവതരിപ്പിച്ചു. Birthday എന്ന ഫ്രഞ്ച സിനിമ പരസ്പരം മല്ലടി ക്കുന്ന രണ്ട് രാജ്യങ്ങളിലെ (ക്രൊയേഷ്യയിലെയും ബോസ്നിയയിലെയും) രണ്ട് പെൺകുട്ടികളെക്കുറിച്ചാണ്. യുദ്ധത്തിനിടയിൽ കാണാതായ തന്റെ ഭർത്താവിനെയും രണ്ട് കുട്ടികളെയും അന്വേഷിക്കുന്ന ഒരു സ്ത്രീ യെക്കുറിച്ചാണ് Red Rubber Boots എന്ന ഡോക്യുമെന്ററി. മറ്റൊരു ഡോക്യുമെൻററിയായ Images from the Corner ബോംബാക്രമ ണത്തിൽ അതിദാരുണമായി മുറിവേറ്റ ഒരു സ്ത്രീയെക്കുറിച്ചാണ്. On the Path (2010), For Those Who Can Tell No Tales (2013), Love Island (2014) എന്നീ സമീപകാല സിനിമകളിലും യുദ്ധത്തിന്റെ ദുരന്തങ്ങൾ അനുഭവിക്കേണ്ടിവരുന്ന മനുഷ്യരാണ് വിഷയം. പല പ്രശ സ്തങ്ങളായ മേളകളിൽ പ്രദർശിപ്പിക്കപ്പെട്ട ഈ സിനിമകൾ നിരവധി പുരസ്ക്കാരങ്ങൾ കരസ്ഥമാക്കുകയുണ്ടായി.

സ്ത്രീയെക്കുറിച്ച് ഒരു ബദൽ സിനിമ

ലോറാ മൽവിയും പീറ്റർ വോളനും ചേർന്ന് സംവിധാനം ചെയ്ത സിനിമയാണ് 'റിഡിൽസ് ഓഫ് ദി സ്ഫിൻക്സ്' (Riddles of the Sphinx, 1977). രണ്ടുപേരും രണ്ടുരീതിയില്ലുള്ള ചലച്ചി ത്ര സൈദ്ധാന്തികരും അദ്ധ്യാപകരുമായിരുന്നു. മൽവി സ്ത്രീവാദവും മാനസികാപഗ്രഥനവും ഉപയോഗിച്ചാണ് സിനിമയെ അപഗ്രഥിച്ച തെങ്കിൽ വോളൻ ചിഹ്നശാസ്ത്രവും (Semiotics) ഘടനാ വാദവും (Structuralism) ഉപയോഗിച്ചാണ് സിനിമയെ പഠിച്ചത്. ഇവർ ഭാര്യാഭർത്താക്കന്മാരായിരുന്നു.

ആഖ്യാനാത്മക സിനിമകളും ദൃശ്യാനന്ദവും (Visual Pleasure and Narrative Cinema) എന്ന സൈദ്ധാന്തിക ലേഖനത്തിലൂടെ ലോറാ മൽവി ഒരു പുതിയ ചലച്ചിത്ര പഠന പദ്ധതിക്ക് തുടക്കം കുറിച്ചു. 1975-ൽ പ്രസിദ്ധീകരിച്ച ഈ ലേഖനം മനഃശാസ്ത്രം, സ്ത്രീവാദം തുടങ്ങിയ ചിന്താപദ്ധതികൾ ഉൾച്ചേർന്നതായിരുന്നു. ഫ്രോയിഡിന്റെ യും ലക്കാന്റെയും മനഃശാസ്ത്ര വിശകലന പദ്ധതികളെ ഒരു രാഷ്ട്രീ യായുധം എന്ന നിലയിൽ ഉപയോഗിക്കുന്നതിലൂടെ പുരുഷാധിപത്യ സാമൂഹ്യ അബോധം എങ്ങിനെയാണ് നമ്മുടെ സിനിമാ കാഴ്ചാനുഭവം രൂപപ്പെടുത്തുന്നത് എന്ന് മൽവി പരിശോധിക്കുന്നു. സ്ത്രീകൾക്കും പുരുഷന്മാർക്കും ഇടയിൽ സാമൂഹ്യ രാഷ്ട്രീയാധികാര കാരണങ്ങ ളാൽ ലിംഗപരമായ അസമത്വം നിലനിൽക്കുകയും ഈ ബന്ധങ്ങൾ സിനിമയിലെ ലിംഗപരമായ പ്രതിനിധാനങ്ങളെ നിയന്ത്രിക്കുകയും

ചെയ്യുന്നു എന്ന് മൽവി.

സാമ്പ്രദായിക ആഖ്യാനാത്മക സിനിമകൾ പുരുഷ കേന്ദ്രീകൃ തമാണ് എന്നാണ് ഹോളിവുഡ്ഡ് സിനിമകളെ മുൻനിർത്തി മൽവി സ്ഥാപിക്കുന്നത്. സിനിമകാണമ്പോൾ ആൺപെൺ ഭേദമന്യേ പ്രേക്ഷകർക്ക് ആനന്ദിക്കാനുള്ള അവസരം ലഭിക്കുന്നു. എന്നാൽ പുരുഷന്റെ വീക്ഷണകോണിലൂടെയാണ് സിനിമ കഥ പറയുന്നത്. സംവിധായകന്റെ ദർശനവും സിനിമ കാണുന്ന പ്രേക്ഷകരുടെ നോട്ടവും എല്ലാം പുരുഷന്റെ പരിപ്രേക്ഷ്യത്തിലൂടെയാണ്, പുരുഷനാൽ നിയന്ത്രി ക്കപ്പെട്ടുന്നതാണ്. പുരുഷന്മാരാണ് സിനിമയിൽ പ്രവർത്തിക്കുന്നത് എന്നത് മാത്രമല്ല, സ്ത്രീ കഥാപാത്രങ്ങളെ കാഴ്ചപ്പണ്ടങ്ങളാക്കി പുരുഷൻ പുരുഷന് കാണാനായി, അവന് കണ്ട് ആസ്വദിക്കാനായി, നയനഭോഗ സുഖം പകരാനായി, അവന്റെ കാമനകളെ പൂർത്തീകരി ക്കുന്നതിനായി ഒരുക്കി നിർത്തിയതാണ്.

പുരുഷ മേധാവിത്വമുള്ള സമൂഹമായതിനാൽ സിനിമയിലെ / സിനിമയുടെ നോട്ടങ്ങൾ പുരുഷന്റേതാണ് എന്ന് മൽവി സ്ഥാപിക്കു ന്നു. സിനിമയിലെ ആൺ നോട്ടം സജീവമാണ്. പുരുഷനാണ് നോട്ട ത്തിന്റെ വാഹകൻ (Bearer of the look). അതേസമയം പെൺ നോട്ടം നിഷ്ക്രിയമാണ്. അവൾ നോക്കപ്പെടേണ്ടതാണ് (To be looked at). പുരുഷൻ ആഗ്രഹിക്കുന്നു. അവന് ആഗ്രഹിക്കാനുള്ളതാണ് സ്ത്രീ. പുരുഷ നോട്ടം സ്ത്രീയുടെ കർത്തൃത്വത്തെ, മനുഷ്യനെന്ന നിലയിലുള്ള അവളുടെ സ്വത്വത്തെ റദ്ദ് ചെയ്യുകയും അവളെ മനുഷ്യൻ അല്ലാതാക്ക കയും ചെയ്യുന്നു. അങ്ങിനെ വസ്തുവൽക്കരിക്കപ്പെട്ട അവളെ സൗന്ദര്യം, ആകാരഭംഗി, കാമോദ്ദീപകത്വം മുതലായവയുടെ അടിസ്ഥാനത്തിൽ മാത്രം പരിഗണിക്കപ്പെട്ടുന്നു.

സിനിമയിൽ മൂന്നു തരത്തിലുള്ള നോട്ടങ്ങൾ പ്രവർത്തിക്കുന്ന എന്ന് മൽവി പറയുന്നു. ഒന്ന് സിനിമ ചിത്രീകരിക്കുന്ന ക്യാമറയുടെ നോട്ടം (ക്യാമറക്ക് പിന്നില്ലുള്ള സംവിധായകന്റെ നോട്ടം). രണ്ട്, സിനിമയിലെ കഥയിൽ ഉടനീളമുള്ള കഥാപാത്രങ്ങൾ തമ്മില്ലുള്ള നോട്ടം. അതായത് നോട്ടവും അതിനുള്ള മറുപടി നോട്ടവും. മൂന്ന്, സിനിമയിലേക്കുള്ള പ്രേക്ഷകന്റെ നോട്ടം. ഈ മൂന്നു നോട്ടങ്ങളും അടിസ്ഥാനപരമായി പുരുഷന്റെ സജീവമായ ആൺ നോട്ടമാണെന്നാണ് മൽവി പറയുന്നത്.

പീറ്റർ വോളൻ ഒരു സിനിമാ സൈദ്ധാന്തികനായിരുന്നു. സിനിമാ പഠന മേഖലയിൽ വലിയ സ്വാധീനം ചെലുത്തിയ കൃതിയാണ് അദ്ദേഹത്തിന്റെ Signs and Meaning in the Cinema.

സ്ട്രക്ചറലിസത്തിന്റെയും സെമിയോട്ടിക്കിന്റെയും രീതികൾ ഉൾപ്പെട്ട ത്തി ചലച്ചിത്രപഠനത്തിന്റെ രീതി മാറ്റാൻ ഈ കൃതികൾ സഹായിച്ച. നിരവധി സർവ്വകലാശാലകളിൽ സിനിമ പഠിപ്പിച്ച അദ്ദേഹം 2005-ൽ വിരമിക്കുന്ന സമയത്ത് ലോസ് ഏഞ്ചൽസിലെ കാലിഫോർണിയ സർവകലാശാലയിൽ പ്രൊഫസർ എമെറിറ്റസ് ആയിരുന്നു.

പുരുഷാധിപത്യ വ്യവ്യസ്ഥയ്ക്കള്ളിൽ സ്ത്രീകൾക്ക് ഒരിക്കലും അവസാ നിക്കാത്ത ഭീഷണികളും കടങ്കഥകളും നേരിടേണ്ടിവരുന്നു എന്ന ആശയമാണ് 'റിഡിൽസ് ഓഫ് ദി സ്ഫിൻക്സ്' എന്ന സിനിമ മുന്നോട്ട് വെക്കുന്നത്. ല്യയീസ് എന്ന ചെറുപ്പക്കാരിയായ അമ്മയെയും രണ്ടുവ യസ്സുള്ള മകൾ അന്നയെയുമാണ് നാം സിനിമയുടെ തുടക്കത്തിൽ കാണുന്നത്. അവൾ മകളമായി വളരെ അടുപ്പമുള്ള ആളാണെന്നും പുറം ലോകത്തിൽ നിന്ന് അന്യവൽക്കരിക്കപ്പെട്ടവളാണെന്നും നാം മസ്സിലാക്കുന്നു. ഭർത്താവ് ക്രിസ്സിനൊപ്പം വീട്ടിനകത്താണ് നാം ഇവരെ കാണുന്നത്. ല്യയിസ് തനിച്ചായിരിക്കേണ്ടതിന്റെ ആവശ്യകത മനസ്സിലാക്കിയ ക്രിസ് പിന്നീട് വീട്ടിൽ നിന്ന് പോവാൻ തീരുമാനി ക്കുന്നു. ല്യയിസിന് ജോലി ലഭിക്കുകയും അന്നയ്ക്ക് അവൾ ഡേ കെയർ കണ്ടെത്തുകയും ചെയ്യുന്നു. നഴ്സറിയിൽ, അവൾ മാക്സിനെ കണ്ടുമുട്ടുന്നു, മാക്സിൻ അവൾക്ക് ഒരു നല്ല സുഹൃത്താകുന്നു. ജോലിസ്ഥലത്ത് ല്യയിസ്, മാക്സീന്റെ സഹായത്തോടെ യൂണിയനെക്കുറിച്ച് മനസിലാക്കുന്നു, ഒപ്പം ജോലിസ്ഥലത്ത് ഒരു ഡേ കെയർ നഴ്സറിയുടെ ആവശ്യകതയെക്കുറിച്ച് അവൾ അവരോട് പറയുന്നു. അവളുടെ ആശയത്തെ പിന്തുണയ്ക്കാൻ യൂണിയൻ വിസമ്മതിക്കുന്നു, അതിനാൽ അന്നയെ സ്വന്തം അമ്മയോ ടൊപ്പം താമസിപ്പിക്കാൻ അവൾ തീരുമാനിക്കുന്നു. അവൾ വീട് വിറ്റ് മാക്സിനൊപ്പം നീങ്ങുന്നു. മേരി കെല്ലി എന്ന കലാകാരിയെക്കുറിച്ച് ഒരു സിനിമ എഡിറ്റ്ചെയ്യുന്ന ക്രിസ്സിനെ അവർ ഒരുമിച്ച് സന്ദർശിക്കുന്നു, കൂടാതെ, കെല്ലി തന്റെ ഡയറിക്കുറിപ്പുകളിൽ നിന്ന് വായിക്കുന്ന ഒരു ഭാഗം കേൾക്കാൻ അവരെ അനുവദിക്കുന്നു. അവസാനം, ല്യയിസും അന്നയും ബ്രിട്ടീഷ് മ്യൂസിയത്തിലെ ഈജിപ്ഷ്യൻ മുറി സന്ദർശിക്കുന്നു.

അമ്മമാർക്ക് പ്രത്യേക ജോലി സാഹചര്യങ്ങൾ സ്ത്രീകൾ ആവശ്യ പ്പെടണോ? ശിശ്ര പരിപാലന പ്രചാരണത്തിന് സ്ത്രീകളുടെ അടിച്ചമർ ത്തലിന് അടിസ്ഥാനപരമായ എന്തെങ്കിലും മാറ്റങ്ങൾ കൊണ്ടുവരാൻ കഴിയുമോ? സ്ത്രീകളുടെ പോരാട്ടം സാമ്പത്തിക പ്രശ്നങ്ങളിൽ ശ്രദ്ധ കേന്ദ്രീകരിച്ചായിരിക്കണം എന്നുണ്ടോ? ഗാർഹിക തൊഴിൽ ഉൽപാദനക്ഷമമാണോ? തൊഴിൽ വിഭജനമാണോ പ്രശ്നത്തിന്റെ മൂല

കാരണം? വീടിനപുറത്തുള്ള ചൂഷണം വീട്ടിനകത്തെ അടിച്ചമർത്ത ലിനേക്കാൾ മികച്ചതാണോ? സ്ത്രീകൾ പുരുഷന്മാരിൽ നിന്ന് വേർതി രിഞ്ഞ് സംഘടിക്കേണ്ടതുണ്ടോ? സ്ത്രീകൾ പ്രധാന പങ്കുവഹിക്കാത്ത ഒരു സാമൂഹിക വിപ്ലവം ഉണ്ടാകുമോ? സ്ത്രീസമരം വർഗസമരവുമായി എങ്ങനെ ബന്ധപ്പെട്ടിരിക്കുന്നു? പുരുഷാധിപത്യമാണോ സ്ത്രീകളുടെ പ്രധാന ശത്രു? സ്ത്രീകളെ അടിച്ചമർത്തൽ അബോധാവസ്ഥയില്ലും ബോധാവസ്ഥയില്ലും പ്രവർത്തിക്കുന്നുണ്ടോ? അബോധാവസ്ഥയില്ലുള്ള രാഷ്ട്രീയം എങ്ങനെയായിരിക്കും? യാഥാർത്ഥ്യത്തിലോ ഭാവനയിലോ സ്ത്രീകൾക്ക് അമ്മയാകുക എന്നത് എത്രത്തോളം ആവശ്യമാണ്? സ്ത്രീകളുടെ വിമോചനത്തിന് കുടുംബം ഒരു തടസ്സമാണോ? കുടുംബത്തി നകത്ത് ലൈംഗിക വ്യത്യാസം നിലനിർത്തേണ്ടത് ആവശ്യമാണോ? മറ്റേത് തരത്തില്ലുള്ള ശിശു പരിപാലനങ്ങളാകാം ഉണ്ടാവുക? ശിശു പരിപാലനത്തെക്കുറിച്ചുള്ള പ്രചാരണങ്ങൾ ഇപ്പോൾ സ്ത്രീകൾക്ക് മുൻഗണനയാണോ? സിനിമ ഇത്തരം ചോദ്യങ്ങൾ മുന്നോട്ട് വെക്കുന്നു.

എന്നാൽ ഇതൊന്നും സാമ്പ്രദായിക സിനിമാ ശൈലിയിലല്ല അവതരിപ്പിച്ചിരിക്കുന്നത്. വ്യത്യാസം അടിസ്ഥാനപരവും, ഘടനാപ രവുമാണ്. ഈ സിനിമ ക്ലാസ്സിക് ഹോളിവുഡ് സിനിമാ ശൈലിയെ നിരാകരിക്കുന്നു. അതിനാൽ സിനിമയെ അപഗ്രഥിക്കുന്നതിന് മുമ്പ് ക്ലാസ്സിക് ഹോളിവുഡ് ശൈലി എന്താണെന്ന് പരിശോധിക്കാം. ലോകത്തെ മുഴുവൻ സ്വാധീനിച്ച നിൽക്കുന്ന ഒരു ശൈലിയാണിത്. സമയത്തില്ലും സ്ഥലത്തില്ലും കാരണത്തിന്റെയും പ്രഭാവത്തിന്റെയും (കരണ-പ്രതികരണ, Cause and effect) ബന്ധത്തിന്റെ അടിസ്ഥാ നത്തിൽ സംഭവിക്കുന്ന സംഭവങ്ങളുടെ ഒരു ശൃംഖലയായാണ് ഇവിടെ സിനിമ പ്രവർത്തിക്കുന്നത്. ഡേവിഡ് ബോർഡ്വെൽ, ജാനറ്റ് സ്റ്റെ യ്ഗർ, ക്രിസ്റ്റിൻ തോംസൺ എന്നിവരാണ് ക്ലാസിക്കൽ ഹോളിവുഡ് സിനിമ എന്ന സംജ്ഞ ഉപയോഗിച്ചത്.

1917 മുതൽ 1960 വരെയുള്ള നാൽപ്പതിലധികം വർഷക്കാലം ഒരേപോലെയുള്ള കഥപറച്ചിൽ രീതി പിന്തുടരുന്ന ധാരാളം സിനിമകൾ ഉണ്ടായി. ചലച്ചിത്ര ശൈലിയില്ലുള്ള ഈ അലിഖിത നിയമങ്ങളെ സിനിമാ പ്രവർത്തകർ വ്യാപകമായി അംഗീകരിച്ചു. ഇത്തരം സിനിമകൾ മൂന്ന് ഭാഗങ്ങളായുള്ള ഘടന പിന്തുടരുന്നു. (Three act structure). ഒന്ന്, പതിവ് ജീവിതത്തിൽ പ്രശ്നത്തിന്റെ അവതരണം. ഇവിടെ പ്രശ്നങ്ങൾ അവതരിപ്പിക്കപ്പെട്ടുന്നു. (Routine life. Introduction of the problem. ഇതിനെ Setup എന്നും

വിളിക്കാറുണ്ട്). രണ്ട്, പ്രശ്നം പരിഹരിക്കാനുള്ള ശ്രമം (Problem solving. ഇതിനെ Confrontation എന്നും വിളിക്കാറുണ്ട്). ഇവിടെ കഥാപാത്രങ്ങൾ പ്രശ്നത്തിലൂടെ കടന്നുപോവുന്നു, അങ്ങനെ ഒരു കഥ സൃഷ്ടിക്കപ്പെടുന്നു. (The characters works through the problem, thus creating a story). പ്രശ്നം പരിഹരിച്ചു (Problem solved. ഇതിനെ Resolution എന്നും വിളിക്കാറുണ്ട്). പ്രശ്നം പരിഹരിക്കപ്പെട്ടു കഴിഞ്ഞു, ജീവിതം സാധാരണ നിലയിലേക്ക് വരുന്നു. (End of the problem where life come backs to normal).

പ്രധാനപ്പെട്ട മറ്റ് മൂന്ന് കാര്യങ്ങൾ: ആഖ്യാനത്തിലെ യുക്തി (Narrative logic), കാലത്തിന്റെ പ്രതിനിധാനം (Representation of time), സ്ഥലത്തിന്റെ പ്രതിനിധാനം (Representation of space). സംവിധായകരുടെ നിർദ്ദേശ പ്രകാരം, നിയന്ത്രിത പരിതസ്ഥിതിയി ലാണ് സിനിമ ചിത്രീകരിച്ചിരിക്കുന്നതെങ്കിലും, പരിതസ്ഥിതി യാഥാർ ത്ഥ്യവും കാഴ്ചക്കാർക്ക് വിശ്വസനീയവുമായിരിക്കണം. സിനിമയിൽ എഡിറ്റിംഗ് ഒരു പ്രധാന പങ്ക് വഹിക്കുന്നു. ഇതിലൂടെയാണ് സിനിമയെ മുന്നോട്ട് കൊണ്ടുപോവുന്നത്. ഒരു സംഭവത്തിൽ നിന്ന് അടുത്ത സംഭവത്തിലേക്ക്, സ്ഥലത്തിന്റെയും കാലത്തിന്റെയും നൈരന്തര്യം നിലനിർത്തിക്കൊണ്ട്, ഇതിനെ Continuity editing എന്ന് വിളിക്ക ന്നു. ഇവിടെ ഒരു ഷോട്ടിൽ നിന്ന് അടുത്ത ഷോട്ടിലേക്കുള്ള കട്ടുകൾ അദൃശ്യമാണ്. അതുകൊണ്ടുതന്നെ കട്ടുകൾ പ്രേക്ഷകരെ അലോസര പ്പെടുത്തുന്നതല്ല. അതിനാൽ പ്രേക്ഷകർ സിനിമയിൽ ആമഗ്നരായി സിനിമയ്ക്കൊപ്പം സഞ്ചരിക്കുന്നു. അവർ സദാ സിനിമയ്ക്കുള്ളിലാണ്. വളരെ പ്രകടമായയും ആലോസരപ്പെടുത്തുന്നയുമായ കട്ടുകൾ ഉപയോ ഗിക്കുമ്പോൾ പ്രേക്ഷകർക്ക് രസച്ചരട് മുറിയാൻ സാധ്യതയുണ്ട്. ഇത് ഇത്തരം സിനിമയുടെ സംവിധായകർ ഒരിക്കലും ആഗ്രഹിക്കുന്നില്ല.

അതുപോലെത്തന്നെ പ്രധാനമാണ് ഒരു ഷോട്ട് എത്രനേരം സ്ക്രീനിൽ നിലനിർത്തുന്നു എന്നത്. മനുഷ്യരുടെ കണ്ണിന്റെ റെറ്റിന യിൽ ഒരു ദൃശ്യത്തിനോ / വസ്തുവിനോ നിലനിൽക്കാൻ കഴിയുന്ന സമയ പരിധി ഉണ്ടല്ലോ. അതിനു മുമ്പ് ദൃശ്യം ചലിക്കണം / മാറണം. അല്ലെങ്കിൽ പ്രേക്ഷകർ തിരശ്ശീലയിൽ നിന്ന് കാഴ്ച പിൻവലിക്കാൻ സാധ്യതയുണ്ട്. അപ്പോൾ അവർ സിനിമയ്ക്ക് വെളിയിലേക്ക് വരും. അതുകൊണ്ട് ആ സമയ ദൈർഘ്യത്തിനുള്ളിൽ ഷോട്ട് കട്ട് ചെയ്യ ന്നത്. കട്ടുകൾക്കൊപ്പം ധാരാളം ചലനങ്ങളും ശബ്ദങ്ങളും സംഗീതവും ഉപയോഗിക്കുന്നു. ഇത്തരത്തിലാണ് പ്രേക്ഷകരെ സിനിമയിൽ സദാ

ബദ്ധശ്രദ്ധരാക്കുന്നത്. (ഒരു ടേക്കിന്റെ ദൈർഘ്യം ശരാശരി രണ്ടു മിനി ട്ടുള്ള സിനിമകളും അതുപോലെ അഞ്ചു മിനിട്ടിൽ കൂടുതൽ ദൈർഘ്യ മുള്ള സിനിമകളും നമ്മെ ഒരേ പോലെ അലോസരപ്പെടുത്തുന്ന എന്നും ആനുഷംഗികമായി കുറിക്കട്ടെ).

ഇത്തരം സിനിമകളിലെ യാഥാർത്ഥ്യത്തെക്കുറിച്ചുള്ള ധാരണയു മായി പൊരുത്തപ്പെടുന്നതിന് കാലവും സ്ഥലവും ഏകീകൃതവും രേഖീ യവുമാണ്. ഇവിടെ ജമ്പ് കട്ട് (Jump cut) പോലുള്ള സങ്കേതങ്ങൾ ഉപയോഗിക്കുന്നില്ല. ഇത്തരം സിനിമകൾ പൊതുവെ പിന്തുടരുന്നത് 180 ഡിഗ്രി നിയമമാണ്. ഒരു സീനിലെ ഒരു കഥാപാത്രവും മറ്റൊരു കഥാപാത്രവും അല്ലെങ്കിൽ വസ്തുവും തമ്മിലുള്ള സ്ക്രീനിലെ സ്ഥലപര മായ ബന്ധത്തെക്കുറിച്ചുള്ള ഒരു അടിസ്ഥാന മാർഗ്ഗനിർദ്ദേശമാണ് ഇത്. ഈ ശൈലിയിൽ കാഴ്ചക്കാരനും ഷോട്ടും തമ്മിൽ സാങ്കൽപ്പിക 180 ഡിഗ്രി അച്ചുതണ്ട് സൃഷ്ടിക്കുന്നു. രണ്ട് കഥാപാത്രങ്ങൾക്കിടയിലെ സാങ്കൽപ്പിക അക്ഷത്തിന്റെ ഒരു വശത്ത് ക്യാമറ വെക്കുന്നതിലൂടെ, ആദ്യ കഥാപാത്രം എല്ലായ്പ്പോഴും രണ്ടാമത്തെ കഥാപാത്രത്തിന്റെ വലതുവശത്താണ്. അതായത്, ഒരു സീനിലെ രണ്ട് കഥാപാത്രങ്ങൾ മറ്റൊന്നുമായി ഒരേ ഇടത് / വലത് ബന്ധം നിലനിർത്തണം. മാത്രവു മല്ല, ഇത് സ്ക്രീനിൽ വ്യക്തമായി ശ്രദ്ധകേന്ദ്രീകരിക്കാൻ പ്രേക്ഷകരെ അനുവദിക്കുന്നു.

180 ഡിഗ്രി നിയമം ലംഘിക്കുകയും രണ്ട് കഥാപാത്രങ്ങളും ഒറ്റ ഷോട്ടിൽ ഒരേ ദിശയിൽ നോക്കുകയും ചെയ്യുന്നുവെങ്കിൽ, നിങ്ങളുടെ ഐലൈൻ സിനിമയുമായി പൊരുത്തപ്പെടില്ല. അതായത്, സ്ക്രീനിലെ കഥാപാത്രം എന്താണ് കാണുന്നതെന്ന് പ്രേക്ഷകർ കാണണമെന്ന ആഗ്രഹത്തിന്റെ അടിസ്ഥാനത്തിലാണ് ഇത്. നൈര്യ ന്തര്യമുള്ള എഡിറ്റിംഗ് പദ്ധതിയുമായി (Continuity editing system) ബന്ധപ്പെട്ട ഒരു രീതിയാണിത്.

രണ്ട് വിഷയങ്ങളെ / കഥാപാത്രങ്ങളെ ബന്ധിപ്പിച്ച് ക്യാമറ അദൃശ്യ അക്ഷത്തിന് മുകളിലൂടെ (ലക്ഷണരേഖയ്ക്ക് മുകളിലൂടെ) കടന്നുപോയാൽ അതിനെ ക്രോസിംഗ് ലൈൻ (Crossing line) എന്ന് വിളിക്കുകയും ഷോട്ട് റിവേഴ്സ് ആംഗിൾ (Reverse angle) ആകുകയും ചെയ്യുന്നു. ഇത് ഈ രംഗത്തിന്റെ ഉദ്ദേശ്യത്തിൽ നിന്ന് പ്രേക്ഷകരെ വ്യതിചലിപ്പിക്കുക യും ചെയ്യും. ഇതൊക്കെയും പിന്തുടരുന്നത് വളരെ അനായാസമായി, അലോസരപ്പെടാതെ പ്രേക്ഷകരെ സിനിമയുമായി താദാത്മ്യപ്പെടുത്തി അവസാനം വരെ സിനിമ കാണാനാണ്.

ഹോളിവുഡിന്റെ സിനിമാ തന്ത്രങ്ങളെ മൗലികമായിത്തന്നെ വെല്ലുവിളിക്കുകയും പുനർ രൂപപ്പെടുത്തുകയും ചെയ്യുന്നതിലൂടെ മാത്രമേ പുരുഷ മേൽക്കോയ്മയുള്ള ഹോളിവുഡ് സിനിമാ വ്യവസ്ഥയെ തകർ ക്കാനാകൂ എന്ന് മൽവി പറയുന്നു. ഒരു ബദൽ ഫെമിനിസ്റ്റ് പദ്ധതിയി ലൂടെയാണ് ഇത് സാധ്യമാവുക. അതിനായി ഒരു ഫെമിനിസ്റ്റ് അവാങ് ഗാർദ് ആവശ്യമാണെന്ന് അവർ കൂട്ടിച്ചേർക്കുന്നു. ഈ ദിശയിലുള്ള ശ്രമമാണ് 'റിഡിൽസ് ഓഫ് ദി സ്ഫിൻക്സ്' എന്ന സിനിമ.

ചെറിയ ചെറിയ ഷോട്ടുകളിലൂടെയുള്ള സിനിമാ രീതി ഈ സിനിമയിൽ ഉപയോഗിക്കുന്നില്ല. അതുപോലെ 180 ഡിഗ്രിക്ക് പകരം 360 ഡിഗ്രിയാണ് ഉപയോഗിക്കുന്നത്. 360 ഡിഗ്രിയിൽ ക്യാമറ ഷോട്ടിന്റെ വിഷയത്തിന് (Subject) ചുറ്റും പൂർണ്ണ വൃത്തത്തിൽ ചലിക്കുന്നു. മുഴുവൻ ഷോട്ടിലും കട്ടകൾ ഇല്ല. മാത്രവുമല്ല മൽവി ക്ലോസപ്പുകളോ, അപ്രതീക്ഷിതമായ ഫ്രെയിമിംഗോ, ഫ്രെയിമിന് ആഴമോ സൃഷ്ടിക്കുന്നില്ല. (ഇത്തരം ഘടകങ്ങളിലൂടെയാണ് സാധാരണ സിനിമകളെ പ്രേക്ഷകർക്ക് താത്പര്യം ഉണർത്തുന്നത് ആക്കുന്നതും, കഥയ്ക്ക് അടിവരയിടുന്നതും). ഓരോ എഡിറ്റം / കട്ടും ഒരു കളവാണ് എന്നും വികാരവിരേചനത്തിനായാണ് ക്ലോസപ്പ് കണ്ടുപിടിച്ചത് എന്നും പ്രശസ്ത ഫ്രഞ്ച് ചലച്ചിത്രകാരനായ ഴാൻ-ലൂക് ഗൊദാർദ് പറഞ്ഞിട്ടുണ്ട്.

ഇത്തരം സാമ്പ്രദായികതയ്ക്ക് എതിരെ 'റിഡിൽസ് ഓഫ് ദി സ്ഫിൻക്സ്' പ്രവർത്തിക്കുന്നു. ആദ്യഭാഗത്ത് മൽവി സംസാരിക്കുന്നതാണ് നാം കാണുന്നത്. അവർ സിനിമ അവതരിപ്പിക്കുന്ന വിഷയത്തെക്കുറിച്ച് നമ്മോട് നേരിട്ട് സംസാരിക്കുന്നു. അപ്പോൾ മൈക്ക് കാണാം. പിന്നീട് മാക്സിനും ലൂസിയും മുറിയിലിരുന്ന് സംസാരിക്കുമ്പോൾ ക്യാമറയും അത് കൈകാര്യം ചെയ്യുന്ന സ്ത്രീയുടെയും പ്രതിഫലനവും കണ്ണാടിയിൽ കാണാം. ഇത് വ്യക്തമായി കാണിക്കുന്നുണ്ട്. ഇതിലൂടെ, പ്രേക്ഷകരുടെ യും ക്യാമറയുടെയും നോട്ടങ്ങൾ തമ്മിലുള്ള താദാത്മ്യവൽക്കരണത്തെ തടസ്സപ്പെടുത്തുന്നു. മാത്രവുമല്ല, ഇതൊരു സിനിമയാണെന്ന ബോധം പ്രേക്ഷകരിൽ സൃഷ്ടിക്കുകയും ചെയ്യുന്നു.

പോപ്പുലർ സിനിമയിൽ ക്യാമറ, ലൈറ്റിംഗ് ഉപകരണങ്ങൾ, മൈക്ക് എന്നിവ പ്രേക്ഷകരെ ഒരിക്കലും കാണിക്കില്ല. (Invisible editing പോലെയാണിത്). അങ്ങിനെയാവുമ്പോൾ സിനിമയുടെ ഫിക്ഷന്റെ ലോകത്തു നിന്ന് പ്രേക്ഷകർ പുറന്തള്ളപ്പെടും. അതൊരു സിനിമയായി അവർക്ക് തോന്നും. ഇത് താദാത്മ്യവൽക്കരണത്തെ,

സിനിമയിൽ ഉൾചേർന്നുള്ള യാത്രയെ, തടസ്സപ്പെടുത്തും. ഒരു മൈക്കോ, അല്ലെങ്കിൽ ക്യാമറയോ ഫ്രെയിമിൽ കടന്നുവരുമ്പോൾ, അല്ലെങ്കിൽ അവയുടെ പ്രതിഫലനം കാണിക്കുമ്പോൾ, യാഥാർത്ഥ്യത്തെക്കുറിച്ച ള്ള മായികത തകർക്കപ്പെടുകയും സിനിമാറ്റിക് പ്രതിനിധാനത്തെ വഞ്ചിക്കുകയും ചെയ്യുന്നു.

ആറ് മുതൽ പതിനെട്ട് മാസം വരെ പ്രായമുള്ള ശിശുക്കൾ കണ്ണാടി യിൽ നോക്കുമ്പോൾ സ്വയം തെറ്റിദ്ധരിക്കപ്പെടുന്നതിനെ ഴാക്‌ലക്കാൻ Mirror stage എന്ന് വിളിക്കുന്നു. കണ്ണാടിയിലെ ശിശുവിന്റെ രൂപം ഒരു തെറ്റായ തിരിച്ചറിവാണ്. കാരണം ശിശു അതിന്റെ ശിഥിലമായ ശരീരം മൊത്തം ശരീരമായി കാണുകയും ഈ മിഥ്യാധാരണയുടെ ഐക്യത്തിലൂടെ സ്വയം തിരിച്ചറിയുകയും ചെയ്യുന്നു. ഈ പ്രക്രിയയിൽ, ഇല്ലാത്ത ശരീരത്തിന്മേൽ ശിശു ആധിപത്യം സ്ഥാപിക്കുന്നു. ഈ സ്വയം വഞ്ചന ശിശുവിന്റെ ഈഗോയുടെ വികാസത്തിന് അടിസ്ഥാ നമായിത്തീരുന്നു. ലക്കാന്റെ ആശയത്തിലെ ശിശുവിനും സിനിമാ പ്രേക്ഷകർക്കും തമ്മിലുള്ള സാമ്യത ശ്രദ്ധേയമാണ്.

സൈക്കോ അനലിറ്റിക് ഫിലിം തിയറിസ്റ്റുകളായ ക്രിസ്റ്റ്യൻ മെറ്റ്സ്, ജീൻ ല്യൂയിസ് ബെഔഡ്രി എന്നിവർ ഈ സാമ്യതയിൽ നിന്ന് അവരുടെ ചിന്തകൾ ആരംഭിക്കുന്നു. അവരെ സംബന്ധിച്ചിടത്തോളം സിനിമാ സ്ക്രീൻ ഒരു കണ്ണാടിയായി വർത്തിക്കുന്നു. അതിലൂടെ പ്രേക്ഷകന് അല്ലെങ്കിൽ പ്രേക്ഷകയ്ക്ക് സ്വയത്തെ ഒരു അനുരൂപവും സർവശ ക്തവുമായ അഹംഭാവമായി തിരിച്ചറിയാൻ കഴിയും. ക്യാമറയുമായുള്ള പ്രേക്ഷകരുടെ പ്രാഥമിക താദാത്മ്യമാണ് കാഴ്ചയുടെ ശക്തി. കാഴ്ച ക്കാരൻ വാസ്തവത്തിൽ തിരശ്ശീലയിലെ സംഭവങ്ങളുടെ നിഷ്ക്രിയ (വന്ധ്യരായ) കാഴ്ചക്കാരനാണെങ്കിലും, ക്യാമറയുമായുള്ള താദാത്മ്യം തിരശ്ശീലയിലെ ദൃശ്യങ്ങൾക്ക മേൽ ശമിക്കാത്ത ശക്തിയുടെ ഒരു മിഥ്യാധാരണ നൽകുന്നു.

സിനിമ എന്ന മാധ്യമത്തിന്റെ സാങ്കേതിക സ്വഭാവം (നോവലിൽ നിന്ന് വ്യത്യസ്തമായി) ഒരു സിനിമയെ 'അഭാവം' പിടിച്ചെടുക്കുന്നതിൽ നിന്ന് തടയുന്നു. ഒന്നും ഒഴിവാക്കപ്പെടാത്ത / രക്ഷപ്പെടാത്ത ഒരു ദൃശ്യപരത ക്യാമറ ഉദ്ഘാടനം ചെയ്യുന്നു. ഈ പൂർണ്ണമായ ദൃശ്യപരത കാണികളെ തങ്ങളെ എല്ലാം കാണുന്നവരാണെന്നും, അങ്ങിനെ സർവ്വ ശക്തരാണെന്നും വിശ്വസിക്കാൻ പ്രേരിപ്പിക്കുന്നു. ദൈവത്തെപ്പോലെ, കാഴ്ചക്കാരൻ എല്ലാം കാണുന്നു, പക്ഷേ ഇരുണ്ട ഓഡിറ്റോറിയത്തിൽ

അവർ അദൃശ്യരായിരിക്കുന്നു.

മേൽപ്പറഞ്ഞ രംഗം പ്രവർത്തിക്കുന്നത്, അബോധാവസ്ഥയിൽ ഇടരുന്നതിനാലും കാഴ്ചക്കാരൻ അദൃശ്യനാണെന്ന ബോധം നിലനിർ ത്തുന്നതിനാലും മാത്രമാണ്. അതുകൊണ്ടാണ്, മനോവിശ്ലേഷണ ഫിലിം തിയറിയുടെ ഈ പതിപ്പ് അനുസരിച്ച്, ക്ലാസിക്കൽ ഹോളിവുഡ് സിനിമകൾ / ആഖ്യാനങ്ങൾ ക്യാമറയുടെ പ്രവർത്തനം മറച്ച വെക്ക ന്നത്. (ഈ സിനിമകളിൽ ക്യാമറ പ്രവർത്തിക്കുന്നുണ്ട് എന്ന് പ്രേ ക്ഷകർ അറിയുന്നില്ല). ക്യാമറ അദൃശ്യമായ ഘടനാപരമായ അഭാ വത്തേക്കാൾ വ്യക്തമായ സാന്നിധ്യമായി മാറിയാൽ, കാഴ്ചക്കാരന് ക്യാമറയ്ക്കൊപ്പം സർവശക്തിയുടെ സ്ഥാനം നഷ്ടപ്പെടുന്നു. ഇത് സംഭവിക്കുമ്പോൾ, സിനിമ ഒരു ഉൽപ്പന്നം മാത്രമാണെന്നും യാഥാർ ത്ഥ്യമല്ലെന്നും കാണികൾക്ക് മനസ്സിലാകും. ഇത് തടയുന്നതിന്, ക്ലാസി ക്കൽ ഹോളിവുഡ് സിനിമകൾ ഒരു യാഥാർത്ഥ്യ പ്രതീതി (Reality Effect) സൃഷ്ടിക്കാൻ ശ്രമിക്കുന്നു. തിരശ്ശീലയിലെ സംഭവങ്ങൾ ശരിക്കും സംഭവിക്കുന്നതാണെന്നും, ഒരു ചലച്ചിത്ര നിർമ്മാണത്തിന്റെ ഫലമായി ഉള്ളതല്ല എന്നും പ്രേക്ഷകരെ തോന്നിപ്പിക്കുന്നു.

ഇനി സിനിമയിലേക്ക് വരാം. മാക്സിനെ അവതരിപ്പിച്ചതിന് ശേഷമുള്ള ഭാഗം പതിമൂന്ന് ഭാഗങ്ങളായി അവതരിപ്പിക്കുന്നു. 360 ഡിഗ്രി യില്ലുള്ള പാൻ ഷോട്ടിലാണ് ഈ ഭാഗങ്ങളെല്ലാം ഒരുക്കിയിരിക്കുന്നത്. (കട്ടുകളില്ലാത്ത, തുടർച്ചയായ 360 ഡിഗ്രിയില്ലുള്ള പാനിംഗ്, ക്യാമറയുടെ തിരിച്ചിൽ സാധാരണ രീതിയില്ലുള്ള 180 ഡിഗ്രി നിയമത്തെയും, എഡിറ്റിംഗ് പദ്ധതികളെയും നിരാകരിക്കുന്നു). ഇതിലൂടെ ലൂസിയുടെ ജീവിതത്തിലെ വിവിധ സാഹചര്യങ്ങൾ -- വീട്ടിനകം മുതൽ ജോലി സ്ഥലം വരെ -- അവതരിപ്പിക്കുന്നു. ലൂസിയുടെ അടുക്കള, അന്നയുടെ കിടപ്പറ, വീട്ടിലെ സ്വീകരണ മുറി, നർസറി, ലൂയീസിന്റെ ജോലിസ്ഥലം, കാന്റീൻ, ഷോപ്പിംഗ് സെന്റർ, കളിസ്ഥലം, ലൂയീസിന്റെ അമ്മയുടെ വീട്, ക്രിസ്റ്റിന്റെ എഡിറ്റിംഗ് റൂം, മാക്സിന്റെ മുറി, ബ്രിട്ടീഷ് മ്യൂസിയത്തിലെ ഈജിപ്ഷ്യൻ മുറി.

വീട്ടമ്മയിൽ നിന്നും അമ്മയിൽ നിന്നും സമൂഹത്തിൽ സ്വന്തം വ്യക്തിത്വവും സ്ഥാനവുമുള്ള ഒരു വ്യക്തിയിലേക്ക് ക്രമേണ പരി വർത്തനം ചെയ്യ ലൂയീസിനെ ഇതിലൂടെ അവതരിപ്പിക്കുന്നു. ആദ്യ ഭാഗത്ത് ലൂയീസിന്റെ ശബ്ദം വിഘടിച്ചതും പൊരുത്തമില്ലാത്തതുമായ രീതിയിലാണ് നാം കേൾക്കുന്നത്. ഇവിടെ നാം വോയ്സ് ഓവറിലാണ് ലൂയിസിന്റെ ശബ്ദം കേൾക്കുന്നത്. (സാധാരണ സിനിമയിൽ ദൃശ്യങ്ങളും

ശബ്ദങ്ങളും പൊരുത്തപ്പെടുന്നതായിരിക്കും).

പിന്നീട്ടുള്ള ഒരു ഭാഗത്തിൽ അവൾ ആദ്യമായി മാക്ലിനെ കണ്ടുമു ട്ടുമ്പോൾ മാത്രമാണ് അവളുടെ ശബ്ദം പൊരുത്തപ്പെടുന്ന രീതിയിൽ നമ്മൾ കേൾക്കുന്നത്.

ഒപ്പം പൂർണ്ണ വാക്യങ്ങൾ ആവിഷ്ക്കരിക്കുകയും ചെയ്യുന്നു. ഇപ്പോൾ ല്യൂയീസിന്റെ മുഖവും പൂർണ്ണമായ രൂപവും പ്രേക്ഷകർ ആദ്യമായി കാണുന്നു. (അതുവരെ ക്യാമറയുടെ 360 ഡിഗ്രി തിരിയലിനിടയിൽ അവളുടെ ശരീരത്തിന്റെ മദ്ധ്യഭാഗം മാത്രമേ പ്രേക്ഷകർ കാണുന്ന ള്ളൂ. ഒപ്പം ആ സ്ഥലത്ത് (ശരീരത്തിന്റെ മധ്യഭാഗത്ത്) ചലിക്കുന്ന കൈകളും. സാധാരണ സിനിമകൾ ഒരിക്കലും ഈ രീതി പിന്തുടരില്ല. അത് പ്രേക്ഷകരെ ബോറടിപ്പിക്കും. ഇതിൽ പ്രേക്ഷകർക്ക് കഥാപാത്ര ങ്ങളെ മനസ്സിലാക്കാൻ കഴിയില്ല. കഥാപാത്രത്തിന്റെ മുഖം കാണാതി രിക്കുക ഒരിക്കലും പ്രേക്ഷകർക്ക് ചിന്തിക്കാൻ പറ്റില്ല. മുഖത്താണല്ലോ ഭാവങ്ങൾ വന്നുപോവേണ്ടത്. മുഖം മനസ്സിന്റെ കണ്ണാടി എന്നാണ ല്ലോ. സംഭാഷണവും മുഖത്തുണ്ടാക്കുന്ന വികാരങ്ങളും സാധാരണ സിനിമയിൽ പ്രധാനമാണ്). ഇവയെല്ലാം സൂചിപ്പിക്കുന്നത് ല്യൂയീസ് സ്വന്തം വ്യക്തിത്വം നേടാൻ തുടങ്ങിയിരിക്കുന്നു എന്നും ഇനി അവൾ തന്റെ ഗാർഹിക അന്തരീക്ഷത്തിൽ, അമ്മ-മകൾ ബന്ധത്തിന്റെ അനന്തമായ വൃത്തത്തിനുള്ളിൽ കുടുങ്ങി ഒതുങ്ങുന്നില്ല എന്നുമാണ്.

ക്രിസ് കടന്നുവരുന്ന സന്ദർഭത്തിൽ അവന്റെ ആധിപത്യ സാന്നി ധ്യവും ല്യൂയീസിന്റെ അബോധാവസ്ഥയിൽ അദ്ദേഹം പ്രതിനിധീകരിക്ക ന്ന പ്രതീകാത്മക ക്രമവും അവളെ സ്വന്തം മനസ്സിലേക്ക് പിൻവാങ്ങാൻ പ്രേരിപ്പിക്കുന്നു. ഇവിടെ നാം കേൾക്കുന്ന ഉത്കണ്ഠ, അസ്വസ്ഥത, അന്യവൽക്കരണം മുതലായ വാക്കുകൾ അവളുടെ അസ്വസ്ഥമായ ആന്തരിക ലോകത്തെ സൂചിപ്പിക്കുന്നു. ബാഹ്യ യാഥാർത്ഥ്യവുമായി ശരിയായ രീതിയിൽ ആശയവിനിമയം നടത്താനുള്ള അവളുടെ കഴിവ് നഷ്ടപ്പെടുന്നതിനെ സൂചിപ്പിക്കുന്നു.

ക്രിസ് വീട് വിട്ടുകയും ല്യൂയീസിന് ജോലി ലഭിക്കുകയും അവൾ സാമൂഹിക ജീവിതത്തിലേക്ക് പ്രവേശിക്കുകയും ചെയ്ത ശേഷം മറ്റ് ശബ്ദ ങ്ങൾ ക്രമേണ അവളുടെ ആന്തരിക ലോകത്തേക്ക് പ്രവേശിക്കാൻ ഇട ങ്ങുന്നു. ഇതിലൂടെ ആന്തരിക ലോകം മാറാൻ തുടങ്ങുന്നു. തന്റെ സഹ വനിതാ തൊഴിലാളികളുടെ സമൂഹത്തിനുള്ളിൽ, ഭർത്താവില്ലാത്ത ജോലിചെയ്യുന്ന അമ്മയെന്ന നിലയിൽ അവൾ സ്വന്തം അവസ്ഥയെ ക്കുറിച്ച് ചോദ്യങ്ങൾ ഉന്നയിക്കുകയും അവളുടെ വീട്ടിനകത്തെ മുൻകാല

ജീവിതത്തിന്റെ നിഷ്ക്രിയത്വത്തെ ഒരു സജീവ ഭ്രമിക സ്വീകരിച്ചുകൊണ്ട് പൂർണ്ണമായി എതിർക്കുകയും ചെയ്യുന്നു.

ആദ്യഭാഗത്ത് മൽവി സംസാരിക്കുന്നത്തിലേക്ക് നമുക്ക് തിരിച്ചപോ കാം. അവർ പ്രേക്ഷകരെ നോക്കിയാണ് സംസാരിക്കുന്നത്. സാമ്പ്ര ദായിക സിനിമകളിൽ കഥാപാത്രങ്ങൾ പ്രേക്ഷകരെ നോക്കുന്നില്ല. (അവർ ക്യാമറയിലേക്ക് നോക്കി സംസാരിക്കുന്നില്ല. ക്യാമറ ഉണ്ട് എന്ന് പ്രേക്ഷകർ അറിയരുത്). കഥാപാത്രങ്ങളും അവരുടെ സംഭാഷണങ്ങ ളും, നോട്ടവും മറുപടി നോട്ടവും മാത്രമേ ഉള്ളൂ. തിരശ്ശീലയും പ്രേക്ഷകരും തമ്മിലുള്ള വേർതിരിവ് ഇത്തരം സിനിമകൾ എല്ലായ്പ്പോഴും പിന്തുട രുന്നു. എന്നാൽ ഈ സിനിമ തുടക്കത്തിൽത്തന്നെ ഈ വേർതിരിവ് തകർക്കുന്നു. ഇവിടെ സിനിമയ്ക്കും പ്രേക്ഷകർക്കും ഇടയിലുള്ള സാങ്ക ൽപ്പികമായ നാലാമത്തെ മതിൽ തകർക്കുന്നു. ഇതാണ് യഥാർത്ഥ ലോകത്തെ സാങ്കൽപ്പിക ലോകത്തിൽ നിന്ന് വേർതിരിക്കുന്നത്. കഥാപാത്രങ്ങൾ ഒരു സിനിമയിലാണെന്ന് അംഗീകരിക്കുകയും പ്രേ ക്ഷകരുമായി നേരിട്ട് സംവദിക്കുകയും ചെയ്യമ്പോഴാണ് നാലാമത്തെ മതിൽ തകർക്കുന്നത്. ഇവിടെ തിരശ്ശീലയിലേക്കുള്ള പ്രേക്ഷകരുടെ നോട്ടത്തിന് മറുപടിയായി / മറുനോട്ടമായി തിരശ്ശീലയിലെ കഥാപാത്ര ത്തിന്റെ, ഇവിടെ മൽവിയുടെ, നോട്ടമുണ്ട്. (സാധാരണ സിനിമകളിൽ കഥാപാത്രങ്ങൾ   പ്രേക്ഷകർക്ക് നോക്കാനുള്ളതാണ്). ഇതിലൂടെ കാണാതെ കാണാനാകുമെന്ന കാഴ്ചക്കാരന്റെ വോയറിസ്റ്റിക് മിഥ്യ വെല്ലുവിളിക്കപ്പെടുന്നു.

ഇവിടെ ശ്രദ്ധേയമായ മറ്റൊരു കാര്യം, വോളന്റെ ഫിക്ഷൻ / റിയാലിറ്റി വിശുദ്ധതയെ സിനിമയിൽ ഉപയോഗിക്കുന്നു എന്നതാണ്. അതായത്, ആഖ്യാനാത്മകമല്ലാത്ത, ഫിക്ഷണൽ അല്ലാത്ത സങ്കേ തങ്ങൾ ഒരു ആഖ്യാനാത്മക ഫിക്ഷനിൽ ഉൾപ്പെടുത്തുന്ന ആശയം. (സാമ്പ്രദായിക സിനിമകളിൽ ഈ രീതി ഉപയോഗിക്കില്ല. കാരണം അത് പ്രേക്ഷകരെ അലോസരപ്പെടുത്തും. അവരുടെ കാഴ്ചാസുഖം നഷ്ട പ്പെടുത്തും). ഇത് ആഖ്യാനത്തിൽ വിടവുകൾ ഉണ്ടാക്കുകയും പ്രേക്ഷ കരുടെ സിനിമയുമായുള്ള താദാത്മ്യവൽക്കരണത്തെ / സാത്മ്യപ്പെട്ട് സിനിമ ആസ്വദിക്കുന്നതിന് തടസ്സമാവുകയും ചെയ്യും. ഇതിലൂടെ പ്രേ ക്ഷകരെ സിനിമയിൽ നിന്ന് / ആഖ്യാനത്തിൽ നിന്ന് ഒരകലത്തിൽ നിർത്തി സിനിമ കാണാൻ പ്രേരിപ്പിക്കുന്നു. ഇവിടെ വൈകാരികതയ്ക്ക് പകരം വിചാരത്തിനാണ്, ആത്മനിഷ്ഠതയ്ക്ക് പകരം വസ്തുനിഷ്ഠതയ്ക്കാണ് പ്രാധാന്യം. ഇത് ബർതോൾഡ് ബ്രഹ്തിന്റെ അന്യവൽക്കരണ

സങ്കേതങ്ങളെ (Alienation effect) ഓർമ്മിപ്പിക്കുന്നു. (ജീവിത ത്തിലെ ചില സാഹചര്യങ്ങളും വിഷയങ്ങളും അവതരിപ്പിക്കുന്നവയായാ ണല്ലോ നാടകം. അരങ്ങ് സൃഷ്ടിക്കുന്ന മായികതയിൽ / മോഹ വലയത്തിൽ അകപ്പെട്ട് പ്രേക്ഷകർ സാധാരണ നാടകങ്ങളിൽ സഹതാപാദ്രരായിത്തീരാറാണ് പതിവ്. എന്നാൽ ബ്രഹ്ത്തിന്റെ അന്യവൽക്കരണ സിദ്ധാന്തം ഇതിൽ നിന്ന് മാറി പ്രേക്ഷകരെ അവർ കാണുന്നത് ഒരു നാടകമാണ് എന്ന ബോധം ഉണ്ടാക്കി, യാഥാർത്ഥ്യ ബോധത്തോടെ, വിമർശന ബുദ്ധ്യാ നാടകത്തെ നോക്കിക്കാണാൻ പ്രേരിപ്പിക്കുന്നു. ഇതിലൂടെ പ്രശ്നങ്ങളുടെ മൂല കാരണമായ വ്യവസ്ഥിതി യാണ് മാറ്റപ്പെടേണ്ടത് എന്ന ബോധത്തിലേക്ക് പ്രേക്ഷകരെ എത്തി ക്കുന്നു. ഇവിടെ നാടകത്തിന് ബോധനപരമായ വശം കൂടി ഉണ്ട്).

ഇന്ത്യൻ കലാ ചിന്തയിലും സമാനമായ ആശയങ്ങൾ കാണാം. പ്രേക്ഷകരെ സാക്ഷീ ഭാവത്തിൽ നിർത്തി കല ആസ്വദിപ്പിക്കുക എന്ന രീതി. നമ്മുടെ കഥകളി, തെയ്യം, കൂടിയാട്ടം മുതലായ കലാരൂ പങ്ങളും മഹാഭാരതം പോലുള്ള ഇതിഹാസങ്ങളും ഈ രീതിയാണ് പിന്തുടരുന്നത്. സാക്ഷീഭാവേന കല ആസ്വദിക്കുന്നവരാണത്രേ പ്രകൃഷ്ട പ്രേക്ഷകർ. ഈ സിനിമയിൽ ഒരിടത്ത് മേരി കെല്ലിയുടെ ശബ്ദം ഉപയോഗിക്കുന്നത്, സിനിമയുടെ പ്രധാന ആഖ്യാനത്തിനക ത്ത് ആഖ്യാനാത്മകമല്ലാത്ത മറ്റൊരു ഘടകം കൊണ്ടവരുന്നതിന് ഉദാഹരണമാണ്. ഇത് സിനിമയുടെ കമന്ററിയായും, സിനിമ അവതരി പ്പിക്കുന്ന സിദ്ധാന്തങ്ങളെ സഹായിക്കുകയും ചെയ്യുന്നു. (അമേരിക്കൻ കൺസെപ്ച്വൽ ആർട്ടിസ്റ്റും, ഫെമിനിസ്റ്റും അധ്യാപികയും എഴുത്തുകാ രിയുമായിരുന്ന മേരി കെല്ലി. കെല്ലി തന്റെ രചനകളിലൂടെ ഫെമിനി സത്തിന്റെയും ഉത്തരാധുനികതയുടെയും സംവാദങ്ങൾക്ക് ധാരാളം സംഭാവനകൾ നൽകിയിട്ടുണ്ട്).

വോളന്റെ ആനന്ദം / ആനന്ദമില്ലായ്മ (Pleasure / unpleasure) എന്ന ആശയത്തിൽ, സാധാരണ സിനിമ പ്രേക്ഷരെ ആനന്ദിപ്പിക്ക കയാണെങ്കിൽ പ്രതി സിനിമ (Counter cinema) പ്രേക്ഷരെ ആ രീതിയിൽ ആനന്ദിപ്പിക്കുന്നില്ല. ആ രീതിയിലല്ല സിനിമ വിഭാവനം ചെയ്തിരിക്കുന്നത്. പ്രേക്ഷകരെ നിഷ്ക്രിയരാക്കുകയല്ല, സക്രിയരാ ക്കുകയാണ് ഇവിടെ ലക്ഷ്യം. ഇതിലൂടെ പ്രേക്ഷകരെ മാറ്റത്തിന് വിധേയമാക്കുന്നു. വോളൻ പിന്നീട് വികസിപ്പിക്കുന്ന വിനോദ സിനി മയ്ക്കെതിരായ ആക്രമണത്തിനും അതിന്റെ പ്രത്യയശാസ്ത്രപരമായ പ്രത്യാഘാതങ്ങൾക്കും പുറമെ, കാഴ്ചക്കാരന്റെ ഈ അതൃപ്തി മുഖ്യധാരാ

സിനിമയിലെ പുരുഷ മേധാവിത്വമുള്ള ആനന്ദത്തിന്റെ തലത്തിലും പ്രവർത്തിക്കുന്നു.

മെയിൽസ്റ്റീം സിനിമയിലെ പുരുഷ പ്രേക്ഷകരുടെ അബോധ മനസ്സിലെ മോഹങ്ങളമായി ബന്ധപ്പെട്ട ആനന്ദങ്ങളെ നശിപ്പിക്കുന്ന തിലൂടെ, 'റിഡിൽസ് ഓഫ് ദി സ്റ്റിങ്ക്സ്' പോലുള്ള സിനിമ പ്രേക്ഷകരെ സമൂലമായി മാറ്റുന്നു. അങ്ങിനെ, സിനിമാ കാഴ്ചയിൽ മറ്റ് തരത്തിലുള്ള ആനന്ദം തേടുന്ന പുതിയ പ്രേക്ഷകരെ സൃഷ്ടിക്കുന്നതിനും ലക്ഷ്യമിടുന്നു. ഈ കാഴ്ചാനുഭവം ലിംഗ വ്യത്യാസത്താൽ നിർവ്വചിക്കപ്പെട്ടതല്ല. സക്രീയനായ ആൺ പ്രേക്ഷകനും നിഷ്ക്രിയയായ പെൺ കാഴ്ച വസ്തുവും തമ്മിലുള്ള വിഭജനത്തെ മറികടന്ന് പുതിയ കാഴ്ചക്കാരെ സൃഷ്ടിക്കുന്നു.

വോളന്റെ Two Avant-Gardes എന്ന ഉപന്യാസത്തിലെ ചില ആശയങ്ങൾ സിനിമ അവതരിപ്പിക്കുന്നു. ഇതിൽ രണ്ടുതരത്തിലുള്ള അവാങ് ഗാർദിനെക്കുറിച്ച് വോളൻ സംസാരിക്കുന്നുണ്ട്. ഒന്ന് സുകുമാര കലകളിൽ നിന്ന് (Fine arts) വികസിച്ച വന്ന സൗന്ദര്യാത്മക അവാങ് ഗാർദ്. ഇതിന് ഉദാഹരണമായി അദ്ദേഹം സ്റ്റാൻ ബ്രാക്കേജ് (Stan Brakhage), ആൻഡി വാറോൾ (Andy Warhol) എന്നിവരെ പറയുന്നു. മറ്റൊന്ന് ഗൊദാർദ് (Jean-luc Godard), യാൻചോ (Miklos Jansco) മുതലായവർ ഉൾക്കൊള്ളുന്ന രാഷ്ട്രീയ അവാങ് ഗാർദ്. വോളന്റെ അഭിപ്രായത്തിൽ ഈ രണ്ട് സമ്പ്രദായങ്ങളെയും ഒന്നിച്ച് കൊണ്ടുവന്ന് ഒരു പുതിയ അവാങ് ഗാർദ് സൃഷ്ടിക്കണം. ഇതിന് വളരെയധികം ആഘാതം ഉണ്ടാക്കാൻ കഴിയും എന്നാണ് അദ്ദേഹ ത്തിന്റെ അഭിപ്രായം.

നിലനിൽക്കുന്ന സിനിമയിൽ നിന്ന് വ്യത്യസ്തമായി എങ്ങിനെ ഒരു പ്രതി സിനിമ (Counter cinema) ഉണ്ടാക്കാമെന്ന് വോളൻ പറയുന്നു: ഈ ബദൽ സിനിമയുടെ മൂല്യങ്ങൾ സാമ്പ്രദായിക സിനിമയുടെ മൂല്യങ്ങൾക്ക് എതിരായിരിക്കും. മാത്രവുമല്ല, മെയിൻസ്റ്റീം സിനിമയുടെ ഏഴ് ചാവുദോഷങ്ങളെ (Seven deadly sin) എതിർക്കുകയും പകരം ഏഴ് പ്രധാന നന്മകളെ (Seven cardinal virtues) സിനിമയിൽ കൊണ്ടുവരുന്നു. ഴാൻ-ലൂക് ഗൊദാർദിന്റെ 'വിൻഡ് ഫ്രം ദി ഈസ്റ്റ് ' (Wind from the East, 1970) എന്ന സിനിമയുടെ സന്ദർഭത്തിലാണ് വോളൻ ഇത് പറയുന്നത്. ഇതിനെ താഴെ കൊടുത്തിരിക്കുന്ന രീതിയിൽ അദ്ദേഹം എതിർ നിർത്തുന്നു:

Narrative transitivity   -   Narrative intransitivity
Identification   -   Estrangement
Transparency   –   Foregrounding
Single diegesis   –   Multiple diegesis
Closure   –   Aperture
Pleasure   –   Un-pleasure
Fiction   –   Reality

ഇത്തരം ചില പ്രതി തന്ത്രങ്ങൾ-താദാത്മ്യവൽക്കരണത്തിന് പകരം അന്യവൽക്കരണം, ആനന്ദത്തിന് പകരം ആനന്ദമില്ലായ്മ -മൽവി തന്റെ Visual Pleasure in Narrative Cinema എന്ന ഉപന്യാസത്തിൽ ആവിഷ്ക്കരിക്കുന്നുണ്ട്. 'ആനന്ദത്തിന്റെ നാശത്തെ വിപ്ലവകരമായ ആയുധമായി' അവർ കാണുന്നു. അതുപോലെ വോളന്റെ Open-endedness, Overspill, Inter-textualities, Allusion, Quotation മുതലായ ആശയങ്ങളും ഈ സിനിമയിൽ ഉപയോഗിച്ചിട്ടുണ്ട്.

വോയറിസം (Voyeurism -- താക്കോൽ പഴുതിലൂടെ മറ്റുള്ളവരുടെ സ്വകാര്യ ജീവിതത്തിലേക്കുള്ള ഒളിഞ്ഞു നോട്ടം), സ്കോപ്പോഫീലിയ (Scopophilia -മറ്റുള്ളവർ നഗ്നരായിരിക്കുമ്പോഴോ ലൈംഗിക പ്ര വർത്തിയിൽ ഏർപ്പെടുമ്പോഴോ അവരെ ഒളിഞ്ഞു കാണുന്നതിൽ നിന്ന് കിട്ടുന്ന ലൈംഗിക സുഖം) എന്നിവയിലൂടെയാണ് സിനിമ കാണുമ്പോൾ പ്രേക്ഷകർക്ക് ആനന്ദം ലഭിക്കുന്നത് എന്നാണ് മൽവി അഭിപ്രായപ്പെടുന്നത്. എന്നാൽ ഇത്തരം ആനന്ദത്തെ ഈ സിനിമ എങ്ങിനെ ഇല്ലാതാക്കുന്നു എന്ന് പരിശോധിക്കാം. മറ്റൊരു പ്രധാ നപ്പെട്ട കാര്യം, സിനിമ പല ഖണ്ഡങ്ങളായി ഇന്റർ ടൈറ്റിലുകൾ ഉപയോഗിച്ച്, നിശ്ശബ്ദ സിനിമയിലേതു പോലെ, വേർതിരിച്ചിരിക്കുന്നു. ഇതിലൂടെ വരാൻ പോകുന്നത് എന്താണ് എന്നത് നമ്മെ മുൻകൂട്ടി അറിയിക്കുന്നു. ഇതൊക്കെയും നമ്മുടെ നോട്ടത്തെയും, ആകാംക്ഷ യെയും താദാത്മ്യവൽക്കരണത്തെയും ഇല്ലാതാക്കുന്നു. (സാധാരണ സിനിമകൾ ഒരിക്കലും ഈരീതി ഉപയോഗിക്കുകയില്ല).

ഇടക്കത്തിലെ ല്യൂയീസിന്റെ കഥ എന്ന ഭാഗത്തിൽ, ഭാര്യയും അമ്മയും എന്ന നിലയിൽ അവളുടെ മേൽ അടിച്ചേൽപ്പിച്ച നിഷ്ക്രി യത്വത്തിലുള്ള ല്യൂയീസിനെ നമുക്ക് കാണാം. എന്നാൽ, ഇവിടെ

ഉപയോഗിച്ചിരിക്കുന്ന ചിത്രീകരണത്തിന്റെയും ഫ്രെയിമിംഗിന്റെയും പ്രത്യേകത കാരണം പ്രേക്ഷകരെ അവരെ നോക്കുന്നതില്ലൂടെ ആനന്ദം നേടാൻ അനുവദിക്കുന്നില്ല. ഈ ഷോട്ടുകളിൽ ല്വയിസിന്റെ മുഴുവൻ രൂപവും നാം ഒരിക്കലും കാണുന്നില്ല, അവളുടെ മുഖം പോലും കാണുന്നില്ല. (ക്രിസ്റ്റിനെ കൂടാതെ സിനിമയിൽ മറ്റ് പുരുഷ കഥാപാത്രങ്ങളൊന്നുമില്ല). പിന്നീട് ജോലിസ്ഥലത്തും മറ്റും ല്വയീസ് സ്ത്രീകളാൽ ചുറ്റപ്പെട്ടിരിക്കുന്ന, അതിനാൽ ഫ്രെയിമിൽ സ്ത്രീ കഥാപാ ത്രത്തെ തിരിയുന്ന പുരുഷ നോട്ടങ്ങളൊന്നുമില്ല. കഥയെ സജീവമായി മുന്നോട്ട് കൊണ്ടുപോകുന്ന കഥാപാത്രമാണ് ല്വയീസ്. ക്ലാസിക്കൽ സിനിമയിൽ സാധാരണയായി സംഭവിക്കുന്നതിന വിപരീതമായി (അവിടെ മിക്കവാറും പുരുഷ കഥാപാത്രങ്ങളാണ് കഥയെ നയിക്കുക) ക്രിസിന്റെ പങ്ക് കഥയിൽ രണ്ടാം സ്ഥാനത്തും നാമമാത്രവുമാണ്. തൽഫലമായി, പ്രേക്ഷകർക്ക് പുരുഷ കഥാപാത്രവുമായി താദാത്മ്യ പ്പെടാൻ കഴിയില്ല, ഒപ്പം കാഴ്ചക്കാരുടെ രണ്ടാമത്തെ ആനന്ദമായ ആത്മരതിയും (നാർസിസിസം) നേടാൻ കഴിയില്ല.

നമ്മുടെ സാധാരണ സിനിമകളിൽ, ആർട് സിനിമയിൽ പോലും, ശബ്ദം ദൃശ്യത്തിന് ചേർന്നതായിരിക്കണം. ഇവറ്റ് തമ്മിൽ പൊരുത്ത മുണ്ടായിരിക്കണം. സിനിമയെ മുന്നോട്ട് കൊണ്ടുപോവുന്നതിൽ ഇതും ഒരു വലിയ പങ്ക് വഹിക്കുന്നു. എന്നാൽ ഈ സിനിമയിൽ ദൃശ്യവും ശബ്ദവും പൊരുത്തത്തിലല്ല. മാത്രവുമല്ല, സംഭാഷണങ്ങൾ വ്യക്തമായി കേൾക്കാനും പറ്റുന്നില്ല. കൂടാതെ ആത്മഗതങ്ങളും നരേഷനും. പിന്നെ ഒന്നിലും തങ്ങി നിൽക്കാതെ 360 ഡിഗ്രിയിൽ ചലിക്കുന്ന ക്യാമറയും. ഒരു മൊത്തം ദൃശ്യം ഇല്ലെങ്കിൽ നാം എങ്ങിനെ അർത്ഥം സൃഷ്ടിക്കും? ഇവിടെ നോട്ടം വിഘടിക്കുന്നു.

"ലോറ സംസാരിക്കുന്നു" എന്ന ഭാഗത്തിൽ, സിനിമയുടെ കേന്ദ്ര ആഖ്യാനത്തെക്കുറിച്ച് മൽവി സംസാരിക്കുന്നു. സ്ഫിങ്സിനെ ഒരു സാങ്കൽപ്പിക ആഖ്യാതാവായി സിനിമയിൽ ഉപയോഗിക്കും, കാരണം അവളുടെ ശബ്ദം "ഉത്തരം നൽകുന്ന ശബ്ദമല്ല, മറിച്ച് അതിന്റെ വിപരീത മാണ്, ചോദ്യം ചെയ്യുന്ന ശബ്ദമാണ്, കടങ്കഥ ചോദിക്കുന്ന ശബ്ദമാണ്". അതിനശേഷം, മൽവി ഈഡിപ്പസ് പുരാണത്തെ പുനർവായിക്കുന്നു.

ഇവിടെ നമുക്ക് സ്ഫിങ്സിനെക്കുറിച്ച് ധാരണയുണ്ടാക്കാം. ഒരു മനുഷ്യന്റെ, അല്ലെങ്കിൽ പരുന്തിന്റെയോ പൂച്ചയുടെയോ ആടിന്റെയോ തലയും സിംഹത്തിന്റെ ശരീരവും പരുന്തിന്റെ ചിറകുകളുള്ള ഒരു മിത്തി ക്കൽ ജീവിയാണ് സ്ഫിൻക്സ്. ഗ്രീക്ക് പാരമ്പര്യത്തിൽ സ്ഫിൻക്സിന് സ്ത്രീയുടെ

തലയും സിംഹത്തിന്റെ അരക്കെട്ടും പക്ഷിയുടെ ചിറകുകളുമാണ് ഉള്ളത്. അവൾ വഞ്ചകയും നിഷ്ഠൂരയും ആണെന്ന മിഥ്യാധാരണയുണ്ട്. അവളുടെ കടങ്കഥയ്ക്ക് ഉത്തരം നൽകാൻ കഴിയാത്തവരെ അവൾ കൊന്ന് ഭക്ഷിക്കും. ഈഡിപ്പസിന്റെ ഐതീഹ്യത്തിലും നാടകത്തിലും സ്ഫിൻക്സിന്റെ ഒരു മാരകമായ പതിപ്പ് പ്രത്യക്ഷപ്പെടുന്നുണ്ട്. ഈജിപ്ഷ്യൻ സ്ഫിൻക്സ് പുരുഷനാണ്.

സിനിമയുടെ തുടക്കത്തിൽ സ്ഫിൻക്സിന്റെ പല നിശ്ചല ചിത്രങ്ങൾ അവതരിപ്പിക്കുന്നുണ്ട്. Zoom, stop motion, slow and reverse motion, freeze frames, extreme close-up of mouth മുതലായ സങ്കേതങ്ങളാണ് ഇവിടെ ഉപയോഗിച്ചിരിക്കുന്നത്. ഇതിലൂടെ പൂർണ്ണതയുള്ള, ദൃശ്യസുഖമുള്ള ദൃശ്യങ്ങളുമായി പരിചയപ്പെട്ട പ്രേക്ഷകരെ സിനിമയുടെ തുടക്കത്തിൽത്തന്നെ അലോസരപ്പെടുത്തുന്നു.

ഈഡിപ്പസ് മിത്ത് സ്ഫിൻക്സിന്റെ ശബ്ദത്തെ മാതൃത്വവുമായി ബന്ധപ്പെടുത്തുന്നുരഹസ്യാത്മകമായും പുരുഷാധിപത്യത്തിനെതിരായ പ്രതിരോധമായും. ചില രീതികളിൽ ഈഡിപ്പസിന്റെ കഥയിൽ സ്ഫിങ്ക്സ് മറന്നുപോയ കഥാപാത്രമാണ്. ഈഡിപ്പസ് അച്ഛനെ കൊന്ന് അമ്മയെ വിവാഹം കഴിച്ചു എന്ന് എല്ലാവർക്കും അറിയാം. പക്ഷേ സ്ഫിങ്ക്സ് വഹിച്ച പങ്ക് പലപ്പോഴും അവഗണിക്കപ്പെടുന്നു.

നഗരകവാടത്തിന് പുറത്ത് ഒരു മലഞ്ചെരിവിലോ കുണിലോ ഇരുന്നുകൊണ്ട് കടന്നുപോകുന്ന എല്ലാവരോട്ടും സ്ഫിങ്ക്സ് കടങ്കഥ ചോദിച്ചു. അവർക്ക് ഉത്തരം പറയാൻ കഴിഞ്ഞില്ലെങ്കിൽ അവൾ അവരെ തിന്നു. അതിലേ കടന്നുപോയ ഈഡിപ്പസിനെ തടഞ്ഞു നിർത്തി അവൾ കടങ്കഥ ചോദിച്ചു. ഈഡിപ്പസ് ശരിയായ ഉത്തരം നൽകിയപ്പോൾ അവൾ സ്തംഭത്തിൽ നിന്ന് താഴേക്ക് ചാടി സ്വയത്തെ കൊന്നു.

നെപ്പോളിയന്റെ കാലത്ത് ഈജിപ്തിൽ സ്ഫിങ്ക്സ് എന്ന മിത്ത് പുതിയ രൂപത്തിൽ കടന്നുവന്നു. അത് പാശ്ചാത്യർക്ക് മുന്നിൽ ഉറക്കപ്പെട്ടു. ഈജിപ്ഷ്യൻ സ്ഫിങ്ക്സ് പുരുഷനാണ്, പക്ഷേ അതിന്റെ രഹസ്യാത്മകതയും മരണവും അനുരണനം ചെയ്യുന്ന മുഖത്ത് ഗ്രീക്ക് സ്ഫിങ്ക്സിന്റെ രൂപം കാണാൻ കഴിയും. ജനപ്രിയ ഐതിഹ്യങ്ങളിൽ വീണ്ടും സ്ഫിങ്ക്സ് പ്രവേശിച്ചു, നരഭോജിയായ അമ്മ, ഒരു ഭാഗം മൃഗീയത, മറ്റൊരു ഭാഗം മാലാഖ, നിർവചിക്കാനാവാത്ത രീതിയിൽ പുരുഷ ഭയങ്ങളുടെയും പുരുഷ ഫാന്റസികളുടെയും രൂപത്തിൽ.

സ്ത്രീയെന്ന നിലയിൽ സ്ഫിങ്ക്സ് പുരുഷാധിപത്യത്തെ സംബന്ധിച്ചി ടത്തോളം ഒരു ഭീഷണിയും കടങ്കഥയുമാണ്. എന്നാൽ പുരുഷാധി പത്യത്തിനുള്ളിലെ സ്ത്രീകൾ നേരിടുന്നത് ഭീഷണികളുടെയും കടങ്കഥ കളുടെയും പരമ്പരയാണ് -- സ്ത്രീകൾക്ക് പരിഹരിക്കാൻ ബുദ്ധിമുട്ടുള്ള ധർമ്മസങ്കടങ്ങൾ. കാരണം അവർ ഏതു സംസ്കാരത്തിനകത്തു നിന്നാണോ ചിന്തിക്കേണ്ടത്, ആ സംസ്കാരം അവരുടേതല്ല. പിതാവ് (പുരുഷൻ) ഭരിക്കുന്ന ഒരു സമൂഹത്തിലാണ് അവർ ജീവിക്കുന്നത്. അതിൽ അമ്മയുടെ (സ്ത്രീയുടെ) സ്ഥാനം അടിച്ചമർത്തപ്പെട്ടതാണ്. മാതൃത്വവും അത് എങ്ങനെ ജീവിക്കണം, അല്ലെങ്കിൽ ജീവിക്കാതിരി ക്കണം ധർമ്മസങ്കടത്തിന്റെ വേരുകൾ.

ഈഡിപ്പസിനെ പുരാണത്തിലെ നായകനായിട്ടല്ല, മറിച്ച് സ്ഫിങ്ക്ളി ന്റെ സ്വഭാവവുമായി ബന്ധപ്പെടുത്തിയാണ് മൽവി കാണാൻ ശ്രമിക്ക ന്നത്. മൽവിയുടെ അഭിപ്രായത്തിൽ ഇത് പലപ്പോഴും അവഗണിക്ക പ്പെടുന്നു. നഗരകവാടങ്ങൾക്ക് പുറത്ത്, സ്ത്രീകളെ അടിച്ചമർത്തുകയും ഒഴിവാക്കുകയും ചെയ്യുന്ന ഒരു സംസ്കാരത്തിന് പുറത്താണ് സ്ഫിങ്ക്സ് താമസിക്കുന്നത്. അവളുടെ കടങ്കഥകളും സജീവ പങ്കും കൊണ്ട് അവൾ നഗരത്തിന്റെ സംസ്കാരത്തെ വെല്ലുവിളിക്കുന്നു. പുരുഷാധിപ ത്യത്തെ സംബന്ധിച്ചിടത്തോളം സ്ത്രീയെന്ന നിലയിൽ സ്ഫിങ്ക്സ് ഒരു ഭീഷണിയും കടങ്കഥയുമാണ്. നമ്മൾ ജീവിക്കുന്നത് പിതാവ് ഭരിക്കുന്ന ഒരു സമൂഹത്തിലാണ്, അതിൽ അമ്മയുടെ സ്ഥാനം അടിച്ചമർത്തപ്പെ ടുന്നു.

പിന്നീട് ഒരു സന്ദർഭത്തിൽ മേരി കെല്ലി എന്ന കലാകാരിയുടെ റെക്കോർഡ് ചെയ്ത ശബ്ദം നാം കേൾക്കുന്നു. അവർ അവരുടെ ഓർമ്മക്കുറിപ്പ് വായിക്കുകയാണ്. അമ്മയെന്ന അനുഭവങ്ങളാണ് വായിക്കുന്നത്. സിനിമയിൽ അവളുടെ ശബ്ദം വേറിട്ട ശബ്ദമാണ്. ഇത് സ്ഫിങ്ക്ളിന്റെ ശബ്ദമാണ്. അവസാനം, അമ്മ-കുട്ടി ബന്ധത്തെക്കുറിച്ച് മൽവി നിരവധി മാനസിക വിശകലന നിരീക്ഷണങ്ങൾ നടത്തുന്നു. അമ്മ-കുട്ടി ബന്ധത്തിൽ പിതാവ് മൂന്നാമതൊരാളായി ഇടപെടുന്നതി നെക്കുറിച്ച് അവർ സംസാരിക്കുന്നു. ഇത് ല്വയിസും അന്നയും തമ്മിലുള്ള ബന്ധത്തിന്റെ വൃത്തത്തിലേക്ക് ക്രിസ് പ്രവേശിച്ച ആദ്യ ഭാഗം നമ്മെ ഓർമ്മിപ്പിക്കുന്നു. മേരി കെല്ലി ഉപസംഹരിക്കുന്നു: ഈ ഇടപെടൽ പ്രാഥമിക ത്രികോണത്തിന്റെ സാങ്കൽപ്പിക 'മൂന്നാം പദം' ഉൾക്കൊ ള്ളുന്നു. അതായത്, കുട്ടിയെ ലിംഗമായി കാണുന്നു. ഇതിലൂടെ, കുട്ടിയുടെ ജീവിതത്തിലെ കണ്ണാടി ഘട്ടത്തിലെ പ്രതീകാത്മക ഘടനയിലെ പിതൃ

ബിംബം എന്ന ആശയവും ഉൾക്കൊള്ളുന്നു.

തുടർന്ന് മൽവി ഈ ആശയങ്ങളെ വികസിപ്പിക്കുകയും ഈ മിത്തിനെ ഫ്രോയ്ഡ് വ്യാഖ്യാനിച്ച രീതിയെ ചോദ്യം ചെയ്യുകയും ചെയ്യുന്നു. ഫ്രോയിഡിന്റെ വ്യാഖ്യാനത്തിൽ, സ്ഫിങ്ക്സ് ഒരു നിഷ്ക്രിയ കഥാപാത്രമായി ഇടയുന്നു. ഇവിടെ അമ്മയോടാണ് ചോദ്യം ചോദി ക്കുന്നത്. അവർ ചോദ്യം ചോദിക്കുന്ന അമ്മയല്ല. അവർ മൗനം പാലി ക്കുകയോ സത്യം മറയ്ക്കുകയോ ചെയ്യുന്നു. മൽവിയുടെ വ്യാഖ്യാനത്തിൽ സ്ഫിങ്ക്സ് പഴയ അടക്കം ചെയ്യപ്പെട്ട മാതൃദായ സംസ്കാരത്തിന്റെ അവശേഷിക്കുന്ന ഓർമ്മപ്പെടുത്തലാണ്. പുരുഷാധിപത്യത്തിനെതി രായ ചെറുത്തുനിൽപ്പിന്റെ രൂപമായാണ് സ്ഫിങ്ക്സ് നിലകൊള്ളുന്നത്.

സിനിമയിലെ ഓരോ സീനിനും മുമ്പായി ഒരു ടൈറ്റിൽ കാർഡ് കാണിക്കുന്നുണ്ട്. ഇവിടെ വാചകങ്ങൾ പകുതിയിൽ അവസാനി ക്കുന്നു. ഇതിലൂടെ കാണാൻ പോകുന്നവയെക്കുറിച്ച് പറയുകയാണ്. ഇത് സിനിമയുടെ പുസ്തക ഘടനയെ കൂടുതൽ ഊന്നിപ്പറയുന്നു. ഓരോ സീനിലും, ക്യാമറ ഒരു വൃത്തത്തിൽ പതുക്കെ പാൻ ചെയ്യുന്നു. ല്യൂയിസിന്റെ മുഖം കാണുന്നതിന് മുമ്പായി നിരവധി രംഗങ്ങൾ കടന്നു പോകുന്നു. അവസാനം നാം അവളെ മുഴുവനായി കാണുമ്പോൾ, ക്യാമറ ഒരിക്കലും അവളിൽ നിൽക്കുന്നില്ല. പാനിംഗ് തുടരുന്നു. ജോലി സ്ഥലം വിരസമാണ്. എകതാനമാണ്. ടെലഫോൺ എക്ക്ചേഞ്ചിലെ ജോലിക്കിടയിൽ പല സ്ത്രീകളുടെ ഫോണിലൂടെയുള്ള സംസാരം നമുക്ക് തിരിച്ചറിയാൻ പറ്റാത്ത രീതിയിൽ ശബ്ദപഥത്തിൽ കേൾക്കാം. അവൾ ഷോപ്പുചെയ്യുമ്പോൾ, ക്യാമറ അകലത്തിൽ നിൽക്കുന്നു. സ്ത്രീകളെ ഉപഭോക്താക്കൾ എന്ന രീതിയിൽ സൂക്ഷിച്ച നോക്കുന്നതിൽ നിന്ന് ഒഴിവാകുന്നു. സിനിമയുടെ അവസാന ഭാഗത്ത്, രണ്ട് മൂന്ന് നിറങ്ങ ളില്ലുള്ള ബ്ലോക്കുകളായി രൂപാന്തരപ്പെടുന്നയവരെ അക്രോബാറ്റുകൾ പ്രകടനം നടത്തുന്നു. ഇതിലൂടെ അക്ഷരാർത്ഥത്തിൽ ഏതെങ്കിലും തരത്തിലുള്ള കെട്ടുകാഴ്ചകൾ (Spectacle) ഇല്ലാതാക്കുകയും ഇത് തരുന്ന "to-be-looked-at-ness" (നോക്കാനുള്ളത്) എന്ന അവസ്ഥ ഇല്ലാതാക്കുകയും ചെയ്യുന്നു.

സിനിമയുടെ തുടക്കത്തിൽ "Opening Pages" എന്ന ഭാഗത്തിൽ ഒരു പുസ്തകത്തിന്റെ പേജുകൾ മറിക്കുന്ന രണ്ട് കൈകളുടെ ഷോട്ടാണ്. "Le Mythe de la Femme" എന്ന ശീർഷകത്തോടുകൂടിയ ഒരു വാചകത്തിന് ശേഷം, പുരാണ രാക്ഷസിമാരുടെ ചിത്രങ്ങളുള്ള പേജുകളും ഒടുവിൽ "സ്ഫിങ്ക്സ് മോഡേൺ" എന്ന തലക്കെട്ടിൽ ഗ്രെറ്റ

ഗാർബോയുടെ ഈജിപ്ഷ്യൻ സ്ഫിങ്ക്സ് എന്ന വിവിധ ഫോട്ടോകളും കാണിക്കുന്നുണ്ട്. Visual Pleasure and Narrative Cinema എന്ന ലേഖനത്തിൽ Fetishistic scopophilia-യെക്കുറിച്ചുള്ള ചർച്ചയിൽ ലോറാ മൽവി ഗാർബോയുടെ മുഖം പരാമർശിച്ചിരുന്നു. സ്ത്രീയുടെ രൂപം (അല്ലെങ്കിൽ ഫെറ്റിഷ് ഒബ്ജക്റ്റിന് പകരമായി) നൽകിക്കൊണ്ട് കാസ്ട്രേഷനെ മൊത്തത്തിൽ നിരാകരിക്കുക, അതിനെ മെരുക്കുക, ആശ്വാസകരമാക്കുക, അതിൽത്തന്നെ സംതൃപ്തി നൽകുക എന്ന ആശയത്തെ, അതായത്, സ്ത്രീ ശരീരം പുരുഷന്മാരുടെ കാസ്ട്രേഷൻ ഭീഷണി ലഘൂകരിക്കുന്നതിനും   ആശ്വാസകരമാകക്കുന്നതിനുമായി ഗാർബോയെ ക്ലാസിക്കൽ സിനിമ ഉപയോഗിച്ചിരുന്നു.

ഫെമിനിസവും മനശാസ്ത്ര വിശകലന സിദ്ധാന്തവും പര്യവേക്ഷണം ചെയ്യുന്ന ഈ സിനിമ മെയിൻസ്ട്രീം സിനിമയെ അട്ടിമറിക്കുന്ന രീതി യിലുള്ള പല സങ്കേതങ്ങളും ഉപയോഗിക്കുന്നു. സ്ത്രീ അനുഭവം പ്രകടി പ്പിക്കാൻ കഴിയുന്ന ഒരു ഇടമായി സിനിമ മാറുന്നു. മനശാസ്ത്ര വിശക ലനത്തിന്റെ കണ്ണില്ലൂടെ പുരുഷാധിപത്യത്തിലെ സ്ത്രീകളുടെ സ്ഥാനം ഈ സിനിമ വിശകലനം ചെയ്യുന്നു. മൽവിയുടെയും വോളന്റെയും വിമർശനാത്മക രചനകളെയും അന്വേഷണങ്ങളെയും അവതരിപ്പി ക്കുന്ന സിനിമ സിനിമയിലെ സ്ത്രീ പ്രാതിനിധ്യത്തിന്റെ ചിത്രങ്ങളും അർത്ഥങ്ങളും പരിഗണിക്കുന്നതിനുള്ള ഒരു ബദൽ ഘടന മുന്നോട്ട വെക്കുന്നു.

ഈ സിനിമ പ്രേക്ഷകരും സ്ത്രീ വിഷയവും തമ്മിൽ ഒരു പുതിയ ബന്ധം കെട്ടിപ്പടുക്കാൻ ശ്രമിക്കുന്നു. ഒന്നിലധികം സ്ത്രീ ശബ്ദങ്ങളിലൂടെ യും കാഴ്ചപ്പാടുകളിലൂടെയും അവളെ അവതരിപ്പിക്കുന്നു. ആധിപത്യം പുലർത്തുന്ന / ആജ്ഞാ സ്വഭാവമുള്ള വോയ്സ് ഓവറിന വിരുദ്ധ മായി ല്യൂയീസിന്റെയും അവളുടെ സുഹൃത്തുക്കളുടെയും സഹപ്രവർത്ത കരുടെയും വ്യത്യസ്ത ശബ്ദങ്ങളിൽ നിന്ന് നിർമ്മിച്ച സംഭാഷണങ്ങൾ സിനിമയ്ക്ക് അസന്നിശ്ധമായ ഒറ്റ അർത്ഥത്തിന് പകരം സന്നിശ്ധമായ പല അർത്ഥ തലങ്ങൾ കൊടുക്കുന്നു.

"What recurs overall is a constant return to woman, not indeed as a visual image, but as a subject of inquiry, a content which cannot be considered within the aesthetic lines laid down by traditional cinematic practice"-സിനിമ യെക്കുറിച്ച് മൽവി ഇപ്രകാരം പറയുന്നു.

പരാമർശങ്ങൾ ധാരാളമായി ഉപയോഗിച്ച ഒരു സിനിമയാണിത്.

മേരി കെല്ലിയുടെ Post-Partum Document സിനിമയിൽ ഉപയോ ഗിച്ചിട്ടുണ്ട്. കെല്ലി അമേരിക്കൻ Conceptual Artist, ഫെമിനിസ്റ്റ്, എഴുത്തുകാരി എന്നീ നിലകളിൽ പ്രശസ്തയാണ്. ഫെമിനിസം, പോസ്റ്റ് മോഡേണിസം എന്നീ മേഖലയ്ക്ക് അവർ വലിയ സംഭാവനകൾ നൽകിയിട്ടുണ്ട്. അവരുടെ Post-Partum Document വ്യക്തിപ രവും രാഷ്ട്രീയവുമായ ഒരു കലാസൃഷ്ടിയാണ്. ഒരു അമ്മയും കുട്ടിയും തമ്മിലുള്ള പരസ്പര ബന്ധത്തിന്റെ ഏതാണ്ട് നിഗൂഢമായ ഒരു രേഖയും പുരുഷാധിപത്യത്തിലേക്ക് സ്ത്രീകൾ ഉൾപ്പെട്ടുത്തുന്നതിന്റെ വിമർശനാ ത്മകമായ വിശകലനവുമാണിത്. ശിശു പരിപാലനത്തെക്കുറിച്ചുള്ള സ്വന്തം അനുഭവത്തെക്കുറിച്ച് പഠിക്കാൻ കെല്ലി ലക്കാന്റെ മനശാസ്ത്ര വിശകലന തത്ത്വങ്ങൾ ഉപയോഗിച്ചു. തുടക്കത്തിൽ താളുകൾ മറി യുന്നത് Midi-Minuit Fantastique എന്ന പുസ്തകത്തിന്റെതാണ്. ഇതൊരു ഫ്രെഞ്ച് സിനിമാ പ്രസിദ്ധീകരണമാണ്. 1962 മുതൽ 1972 വരെ ഇത് പ്രസിദ്ധീകരിച്ചു. തുടർന്ന് "A narrative of what wishes what it wishes it to be" - Gertrude Stein എന്ന് എഴുതിക്കാ ണിക്കുന്നുണ്ട്. Gertrude Stein ഒരു അമേരിക്കൻ കവിയും, നോവ ലിസ്റ്റും, നാടകകൃത്തും ആർട്ട് കളക്ടറും ആയിരുന്നു. വിട്ടുവീഴ്ചയില്ലാതെ സാഹിത്യത്തിൽ പരീക്ഷണം നടത്തിയ സ്ത്രീ. വ്യവസ്ഥാപിതത്വങ്ങളെ ചോദ്യം ചെയ്ത ഇവർ സാഹിത്യത്തിലെ പ്രശസ്തരെ ആഴത്തിൽ സ്വാധീനിച്ചു. ഇവരുടെ ഇതിവൃത്തമോ സംഭാഷണമോ ഇല്ലാത്ത കവിതകളും കഥകളും പല അവാങ് ഗാർദ് കലാകാരന്മാരെയും ആഴത്തിൽ സ്വാധീനിച്ചു. അവരുടെ സാഹിത്യ പരീക്ഷണങ്ങളും കലാ പരമായ സിദ്ധാന്തങ്ങളും മാറ്റിനിർത്തിയാൽ, ഫെമിനിസത്തിന്റെ ആദ്യകാല പ്രതിരൂപം കൂടിയായിരുന്നു അവർ. പരസ്യമായി സ്വവർ ഗാനുരാഗിയായി ജീവിച്ച കെല്ലി. 1912 മുതൽ മരണം വരെ കെല്ലി തന്റെ കൂട്ടുകാരിയായ ആലീസ് ബി. ടോക്ലാസിനൊപ്പം താമസിച്ചു. ഗ്രെറ്റ ഗാർബോ ഒരു സ്വീഡിഷ് അമേരിക്കൻ അഭിനേത്രിയായിരുന്നു. ദുരന്ത കഥാപാത്രങ്ങളെ സൂക്ഷ്മവും മിതവുമായ അഭിനയത്തിലൂടെ അവതരിപ്പിക്കുന്നതിലൂടെ വിഷാദ വ്യക്തിത്വത്തിന്റെ ഉടമയായി മാറി അവർ. Gustave Moreau-യുടെ Oedipus and the Sphinx എന്ന പുസ്തകത്തെയും സിനിമയിൽ പരാമർശിക്കുന്നുണ്ട്. ഫ്രെഞ്ച് Symbolist Movement-ലെ പ്രധാനിയായിരുന്നു ഇദ്ദേഹം.

പുരുഷ നോട്ടം എന്ന ആശയം അവതരിപ്പിച്ചപ്പോൾ മൽവിക്ക് വലിയ തോതിലുള്ള വിമർശനങ്ങൾ നേരിടേണ്ടി വന്നു, പ്രത്യേ കിച്ച് ഫെമിനിസ്റ്റുകളിൽ നിന്ന്. ഇതിനെ തുടർന്ന് നോട്ടത്തെയും

ദൃശ്യാനന്ദത്തെയും സംബന്ധിക്കുന്ന തന്റെ ആശയങ്ങളെ വിശദീക രിച്ചുകൊണ്ടും വിപ്ലവീകരിച്ചുകൊണ്ടും വിമർശനങ്ങൾക്ക് മറുപടിയെ ന്നോണം Afterthoughts എന്ന പേരിൽ ഒരനുബന്ധം മൽവി എഴുതുകയുണ്ടായി. മൽവിയുടെ പുരുഷ നോട്ടത്തോടുള്ള പ്രതികരണം എന്ന നിലയിൽ സ്ത്രീ പ്രേക്ഷകരുടെ നോട്ടത്തെ പ്രതിനിധീകരിക്കുന്ന ഒരു ഫെമിനിസ്റ്റ് ചലച്ചിത്ര സൈദ്ധാന്തിക പദമാണ് പെൺ നോട്ടം. ഇത് ഭിന്നലിംഗക്കാരനായ (Heterosexual) പുരുഷ കാഴ്ചക്കാരന്റെ നോട്ടം മാത്രമല്ല, പുരുഷ കഥാപാത്രത്തിന്റെ നോട്ടവും ചിത്രത്തിന്റെ പുരുഷ സ്രഷ്ടാവിന്റെ നോട്ടത്തെയും പ്രതിനിധീകരിക്കുന്നു. സമകാലിക ഉപയോഗത്തിൽ, ഒരു സ്ത്രീ തിരക്കഥാകൃത്ത്, സംവിധായിക, നിർ മ്മാതാവ് ഒരു സിനിമയിലേക്ക് കൊണ്ടുവരുന്ന കാഴ്ചപ്പാടിനെ സൂചി പ്പിക്കാൻ സ്ത്രീ നോട്ടം ഉപയോഗിക്കുന്നു. അത് വിഷയത്തെക്കുറിച്ചുള്ള പുരുഷ കാഴ്ചപ്പാടിൽ നിന്ന് വ്യത്യസ്തമായിരിക്കും. ഒരു ഭിന്നലിംഗക്കാ രിയായ (Heterosexual) സ്ത്രീ കാഴ്ചക്കാരി പുരുഷന്മാരെ ലൈംഗിക വസ്തുക്കളായി കാണുന്നതിന് എതിരെ എന്നും സ്ത്രീ നോട്ടം സൂചിപ്പി ക്കുന്നു.

നോട്ടങ്ങൾ ഇനിയും ഉണ്ട്. ഭിന്നലിംഗത്തിൽ (Transgenders) പെടുന്നവരുടെ നോട്ടം. ഇതിനകത്തുതന്നെ പല വിഭാഗങ്ങളുണ്ട്. അപ്പോൾ ഈ പല വിഭാഗങ്ങളുടെ നോട്ടവും പരിഗണിക്കണം. മറ്റൊ ന്നാണ്, ദളിത് നോട്ടം, അരികുവൽക്കരിക്കപ്പെട്ടവരുടെയും ന്യൂനപക്ഷ ങ്ങളുടെയും നോട്ടം. ഈ രീതിയിൽ ഓരോ വ്യക്തിയും വ്യത്യസ്തരാണ്, അനന്യരാണ് (Unique) എന്നിരിക്കെ ഓരോ വ്യക്തിയുടെ നോട്ടത്തെ യും കണക്ക് ലെടുക്കേണ്ടേ? നമ്മുടെ സിനിമകൾ, സ്ത്രീകളുടെ സിനിമ യെങ്കിലും, ഇതിനെയൊക്കെ അഭിസംബോധന ചെയ്യേണ്ടിയിരിക്കുന്നു.

റിയലിസത്തെക്കുറിച്ചുള്ള സങ്കല്പങ്ങളെ പുനർവ്യാഖ്യാനി ക്കുന്ന അനാമിക

ദീർഘ കാലമായി നാടക രംഗത്ത് പ്രവർത്തിക്കുന്ന അനാമിക ഹക്ടറുടെ ആദ്യ സിനിമയാണ് 'ഗോഡേ കൊ ജലേബി ഖിലാനെ ലേജാരിയാ ഫ്രം' (Taking the Horse to Eat Jalebis).കേരള അന്താരാഷ്ട്ര ചലച്ചിത്ര മേളയിൽ നവാഗത സംവിധായികയ്ക്കുള്ള രജതചകോരം നേടിയത് ഈ സിനിമയാണ്. ഈ സിനിമയിലെ ഛായാഗ്രാഹണത്തിന് സൗമ്യാനന്ദ സാഹിക്ക് സ്പെഷൽ ജൂറി പരാമർശവും ലഭിക്കുകയുണ്ടായി. ഇന്ത്യക്കകത്തും വിദേശത്തുമായി ധാരാളം മേളകളിൽ ഈ സിനിമ പ്രദർശിപ്പിക്കുകയുണ്ടായി.

പതിനാറാം വയസ്സിൽ ഏകദേശം നാല കൊല്ലം അനാമിക ബാദൽ സർക്കാരിന്റെ കൂടെ പ്രവർത്തിച്ചു. അതിന ശേഷം നാഷണൽ സ്കൂൾ ഓഫ് ഡ്രാമയിൽ ചേർന്നു. അവിടെ ബി. വി. കാരന്തിന്റെ ശിക്ഷ ണത്തിൽ നാടകം പഠിച്ച അനാമിക മോസ്കോയിലെ State Institute of Theatre Arts—ൽ നാടകം പഠിക്കാൻ കഴിഞ്ഞ അപൂർവ്വം ഇന്ത്യാക്കാരിൽ ഒരാളാണ്. ഈ രീതിയിലുള്ള പഠനം വളരെ വ്യത്യ സ്തമായി ചിന്തിക്കാൻ അവര പ്രാപ്തയാക്കി. ശരീരത്തിന്റെയും ചലന ങ്ങളുടെയും കവിതയുടെയും ദൃശ്യബിംബങ്ങളുടെയും ഉപയോഗത്തിലൂടെ അരങ്ങിലെ നിലനിൽക്കുന്ന മാതൃകകളെ നിരാകരിച്ചുകൊണ്ട് അവര റിയലിസത്തെ പുനർനിർവചിക്കാൻ ശ്രമിച്ചു. ഒപ്പം പാരമ്പര്യ കലകളെ

സമകാലിക ചിന്തകളുമായി കണ്ണി ചേർത്തു. ഇതിലൂടെ ഇന്ത്യൻ നാടക വേദിയിൽ ഒരു പുതിയ ഭാഷ കണ്ടെത്തിയതിന് 1955-ൽ അവർക്ക് സംസ്കൃതി അവാർഡ് ലഭിക്കുകയുണ്ടായി. നിരവധി നാടക ങ്ങൾ സംവിധാനം ചെയ്ത അനാമിക ഇന്ത്യയിലെ രംഗ കലകൾക്കാ യുള്ള നിരവധി സ്ഥാപനങ്ങളിൽ നാടകം പഠിപ്പി ച്ചിട്ടുണ്ട്. 2016—ൽ കൊച്ചി ബിനാലെയിൽ അവരുടെ Composition on Water എന്ന ഇൻസ്റ്റലേഷൻ വളരെയധികം പ്രശംസ പിടിച്ചുപറ്റുകയുണ്ടായി.

അംബരചുംബികളായ കെട്ടിട സമുച്ചയങ്ങളും, മാളകളും, ആഡംബര വാഹനങ്ങളും കാണുമ്പോൾ നാം സംശയിക്കുന്നു, ഈ നഗരം ആരുടേതാണ്? സിനമയിൽ ഒരിടത്ത് ചന്ദ്രികാചർച്ചിത മായ രാത്രിയിൽ ചാന്ദ്നി ചൌക്കിന്റെ ആകാശത്തിൽ പറക്കും തളികപോലെ ഒഴുകിനടക്കുന്ന കമ്പളത്തിൽ ടൂറിസ്റ്റുകൾക്കൊപ്പം യാത്ര ചെയ്യുന്ന ഗൈഡ് വിവരിക്കുന്നത് പഴയ ദില്ലിയുടെ പ്രതാപമാണ്. മുഗൾ രാജാക്കന്മാരെയും, ആർകിറെക്ച്ചറിനെയും, സുഗന്ധ വ്യഞ്ജന ങ്ങളെ കുറിച്ചും, മധുരപലഹാരങ്ങളെ കുറിച്ചും ഒക്കെയാണ്. എന്നാൽ മറ്റൊരു സന്ദർഭത്തിൽ ടൂറിസ്റ്റ് ഗൈഡ് ആയി മാറിയ പോക്കടിക്കാരൻ വിവരിക്കുന്നതാകട്ടെ സമകാലിന ദില്ലിയിലെ ഇടുങ്ങിയ ഗലികളിലെ ചാളകളിലും വഴിയോരത്തും ജീവിക്കുന്ന പോക്കടിക്കാരുടെയും യാച കരുടെയും തെരുവു ഗായകരുടെയും കല്യാണ ഘോഷയാത്രുകളിലെ ബാൻഡ് വാദ്യക്കാരുടെയും വഴി വാണിഭ ക്കാരുടെയും റിക്ഷാവണ്ടി വലിക്കുന്നവരുടെയും ചുമട്ട് തൊഴിലാളികളുടെയും ജീവിതത്തെ കുറിച്ചാണ്. ദില്ലി എവിടെയാണ് ജീവിക്കുന്നത്? അത് ഇവിട്ടത്തെ പൌരനായിത്തീർന്ന പരദേശിയുടെ മനസ്സിലാണ് എന്നാണ് ഒരു കഥാപാത്രം പറയുന്നത്. ദില്ലിയുടെ എല്ലാ മൂലയിലും, വളവിലും തിരിവിലും ചത്വരത്തിലും പുരപ്പുറത്തും മിനാരങ്ങളിലും സ്വപ്നങ്ങളാണ്. തങ്ങളുടെ നാട്ടും വീട്ടും ഉപേക്ഷിച്ച് ഇവിടെ കുടിയേറി നഗര നിർമ്മിതി യിൽ പങ്കാളികളാകുന്ന സാധാരണ മനുഷ്യരുടെ സ്വപ്നങ്ങളാണ് സിനിമയ്ക്ക് ആധാരം.

അലിഗഡിൽ നിന്നെത്തിയ പോക്കറ്റടിക്കാരൻ പത്രു (രവീന്ദ്ര സാഹ്), ഉത്തര പ്രദേശിൽ നിന്നുള്ള മധുരപലഹാര വിൽപ്പനക്കാരൻ ഛദാമി (രഘുബീർ യാദവ്), കേരളത്തിൽ നിന്ന് ഗൾഫിലേക്ക് പോകാ നിറങ്ങി ഇവിടെ കുടുങ്ങിയ ചുമട്ട് തൊഴിലാളി ലാൽബിഹാരി (കെ. ഗോപാലൻ), ടൂറിസ്റ്റ് ഗൈഡ് ആകാശ് (ലോകേഷ് ജെയിൻ) -- ഇവർ മാത്രമാണ് അഭിനയത്തിൽ മുൻപരിചയമുള്ളവർ. ഇവരെ കൂടാതെ

പഴയ ദില്ലിയിലെ ഏകദേശം 350—ൽ പരം ആളുകൾ അവരായിത്ത ന്നെ സിനിമയിൽ ഉണ്ട്. ഇവരിലൂടെ സംവിധായിക തിളങ്ങുന്ന ഇന്ത്യ യിലെ ഭരണകൂടത്തിന്റെ മൂക്കിന് താഴെ തീരെ തിളങ്ങാത്ത, നിറംകെട്ട, പോലീസിനാൽ ആട്ടിപ്പായിപ്പിക്കപ്പെട്ടുന്ന, തൊഴിൽ ഇല്ലാത്ത, ഭാവി അനിശ്ചിതമായ അരികുവൽക്കരിക്കപ്പെട്ടവരുടെ ഒരു മറുലോകം അനാവൃതമാക്കുന്നു. പഴയ ദില്ലിയെ ബാധിക്കുന്ന കാര്യങ്ങൾ മാത്രമല്ല, ജാർഖണ്ഡിലെ ആദിവാസികളുടെ ഭൂമി പൊലീസ് പിടിച്ചെടുക്കുന്നയും, സ്ത്രീ പീഡനവും, ജാതീയതയും സിനിമയിൽ കടന്നുവരുന്നു.

അനാമികയുടെ ഒരമ്മായി പറഞ്ഞ ഒരു സംഭവമാണ് സിനിമയുടെ പേരിന് ആധാരം. അവർ ഒരിക്കൽ തന്റെ സംഗീത ക്ലാസ്സിലേക്ക് പോകാനായി റോഡിൽ നിൽക്കവെ അതിലേ വന്ന ഒരു കുതിര വണ്ടിക്കാരനോട് വണ്ടി നിർത്താൻ പറഞ്ഞപ്പോൾ അയാൾ വണ്ടി നിർത്താതെ ഓടിച്ച പോയി. (അക്കാലത്ത് പുരാതന ദില്ലിയിൽ യാത്രയ്ക്ക് കുതിരവണ്ടി മാത്രമേ ഉണ്ടായിരുന്നുള്ളൂ). അപ്പോൾ അയാൾ വിളിച്ച പറയുന്നുണ്ടായിരുന്നു: ഞാൻ എന്റെ കുതിരയെ ജിലേബി തീറ്റാൻ കൊണ്ടുപോവുകയാണ്. ഇതുപോലൊരു സീൻ അനാമിക സിനിമയിൽ പുന:സൃഷ്ടിച്ചിട്ടുണ്ട്. പേര് വളരെ രസകരമാണെങ്കിലും പേരിന് സിനിമയുമായി യാതൊരു ബന്ധവുമില്ല. അസംബന്ധമാ യിപ്പോലും അനുഭവപ്പെടുന്ന ഈ പേര് സിനിമയുടെ സ്വഭാവത്തെ വെളിപ്പെടുത്തുന്നുണ്ട്.

അനാമികയുടെ ഗട്ടറാട്ടി പ്രൊഡക്ഷൻസാണ് സിനിമയുടെ നിർമാ താക്കൾ. മാലിന്യത്തെ പ്രത്യക്ഷത്തിൽത്തന്നെ കൊണ്ടുവരുന്ന ഈ പേര് സിനിമാ ലോകത്തിന്റെ ഷോബിസ്സിനസുമായി ബന്ധപ്പെട്ട് ഉപയോഗിക്കാറുള്ള Glitteratti—യുടെ മറുവശമാണ്. അതുപോലെ ഭാഷയുടെ അപനിർമ്മാണം മറ്റൊരു ഘടകമാണ്. സിനിമ തുടങ്ങു മ്പോൾ കേൾക്കുന്നത് പൊതുവിടത്തിൽ ഉപയോഗിക്കാൻ മടിക്ക ന്ന 'തെറി'വാക്കുകളാണ്. എന്നാൽ ശുദ്ധ ഉറുദുവിന്റെ സൌന്ദര്യവും സിനിമയിൽ ഉപയോഗിച്ചിട്ടുണ്ട്. ഇത്തരത്തിലുള്ള വിരുദ്ധോക്തികൾ ഉപയോഗിച്ചുകൊണ്ടാണ് അനാമിക രാഷ്ട്രീയം പറയുന്നത്.

ഇതൊക്കെയും സാധാരണ രീതിയിൽ അല്ല അവതരിപ്പിക്കുന്നത്. ദൃശ്യങ്ങൾക്ക് ചേരാത്ത ശബ്ദപഥം. അല്ലെങ്കിൽ, ശബ്ദപഥത്തിന് ചേരാത്ത ദൃശ്യങ്ങൾ. ഇവയുടെ ബോധപൂർവ്വമുള്ള ക്രമം തെറ്റിക്കൽ. ആര് ആരോട് പറയുന്ന എന്ന് കാണിക്കുന്നില്ല. പല ആശയങ്ങൾ. പല ശൈലികൾ. ഫിക്ഷൻ, ഡോക്യുമെന്ററി, അനിമേഷൻ, ഗ്രാഫിക്സ്,

സ്വപ്നം, ഭാവന-ഇവയൊക്കെ ചേർന്ന് അസംബന്ധം എന്ന് തോന്നിക്ക
ന്ന രീതിയിലുള്ള ഘടന. സാധാരണ പോലെ ഒരാശയത്തെ, ദർശന
ത്തെ പടിപടിയായി വികസിപ്പിച്ച് പരിസമാപ്തിയിൽ എത്തിക്കുന്നില്ല.
പല ആശയങ്ങളെ അവതരിപ്പിക്കുന്നു.

ചെത്തിതേച്ച മിനുക്കിയ, ഹോളിവുഡ് മാതൃകയിൽ പൂർണ്ണതയുള്ള
സിനിമയല്ല ഇത്. അപൂർണ്ണതയാണ് സിനിമയുടെ മുഖമുദ്ര. ശ്ലഥമാണ്
സിനിമയുടെ ഘടന. സിനിമ നിരന്തരം പുതിയ പുതിയ സാധ്യതകൾ
പ്രേക്ഷകന് തുറന്ന കൊടുക്കുന്നു. ഇവിടെ പ്രേക്ഷകന് ഉൾക്കൊ
ള്ളാനായി നിരവധി പാഠങ്ങളും ഉപപാഠങ്ങളും, ആശയങ്ങളും
ഒന്നിനടിയിൽ മറ്റൊന്നായി അടരുകൾ പോലെ സന്നിവേശിപ്പി
ച്ചിരിക്കുകയാണ്. സുഗമമായ ഒഴുക്കല്ല, മലരികളും ചുഴികളും നിറഞ്ഞ
പുഴപോലെയാണ് സിനിമ. സിനിമ കാണുന്ന പ്രക്രിയയും സുഗമമല്ല,
നയനാനന്ദകരമല്ല. ഇത്തരം ലയന അകൽച്ചകളിലൂടെ നെയ്തെടുക്കുന്ന
തീർത്തും വ്യത്യസ്തമായ ദൃശ്യ—ശ്രാവ്യാനുഭവം സിനിമ പകരുന്നു.

ഇത്തരം വിഷയം കൈകാര്യം ചെയ്യുന്ന സിനിമകളെപ്പോലെ
യഥാതഥമല്ല സിനിമ. അഭിനയവും അത്തരത്തിലല്ല. അഭിനയം
ശൈലീകൃതമാണ്. മിമിക്കിംഗ് ആണ് മറ്റൊരു ഘടകം. ഭാവാഭിനയം,
കഥാപാത്രമായി ജീവിക്കുക തുടങ്ങിയ സാധാരണ പ്രയോഗങ്ങൾ ഈ
സിനിമയുടെ നിഘണ്ടുവിൽ ഇല്ല. ഇതുപോലുള്ള വിഷയങ്ങൾ അവത
രിപ്പിക്കുന്ന മറ്റ സിനിമകളിലേതുപോലെ അനാമിക പ്രേക്ഷകനിൽ
അനുകമ്പ സൃഷ്ടിക്കുന്നില്ല. പ്രേക്ഷകനെ ചിലപ്പോൾ സിനിമയിലേക്ക്
വലിച്ചടുപ്പിക്കുന്നുണ്ടെങ്കിലും പലപ്പോഴും അവനെ സാക്ഷിയായി
നിർത്തുന്നു. നാടക സങ്കേതങ്ങളുടെ ഉപയോഗമാണ് മറ്റൊരു ഘടകം.
അതുപോലെ ഗാനങ്ങളും. ഇവയൊക്കെയും ഏച്ചുകെട്ടിയതായി അനു
ഭവപ്പെടുന്നില്ല. ഈ സങ്കേതങ്ങളെ സിനിമാ ശരീരത്തിൽ സമർത്ഥ
മായി വിളക്കിചേർത്തിരിക്കുകയാണ്.

ദൈവങ്ങളും സ്ത്രീകളും സിനിമയിൽ പ്രധാന വിഷയങ്ങളായി
കടന്നുവരുന്നുണ്ട്. ദേവിയുടെ കലണ്ടർ ചിത്രങ്ങളിലൂടെയും അനിമേ
ഷനിലൂടെയും, ദൈവവേഷം കെട്ടിയ ബഹുരൂപികളിലൂടെയും മനുഷ്യ
മനസ്സിൽ രൂഢമൂലമായ ദൈവ വിശ്വാസം എങ്ങിനെ അന്ധവിശ്വാസ
മായി തീരുന്നു എന്ന് ആക്ഷേപഹാസ്യത്തിലൂടെ സിനിമ കാണിക്കുന്നു.
ദൈവത്തിലുള്ള വിശ്വാസം ചിന്തയ്ക്ക് കാര്യകാരണ ബന്ധം ഇല്ലാതാക്കു
ന്നു. വിശ്വാസം ബാധയായിത്തീരുന്നു. സ്ത്രീകൾ പൊതു / സാധാരണ
ഇടങ്ങളിൽ തങ്ങൾക്ക് പ്രകടിപ്പിക്കാൻ / പറയാൻ വിലക്കുള്ള പല

കാര്യങ്ങളും സ്വപ്നത്തിൽ കാണുന്നു. അതൊക്കെയും അവർ ഉറന്നു പറയുന്നു.

സിനിമയെ കുറിച്ച് അനാമിക സംസാരിക്കുന്നു:

● ഇത്തരം വിഷയങ്ങൾ കൈകാര്യം ചെയ്യുന്ന സിനിമകൾ കഥാപാത്ര ചിത്രീകരണത്തിലും, അഭിനയത്തിലും ഒക്കെ വളരെ റിയ ലിസ്റ്റിക് ആകാൻ ശ്രമിക്കുകയാണ് പതിവ്. മാത്രവുമല്ല, രേഖീയമായ ആഖ്യാനത്തിലൂടെയും, ശബ്ദ-സംഗീത-ഗാനങ്ങളുടെ ഉപയോഗത്തിലൂടെ യും പ്രേക്ഷകനിൽ സഹാനുഭൂതി സൃഷ്ടിക്കാനും ശ്രമിക്കുന്നു. താങ്കളുടേത് ഇതിൽ നിന്നൊക്കെ വളരെ വ്യത്യസ്തമാണ്. സിനിമയിൽ ഡോക്യു മെന്ററിയുണ്ട്, ഫിക്ഷനുണ്ട്. വസ്തുനിഷ്ഠതയുണ്ട്, ആത്മനിഷ്ഠതയുണ്ട്. ഇത്തരം ഒരു ശൈലിയിലേക്ക് എത്തിയത് എങ്ങിനെയാണ് എന്ന് വിശദീകരിക്കാമോ?

സംവിധാനത്തിൽ മോസ്കോയിലെ State Institute of Theatrical Art—ൽ നിന്നും, പരമ്പരാഗത ഫോക് നാടക രംഗത്ത് പ്രവർത്തിച്ചിരുന്ന ബി.വി. കാരന്തിൽ നിന്നും എനിക്ക് പരിശീലനം ലഭി ച്ചിട്ടുണ്ട്. മോസ്കോയിൽ ഞാൻ ആറു വർഷം പഠിച്ചിരുന്നു. സാധാരണ വിവക്ഷിക്കുന്ന റിയലിസത്തിന് അപ്പുറം മന:ശ്ശാസ്ത്രപരമായ റിയലി സമാണ് അവിടെ പഠിപ്പിച്ചിരുന്നത്. ഇന്ത്യയിൽ നാടക വേദിയിൽ വലിയ ചലനങ്ങളുടെ കാലമായിരുന്നു അത്. നിങ്ങളുടെ കാവാലം, പ്രസന്ന, ഹബീബ് തൻവീർ തുടങ്ങിയവർ നാടകത്തിൽ പുതിയ ഭാവുകത്വം കൊണ്ടുവന്ന കാലം. ഇതിന്റെയൊക്കെ സ്വാധീനം എന്നിൽ ഉണ്ടായിരുന്നു. ഞാൻ സ്വന്തമായി നാടകത്തിൽ പ്രവർത്തിച്ച തുട ങ്ങിയപ്പോൾ എനിക്ക് ഒരു കാര്യം ബോധ്യമായി-ഇന്ത്യൻ റിയലിസം, റിയലിസത്തെ കുറിച്ചുള്ള ഇന്ത്യൻ ധാരണ പടിഞ്ഞാറിന്റെതിൽ നിന്ന് വളരെ വ്യത്യസ്തമാണ്. ഇന്ത്യയിൽ മാത്രമല്ല, ഏഷ്യയിൽത്തന്നെ റിയലിസം അന്യാപദേശവും സൂചക സ്വഭാവം ഉള്ളതുമാണ്. നാം ബ്രിട്ടീഷുകാരിൽ നിന്ന് ഒരുതരത്തിലുള്ള റിയലിസം സ്വീകരിച്ചിട്ടുണ്ട്. നാടകവേദിയെ കുറിച്ചാണ് ഞാൻ സംസാരിക്കുന്നത്. അഭിനേതാവ് പ്രവർത്തിക്കുന്നത് മാനസിക തലത്തിലാണെങ്കിലും അവൻ / അവൾ കഥാപാത്രത്തെ അവതരിപ്പിക്കുന്നത് ശൈലീകൃതമായിട്ടോ ഹൈപ്പർ റിയലിസ്റ്റിക് ആയിട്ടോ ആയിരിക്കാം. വ്യത്യസ്തമായ പല പല വഴികളി ലൂടെ ആയിരിക്കാം. റിയലിസത്തെ കുറിച്ചുള്ള നമ്മുടെ സങ്കൽപ്പങ്ങളെ പുനർവ്യാഖ്യാനിക്കേണ്ടി യിരിക്കുന്നു എന്ന് എനിക്ക് തോന്നുന്നു. നാട കത്തിലായാലും സിനിമയിലായാലും റിയലിസം എന്നാൽ യഥാതഥം

ആയിരിക്കരുത്.

● എങ്ങിനെയാണ് ഇത്രയും മനുഷ്യരെ സിനിമയിലേക്ക് കൊണ്ടു വന്നത്?

ഞങ്ങൾ ഒരു ചോദ്യാവലിയുണ്ടാക്കി റിക്ഷാവണ്ടി വലിക്കുന്നവ ർക്കും യാചകർക്കും ചുമട്ടുകാർക്കും, അസംഘടിത മേഖലയിൽ ജോലി ചെയ്യുന്ന മറ്റള്ളവർക്കും വീട്ടുകൾ ഇല്ലാത്തവർക്കും വിതരണം ചെയ്തു. വളരെ വ്യക്തിപരമായ ചോദ്യങ്ങളായിരുന്നു അവരോട് ചോദിച്ചത്. നിങ്ങളുടെ സ്വപ്നങ്ങൾ, ദുഃസ്വപ്നങ്ങൾ, ഭയം എന്തായിരുന്നു എന്നാ യിരുന്നു ചോദ്യം. ഇതിലൂടെ അവരുടെ ആന്തരിക ജീവിതത്തെ രേഖ പ്പെടുത്തുകയായിരുന്നു ലക്ഷ്യം. എന്റെ സുഹൃത്ത് ലോകേഷ് ജെയിനും മറ്റുമായിരുന്നു ഇതിൽ പങ്കെടുത്തത്. ഏകദേശം രണ്ടുവർഷം അവിടെ താമസിച്ചാണ് അവർ ഈ സർവേ പൂർത്തിയാക്കിയത്. വളരെ വന്യ മായിരുന്നു അവരുടെ സ്വപ്നങ്ങൾ. തന്റെ പച്ചക്കറി വണ്ടിക്ക് തീപ്പിടി ക്കുന്നതും, കുട്ടി അതിൽ അകപ്പെട്ടതുന്നതും...വീടിനെ കുറിച്ച്, കിണറിന്റെ ആഴത്തിലേക്ക് വീഴുന്നത്-സ്വപ്നങ്ങൾ ഇത്തരത്തിലായിരുന്നു. ഈ സ്വപ്നങ്ങളെ എങ്ങിനെ സിനിമയിൽ കൊണ്ടുവരും എന്നതായി രുന്നു ഞാനും ഛായാഗ്രാഹകനും നേരിട്ട വെല്ലുവിളി. റിയലിസ്റ്റിക് തലത്തിലാണോ, അല്ല, ഹൈപ്പർ റിയലിസം എന്നൊക്കെ പറയുന്ന രീതിയിലാണോ ഇവയെ സിനിമയിൽ കൊണ്ടുവരിക. അല്ല, നമ്മുടെ ഫോക് നാടകങ്ങളുടെയും ചിത്രകലയുടെയും ഘടകങ്ങളെ ഉപയോ ഗിക്കണോ? ഫോക് പാരമ്പര്യം നമ്മുടെ സഞ്ചിത അബോധത്തിന്റെ ഭാഗമാണല്ലോ, ചരിത്രത്തിന്റെ ഭാഗമാണല്ലോ. റിയലിസത്തെ കുറിച്ചുള്ള നമ്മുടെ അംഗീകൃത സങ്കൽപ്പത്തിൽ നിന്ന് അത് വളരെ വ്യത്യസ്തമാണ്. സ്വപ്നങ്ങൾ അബോധ മനസ്സിന്റെ പ്രവർത്തനമാ ണല്ലോ. ആ ലോകത്തേക്ക് എങ്ങിനെ കടക്കും എന്നതായിരുന്ന വെല്ലുവിളി. ഞാൻ മേലോട്ട് മേലോട്ട് പോവുകയാണ്, ഗംഗ വരുന്നു, ഞാൻ പറക്കുകയാണ്, ക്ഷേത്രം വെള്ളത്തിൽ പൊങ്ങിക്കിടക്കുന്നു. സ്ത്രീ പടികൾ കയറുകയാണ്. ഇതൊക്കെയും ഇതുപോലെത്തന്നെ കാണിക്കണോ, അല്ല, രൂപകങ്ങളിലൂടെയാണോ കാണിക്കുക? ഇക്കാര്യത്തിൽ ഞങ്ങൾ കുറേ ചർച്ച നടത്തി. മറ്റൊരു സ്ത്രീ സ്വപ്നത്തിൽ പറയുന്നു: "ഞാൻ പഴങ്ങൾ കാണുന്നു, നാരങ്ങ, വാഴപ്പഴം, ഭംഗിയുള്ള പഴ....പെട്ടെന്ന് ഇതിന് ഭംഗം വരുത്തിക്കൊണ്ട് ഒരു പാമ്പ്..."ഇതൊ ക്കെ യഥാതഥമായി ചിത്രീകരിക്കുന്നതിൽ അർത്ഥമില്ല. ഈ സന്ദ ർഭത്തിൽ ഞങ്ങൾ ഫോക് ചിത്രകലയിൽ നിന്നുള്ള, പ്രത്യേകിച്ചും

മധുബനി ചിത്രങ്ങളാണ് ഉപയോഗിച്ചിരിക്കുന്നത്. ഓരോ സ്വപ്നവും വ്യത്യസതങ്ങളാണ്. ഭാവനയുടെ ഓരോ അടരും വ്യത്യസ്തമാണ്. നാടകത്തിൽ നിന്നു വ്യത്യസ്തമായി സിനിമയിൽ ഒരു ക്യാമറയുണ്ട്. ഈ സ്വപ്നസ്ഥലിയെ ക്യാമറ എങ്ങിനെ പിടിച്ചെടുക്കും?

● നമ്മുടെ സിനിമകളിൽ എക്കാലത്തും നാടക സ്വാധീനം ഉണ്ടാ യിരുന്നു. ന്യൂ ജെനറേഷൻ സിനിമകളാകട്ടെ ലൊക്കേഷൻ ശബ്ദത്തി ലൂടെയും മറ്റും ഏറ്റവും റിയലിസ്റ്റിക് ആകാനാണ് ശ്രമിക്കുന്നത്. താങ്കൾ അഭിനയത്തിൽ അതിശയോക്തിയും, അസംബന്ധവും, ശൈലീവ ൽക്കരണവും, മിമിക്കിങ്ങും ഉപയോഗിക്കുന്നു.

കഥാപാത്രങ്ങളുടെ ആന്തരികാവസ്ഥയാണ് ഞങ്ങൾ അവതരിപ്പി ക്കാൻ ശ്രമിക്കുന്നത്. അല്ലാതെ ഭൗതിക വർണ്ണനയല്ല. അതുകൊ ണ്ടുതന്നെ അഭിനയവ്യം ആ രീതിയിൽത്തന്നെ രൂപകൽപ്പന ചെയ്ത. നമ്മുടെ രാജ്യത്ത് യാഥാർത്ഥ്യത്തെ വർണ്ണിക്കുന്നതിന് വ്യത്യസ്തങ്ങ ളായ വഴികളുണ്ട്. യാഥാർത്ഥ്യത്തിന്റെ പല അടരുകൾ. മുംബെയിൽ ഞാൻ താമസിക്കുന്ന സ്ഥലത്തുനിന്ന് കുറച്ച ദൂരം നടക്കുമ്പോൾ ഞാൻ പല തരത്തിലുള്ള മനുഷ്യരെ കാണുന്നു, പല സമുദായത്തിലുള്ളവരെ കാണുന്നു, പല സംസ്കാരങ്ങളിൽ ഉള്ളവരെ കാണുന്നു, പല കാഴ്ചകൾ കാണുന്നു, ചെറിയ സമയത്തിനുള്ളിൽ പലതും സംഭവിക്കുന്നു. പല -വിധ സമയ-കാലങ്ങൾ. ഈ ഭാഷയാണ് സിനിമ സംസാരിക്കുന്നത്.

● എങ്ങിനെയാണ് ആദ്യ സിനിമയ്ക്ക് ഈ വിഷയം തിരഞ്ഞെടു ത്തത്?

പഴയ ദില്ലിയുമായി എനിക്ക് പല തരത്തിലുള്ള ബന്ധമുണ്ട്. എന്റെ പൂർവികർ ഏകദേശം നൂറു വർഷം മുമ്പ് കാശ്മീരിൽ നിന്ന് കുടിയേറി യവരാണ്. അവർ പഴയ ദില്ലിയിലാണ് താമസിച്ചിരുന്നത്. മറ്റൊന്ന്, ഈ പ്രദേശത്തെ പാവപ്പെട്ട സ്ത്രീകൾക്കും കുട്ടികൾക്കും ഇടയിൽ ഞാൻ പ്രവർത്തിച്ചിരുന്നു. അതിനാൽ ഈ പ്രദേശത്തെക്കുറിച്ച് എനിക്ക് നല്ല ധാരണ ഉണ്ടായിരുന്നു. മാത്രവുമല്ല, എന്റെ ഭർത്താവ് ദില്ലിക്കാരനാണ്. അവിടത്തെ ജീവിതത്തെ ഞാൻ വളരെ അടുത്തുനിന്ന് നിരീക്ഷിച്ചിരുന്നു. പഴയ ദില്ലിയെ സംബന്ധിച്ച ആകർഷകമായ ഒരു കാര്യം മുംബെയിൽ നിന്ന് ഭിന്നമായി, വളരെ ചെറിയ ആ സ്ഥലത്ത്, പല മതത്തിലും സമുദായത്തിലും പെട്ട ജനങ്ങൾ താമസിക്കുന്നു.

ജൈനർ, മുസ്ലിങ്ങൾ, ക്രിസ്ത്യാനികൾ പിന്നെ ബ്രിട്ടീഷുകാരുടെ ചരിത്രം, 1857-ലെ സൈനിക കലാപം. ഒപ്പം വളരെ ഊർജസ്വലമായ കുടിയേറ്റ സംസ്കാരവും, ആധുനിക സംസ്കാരവും. ചരിത്രത്തിന്റെയും ആധുനികത യുടെയും സംയോഗം. സ്ഥാനഭ്രംശരാകുന്ന ജനങ്ങൾ. ഇതിനിടയില്ലൂടെ ജീവിതം കെട്ടിപ്പടുക്കാൻ ശ്രമിക്കുന്നവർ. ഇത്തരത്തിൽ വ്യത്യസ്തമായ അടരുകളും തലങ്ങളും നാടകത്തിൽ ഫലപ്രദമായി അവതരിപ്പിക്കാൻ കഴിയില്ല എന്നതിൽ എനിക്ക് സംശയമില്ല. സിനിമയിൽ മാത്രമേ ഇത് സാധ്യമാകൂ എന്ന തിരിച്ചറിവിൽ നിന്നാണ് സിനിമയെ കുറിച്ച് കൂടുതൽ അറിയാനായി ഞാൻ ഒരു ഫിലിം അക്കാദമിയിൽ ആറുമാസത്തെ കോഴ്സിന് ചേർന്നത്. ഒരു സംവിധായകന്റെ റോളും, അഭിനേതാക്കളെ കൈകാര്യം ചെയ്യേണ്ടത് എങ്ങിനെയെന്നും ഞാൻ നാടകത്തിൽ നിന്ന് പഠിച്ചിരുന്നു. അക്കാദമിയിൽ ചേരുന്നതിനു മുമ്പ് തന്നെ ഞാൻ ഒരു ഫിക്ഷണൽ സ്ക്രിപ്റ്റ് എഴുതിയിരുന്നു. എന്റെ സ്ക്രിപ്റ്റിൽ ഉത്തരം കിട്ടാതെ കിടന്നിരുന്ന ചോദ്യങ്ങൾക്ക് ഉത്തരം കണ്ടെത്താനായി ഞാൻ എന്റെ സുഹൃത്തുക്കളെ ക്ഷണിച്ചു. അതിന്റെ ഭാഗമായാണ് ചോദ്യാവലി വിതരണം ചെയ്ത് ജനങ്ങളുടെ സ്വപ്നങ്ങളെ രേഖപ്പെടുത്തിയത്. തുടർന്ന് ഈ ഡോക്യുമെന്ററി ദൃശ്യങ്ങളെ ഞാൻ ഫിക്ഷണൽ സ്ക്രിപ്റ്റിലേക്ക് ഉൾച്ചേർക്കുകയായിരുന്നു. അതിനാൽ ചിലപ്പോൾ ഡോക്യുമെന്ററി യിലെ മനുഷ്യർ ഫിക്ഷനിലെ സംഭാഷണങ്ങൾ സംസാരിക്കുന്നു, യഥാർത്ഥ മനുഷ്യർ നേരിട്ട് സംസാരിക്കുന്നു. അതിനാൽ ഫിക് ഷണൽ പാഠത്തിന്റെ പല തലത്തിലുള്ള ചീളുകളാക്കൽ സംഭവിച്ചു. അങ്ങിനെ യഥാതഥമായതിനെയും ഡോക്യുമെന്ററിയെയും കൂട്ടിക്കുഴച്ചു. ഇതില്ലൂടെ അബോധ മനസ്സിലേക്ക് പ്രവേശിക്കാൻ കഴിഞ്ഞു. പലയും, സ്വപ്നങ്ങൾ ഉൾപ്പെടെ, ഒരു സ്ഥലത്ത് ഒരേ സമയത്ത് സംഭവിക്കുന്നു. സിനിമയില്ലൂടെ മാത്രമേ ഇത് സാധ്യമാകൂ. സ്ഥലകാലങ്ങളെ ഇത്തര ത്തിൽ കൂട്ടിക്കുഴക്കാൻ, അട്ടിമറിക്കാൻ സിനിമയ്ക്ക് മാത്രമേ സാധിക്കൂ.

● വിഷ്വൽ ഇഫക്ടുകളും, ഗ്രാഫിക്സും, അനിമേഷനും സാധാരണയായി ഹൊറർ സിനിമകളിലും സയൻസ് ഫിക്ഷൻ സിനിമകളിലും ഭീതിയും സസ്പെൻസും സൃഷ്ടിക്കാനാണ് ഉപയോഗിക്കുന്നത്. താങ്കൾ പല മാധ്യ മങ്ങളെ സിനിമയിലേക്ക് സംയോജിപ്പിക്കുന്നു.

നമ്മെ അത്ഭുതപ്പെടുത്തുന്ന തരത്തിലുള്ള എന്റെ സഹപ്രവർത്തക യാണ് അർച്ചന ശാസ്ത്രി. ബറോഡ സ്കൂളിൽ നിന്നുള്ള ഒരു ചിത്രകാരിയ ണവർ. അവർ മുമ്പ് എന്നെ നാടകങ്ങളിൽ സഹായിച്ചിരുന്നു. വളരെ

ആവേശത്തോടെയാണ് അർച്ചന എന്റെ സ്ക്രിപ്റ്റ് വായിച്ചത്. തുടർന്ന് അവർ പറഞ്ഞു: സിനിമ പഠിച്ചിട്ടില്ല എന്ന കാരണത്താൽ നാം നമ്മുടെ പ്രവൃത്തി മേഖലയെ കുറച്ച കാണരുത്. ഞാൻ ചിത്രകാരിയും, അനാമിക നാടക സംവിധായികയും, സൗമിത്ര റഡെടെ അനിമേഷൻ കലാകാരിയുമാണല്ലോ. നമ്മുടെ മാധ്യമത്തിന്റെ കരുത്തിനെ നമുക്ക് എന്തുകൊണ്ട് സിനിമയിൽ ഫലപ്രദമായി ഉപയോഗിച്ചുകൂടാ? കഥാ പാത്രങ്ങളുടെ അബോധ തലത്തിലേക്ക്, സ്വപ്നത്തിന്റെ തലത്തിലേക്ക് കടക്കാൻ ആവശ്യമെങ്കിൽ പെയിന്റ് ചെയ്ത ലാസ്റ്റ്സ്കേപ്പ് ഉപയോഗിച്ചുകൂടെ? അങ്ങിനെയാണ് സിനിമയ്ക്ക് ഇപ്പോഴുള്ള രൂപം കൈവരുന്നത്. സിനിമ പല മാധ്യമങ്ങളുടെ സംയോഗമായത്.

● സിനിമയിൽ അടിക്കടി കടന്നുവരുന്ന ദൃശ്യങ്ങളിൽ ഒന്നാണ് ദേവതകളുടെത്. അതുപോലെ ശിവനും മറ്റുമായി വേഷം കെട്ടുന്ന ബഹു രൂപികളുടെയും. ദേവീ രൂപങ്ങൾ കലണ്ടർ ചിത്രങ്ങളാണ്. ശിവകാശി കലണ്ടറുകളില്ലൂടെയും രവിവർമ്മ ചിത്രങ്ങളിൽകൂടിയുമാണല്ലോ നാം ദൈവരൂപങ്ങളെ സങ്കല്പിക്കുന്നത്.

ശരിയാണ്. ഈ രൂപങ്ങൾ കടന്നുവരുന്നത് ചിലരുടെ സ്വപ്നങ്ങളി ലാണെങ്കിൽ മറ്റ ചിലർക്ക് അത് വിശ്വാസത്തിന്റെ പ്രശ്നമാണ്. ദേവിയെ സ്വപ്നം കണ്ടു എന്നും ദേവി അവരിലേക്ക് വന്നു എന്നുമൊക്കെ പലരും പറയാറുണ്ടല്ലോ. ഒരു സ്ത്രീയുടെ സ്വപ്നത്തിൽ ദേവി വന്ന് അവരെ പാടി ഉറക്കുകയാണ്. പെട്ടെന്ന് ഒരു പുരുഷൻ തന്റെ മുകളിൽ കയറി എന്നും പെട്ടെന്ന് അയാൾ തീ ഉപ്പി ഉടങ്ങിയെന്നും അവർ സ്വപ്നം കണ്ടു. അവർ പേടിച്ച വിറച്ച.പോക്കറ്റടിക്കാരൻ ശിവന്റെ രൂപം കൈക്കൊള്ളുന്ന ദൃശ്യങ്ങൾ പച്ചക്കറി വിൽക്കുന്ന സ്ത്രീയുടെ ഭാവനയാണ്. ശിവൻ തന്റെ മുന്നിൽ വന്നു എന്ന് അവർ വിചാരിക്കുന്നു. എന്നിട്ട് തന്റെ പ്രിയപ്പെട്ട ഒരാളോട് എന്ന പോലെ ശിവനോട് കുശലം പറയുന്നു. ഇത് അവരുടെ മതിഭ്രമം ആയിരിക്കാം.

● ഇത് വെറും സ്വപ്നങ്ങൾ മാത്രമാണ് എന്ന് പറഞ്ഞ് അവസാ നിപ്പിക്കാൻ പറ്റമോ? ദൈവങ്ങളുടെ ചിത്രീകരണം പല വ്യാഖ്യാനങ്ങ ൾക്കും ദുർവ്യാഖ്യാനങ്ങൾക്കും ഇടം തരുന്നില്ലേ?

ഈ മനുഷ്യർക്ക് അവരുടേതായ വിശ്വാസസംഹിതകൾ ഉണ്ട്. പോക്കറ്റടിക്കാരൻ വിശ്വാസിയാണെങ്കിലും അയാൾ പരസഹായിക്ക ടിയാണ്. കമ്മ്യൂണിസ്റ്റ് യൂണിയൻ പ്രവർത്തകനായ ഒരു മനുഷ്യന്റെ

വീട്ടിൽ ദേവിയുടെ ഒരു ചിത്രവും ഉണ്ടാകാം. നമ്മുടെ ഇടത് പാർട്ടികൾ ഇത്തരം കാര്യങ്ങളെ അവഗണിക്കുകയായിരുന്നു. ഞാൻ മതത്തിലോ, മതപരമായ ആചാരങ്ങളോ വിശ്വസിക്കുന്നില്ല. ദൈവവിശ്വാസികളായ ഇടതുപക്ഷ ചിന്താഗതിക്കാർ ഇവിടെ ഉണ്ട് എന്നത് യാഥാർത്ഥ്യ മാണ്. ദൈവത്തെയും മതത്തെയും രാഷ്ട്രീയ ആവശ്യങ്ങൾക്കായി ഉപയോഗിക്കുന്നവരും ഉണ്ട്. എന്റെ മുത്തശ്ശി വീട്ടിന്റെ ഒരു കോണിൽ ഇരുന്ന് പൂജ ചെയ്യുമായിരുന്നു, ആർക്കും ശല്യം ചെയ്യാതെ. അതേ സമയം കമ്യൂണിസ്റ്റ്കാരനായിരുന്ന എന്റെ പിതാവിന് ഇതിലൊന്നും വിശ്വാസമുണ്ടായിരുന്നില്ല. ഒരു വീട്ടിൽത്തന്നെ വിശ്വാസം ഉള്ളവരും വിശ്വാസം ഇല്ലാത്തവരും സ്വച്ഛമായി ജീവിച്ചിരുന്നു. ആരും ആരെയും വിശ്വസിക്കാനോ, അവിശ്വസിക്കാനോ നിർബന്ധിക്കുന്നില്ല. അവർ ഐക്യത്തോടെ ജീവിക്കുന്നു.

സിനിമയിൽ രസകരയായ ഒരു സന്ദർഭം ഉണ്ട്. പോക്കറ്റടിക്കാരൻ മോഷ്ടിച്ച ഒരു പുസ്തകം ലാൽബിഹാരിക്ക് സമ്മാനിക്കുന്നു. പോക്കടി ക്കാരന് കമ്യൂണിസവുമായി യാതൊരു ബന്ധവും ഇല്ലെങ്കിലും ഒരേ മുറി പങ്കിടുന്ന ലാൽബിഹാരി അത്തരം പുസതകങ്ങൾ വായിക്കുന്ന മനുഷ്യനാണെന്ന് അയാൾക്കറിയാം. അയാളോടുള്ള സ്നേഹവും അനുകമ്പയുമാണ് ഇതിലൂടെ പ്രകടമാകുന്നത്. ഒരു വിപ്ലവകാരി എന്ന് ലാൽബിഹാരിയെ പോക്കറ്റടിക്കാരൻ കളിയാക്കാറുണ്ടെങ്കി ലും അയാൾക്ക് ഒരു പുസ്തകം മോഷ്ടിച്ച് സമ്മാനിക്കുന്നു എന്നതാണ് പ്രധാനം. നമ്മുടെ സാധാരണ മനുഷ്യർ സഹിഷ്ണുത ഉള്ളവരാണ്.

● സിനിമയുടെ ഇടക്കത്തിലെ രണ്ട ദൃശ്യങ്ങൾ ഓർമ്മയിൽ എത്തുന്നു. കഠിനമായ പകൽ ജോലിക്ക് ശേഷം രാത്രിയിൽ നിരനിര യായി തളർന്നുറങ്ങുന്ന തൊഴിലാളികൾ. ഒരാൾ സ്വപ്നം കാണുന്നത് പുഷ്പവൃഷ്ടി നടത്തുന്ന ലക്ഷ്മീദേവിയെയാണ്. മറ്റൊരാൾ സ്ക്രീനിൽ നിറയുന്ന ചെങ്കൊടിയാണ് സ്വപ്നം കാണുന്നത്.

നമ്മുടെ ഇടതുപക്ഷം സംബോധന ചെയ്യേണ്ട ഒരു പ്രധാന വിഷയ മാണിത്. ഇത്തരം മനുഷ്യരോട് സംവദിക്കാനുള്ള ഒരു ഭാഷ ഇടതുപ ക്ഷം കണ്ടെത്തേണ്ടിയിരിക്കുന്നു. മതേതരമായ ഭാഷയും സംസ്ക്കാരവും ആവശ്യമാണ്. അങ്ങിനെ ചെയ്യാതെ ജനങ്ങളെ ദൈവവിശ്വാസികൾ എന്നും, ഹിന്ദുത്വ വാദികളെന്നും കുറ്റപ്പെടുത്തുന്നതിൽ അർത്ഥമില്ല. വ്യ ക്തിപരമായ ഇത്തരം വിശ്വാസങ്ങളെ ഉപേക്ഷിക്കുക സാധ്യമാണോ? ഇവിടെ വിഭജന രേഖ വളരെ നേരിയതാണ്. ഇത്തരം ചോദ്യങ്ങളാണ് അസാമ്പ്രദായികമായ രീതിയിൽ ഞാൻ ഉയർത്തുന്നത്.

● ദൈവങ്ങളുടെ ചിത്രീകരണം ഇന്നത്തെ സാഹചര്യത്തിൽ വളരെ യധികം തെറ്റിധാരണയുണ്ടാക്കാൻ സാധ്യതയുണ്ട്. അങ്ങിനെ താങ്കളെ ഹിന്ദുത്വത്തിന്റെയും ബി.ജെ.പിയുടെയും ഭാഗത്ത് പ്രതിഷ്ഠിക്കാനും സാധ്യതയുണ്ട്.

ശരിയാണ്. സഹിഷ്ണത തീരെ ഇല്ലാത്ത സാഹചര്യമാണിത്. എന്നാൽ ഇക്കാര്യങ്ങൾ മനസ്സിലാകുന്നവർ എന്നെ അത്തരത്തിൽ മുദ്രകുത്തില്ല.

● പ്രധാന കഥാപാത്രങ്ങളെല്ലാം പുരുഷന്മാരാണ്. അതേസമയം സിനിമയിൽ ധാരാളം സ്ത്രീകളുണ്ട്. ക്ലോസപ്പിൽ ഒരു ആയുവതി മറ്റൊരു യുവതിയോട് തന്റെ ഭർത്താവിനെ കുറിച്ചും സ്വപ്നത്തിൽ കാണുന്ന മറ്റൊരു പുരുഷനെ കുറിച്ചും അടക്കം പറയുന്നുണ്ട്. മറ്റൊരു സന്ദർഭത്തിൽ മധ്യവയസ്ക തന്റെ സ്വപ്നത്തെ കുറിച്ച് പറയുന്നു: "എന്റെ പ്രിയ കൂട്ടുകാരിയെ ഞാൻ സ്വപ്നം കാണുന്നു. ഞങ്ങൾ പരസ്പരം ആലിം ഗനബദ്ധരാകുന്നു. ഞങ്ങൾ വളരെ സന്തോഷിക്കുന്നു". കെട്ടിപ്പിടിച്ച അവരുടെ ശരീരത്തിനിടയിലൂടെ അനിമേറ്റ് ചെയ്ത ഒരു പാമ്പിനെ കാണാം. സാധാരണ അവസ്ഥകളിൽ, പൊതു ഇടത്തിൽ പ്രകട മാക്കാൻ കഴിയാത്ത അടക്കിവെച്ച വികാരങ്ങളുടെ, സ്വപ്നങ്ങളുടെ പ്രകാശനമായി ഞാൻ ഇതിനെ കാണുന്നു.

ശരിയാണ്. ആദ്യ സ്വപ്നത്തിലെ സ്ത്രീക്ക് താൻ കണ്ട സ്വപ്നത്തിൽ കുറ്റബോധം തോന്നുന്നുണ്ടാകാം. വിവാഹിതയായ സ്ത്രീ പരപുരുഷനെ സ്വപ്നം കാണാൻ പാടുണ്ടോ എന്ന ചിന്തയുടെ ഭാരം ഈ സംസാരത്തി ലൂടെ അവർ ഇറക്കിവെക്കുകയാകാം. ഇതൊക്കെയും ഞങ്ങൾ രേഖ പ്പെടുത്തിയവയാണ്. രണ്ടാമത്തെ സ്വപ്നത്തെ സ്വവർഗ പ്രണയമായി ചിലർ വ്യാഖ്യാനിച്ചേക്കാം. സ്ത്രീകൾ മറ്റുസ്ത്രീകളുടെ കൂടെ ആയിരിക്കാൻ ആഗ്രഹിക്കുന്നവരാണ്. ഇതിലൂടെ തങ്ങളുടെ വികാരങ്ങൾ പ്രകടിപ്പി ക്കാനുള്ള ഒരിടം കണ്ടെത്തുകയാണ്.

● പാമ്പുകളുടെ ദൃശ്യങ്ങളും സിനിമയിൽ ധാരാളമുണ്ട്.

ഇന്ത്യൻ അവസ്ഥയിൽ പാമ്പിന് പലവിധ വിവക്ഷകൾ ഉണ്ട്. അതിൽ ചിലതാണ് ഭീതിയുടെയും ഉർവ്വരതയുടെയും സംരക്ഷണത്തി ന്റെയും. ചില സമൂഹങ്ങളിൽ പാമ്പ് ലൈംഗികതയുടെ പ്രതീകമാണ്. രണ്ട് സ്ത്രീകളുടെ സ്വപ്നങ്ങളിലും പാമ്പ് അവരുടെ വഴി മുടക്കുന്നതായാണ്

അവർക്ക് അനുഭവപ്പെടുന്നത്. ഇത് അവരുടെ അബോധത്തിൽ കൂടി കൊള്ളുന്ന ജീവിതത്തെ കുറിച്ചുള്ള വൈയക്തികവും ബാഹ്യവുമായ അനിശ്ചിതത്ത്വത്തെ പ്രകടിപ്പിക്കുന്നതാകാം.

● പാമ്പിനെ നമ്മൾ ആരാധിക്കുന്നുണ്ടല്ലോ, കേരളത്തിന്റെ കാര്യ ത്തിൽ ക്ഷേത്രത്തിൽ മാത്രമല്ല, കാവുകളിലും മറ്റം. ഫ്രോയ്ഡിന്റെ വിശകലനങ്ങളുടെ അടിസ്ഥാനത്തിൽ പാമ്പിനെ ലൈംഗികതയുമായി വളരെപ്പെട്ടെന്ന് ബന്ധിപ്പിക്കാൻ സാധ്യതയുണ്ട്.

പാശ്ചാത്യ പാരമ്പര്യത്തിൽ പാമ്പിനെ പാപത്തിന്റെയും, തിന്മ യുടെയും പ്രതീകമായാണ് ചിത്രീകരിച്ചിരിക്കുന്നത് എന്ന് തോന്നുന്നു. എന്നാൽ ഇന്ത്യയിൽ നേരത്തെ സൂചിപ്പിച്ചതുപോലെ പാമ്പിനെ വളരെ വ്യത്യസ്തമായാണ് കാണുന്നത്. അതുകൊണ്ടാണ് സിനിമയിൽ മധുബനി, വാർളി മുതലായ ഫോക് കലാരൂപങ്ങൾ ഉപയോഗിച്ചിരി ക്കുന്നത്.

ശരീരം എന്ന മാധ്യമം

"If trees are uprooted and cut, what will the dry wood remember of the rains that arose in Malir?" -Shah Abdul Latif, Sufi Scholar, Poet·

ന്റെ ആഗ്രഹങ്ങൾക്കനുസരിച്ച് ജീവിക്കുന്ന ഹെയർസ്റ്റൈലിസ്റ്റും എഴുത്തുകാരിയുമായ സപ്ന ഭാവ്നാനിയെ പരിചയപ്പെടുന്നത് റൂഹി ദീക്ഷിത്തും സീബാ ഭഗ് വാഗറും ചേർന്ന് സംവിധാനം ചെയ്ത Scattered Windows, Connected Doors എന്ന ഡോക്യുമെന്റനറിയി ലാണ്. എങ്ങിനെ ജീവിക്കണം, എന്ത് ചെയ്യണം, എന്ത് ചെയ്യാതിരി ക്കണം എന്ന് തെരഞ്ഞെടുപ്പുകൾ നടത്തുന്ന എട്ട് സ്ത്രീകളെ കുറിച്ചാണ് ഈ സിനിമ. ഇതിൽ ഒരു ഖണ്ഡം സപ്നയെ കുറിച്ചാണ്.

വ്യവസ്ഥാപിതത്വങ്ങളെ പിന്തുടരാത്ത ജീവിതമാണ് സപ്നയുടേത്. മുംബൈയിൽ സമ്പന്നർ ജീവിക്കുന്ന ബാന്ദ്രയിൽ ഒരു സിന്ധി കുടുംബ ത്തിൽ ജനിച്ചു. പിതാവ് ഒരു കാബറെ ക്ലബ്ബിന്റെയും റെസ്റ്റോറന്റിന്റെ യും ഉടമസ്ഥനായിരുന്നു. സപ്നയുടെ പതിനെട്ടാം വയസ്സിൽ പിതാവ് അന്തരിച്ചതിനെ തുടർന്ന് കോളേജ് വിദ്യാഭ്യാസം അവസാനിപ്പിക്കുക യും അമേരിക്കയിലേക്ക് പോവുകയും ചെയ്തു. അവിടെ തുടക്കത്തിൽ ഒരു ഹോട്ടലിൽ വെയിടസ്സ് ആയി ജോലിചെയ്തു. പിന്നീട് ഒരു ബിസിനസ്സ് സ്കൂളിൽ മാർക്കറ്റിങ്ങ് ആൻഡ് കമ്മ്യൂണിക്കേഷൻ പഠിക്കാനായി ചേരുകയും നല്ല മാർക്കോടെ പഠനം പൂർത്തിയാക്കുകയും ചെയ്തു. ഫാഷൻ ഡിസൈൻ രംഗത്ത് ചില ശ്രമങ്ങൾ നടത്തിയെങ്കിലും ഹെയർ ഡ്രസ്സിങ്ങിൽ ഉള്ള താത്പര്യം കാരണം ഈ മേഖലയെ തൊഴിലായി തെരഞ്ഞെടുത്തു. അവധിക്ക് മുംബൈയിൽ വന്നപ്പോൾ അപ്രതീക്ഷിതമായികണ്ടുമുട്ടിയ ബാല്യകാല സുഹൃത്തുമായി ഒന്നിച്ച

ജീവിക്കാൻ തീരുമാനിച്ചതിനെ ഇടർന്ന് അമേരിക്ക ഉപേക്ഷിക്കുക യും മുംബൈയിൽ സ്ഥിരതാമസമാക്കുകയും ചെയ്തു. അക്കാലത്ത് മുംബൈയിലെ പ്രസിദ്ധങ്ങളായ സായാഹ്ന പത്രങ്ങളിൽ കോളമി സ്റ്റായി സപ്ന ധാരാളം എഴുതി.

ബിഗ് ബോസ് സീസൺ ആറിൽ പങ്കെടുത്തു. ഒരു വ്യവസായ സംരംഭക. ഹെയർ സലൂൺ. പ്രൊഡക്ഷൻ കമ്പനി. സ്വന്തമായി ഫാഷൻ ലേബലിന്റെ ഉടമ. ഒരു നോൺ ഫിക്ഷൻ നോവൽ പ്രസി ദ്ധീകരിച്ചു. മ്യൂസിക് വിഡിയോ സംവിധാനം ചെയ്യുകയും അതിൽ അഭിനയിക്കുകയും ചെയ്തു. 'നിർഭയ' എന്ന നാടകവുമായി ബന്ധപ്പെട്ട പ്രവർത്തനം. കലിംഗർ എന്ന പേരിൽ ഒരു ആർട് പ്രൊജക്ട് സംഘ ടിപ്പിച്ചു. രണ്ടു ഹിന്ദി സിനിമകളിൽ അഭിനയിച്ചു. മൂന്നു വിവാഹങ്ങൾ. PETA (People for the Ethical Treatment of Animals) എന്ന സംഘടനയുടെ സജീവ പ്രവർത്തക. നമുക്ക് അസാധാരണം എന്ന് തോന്നും വിധം 'തന്നിഷ്ട'ത്തിന് ജീവിക്കുന്ന സ്ത്രീ. ആഗ്രഹിച്ചതെല്ലാം നേടാനായി പ്രവർത്തിക്കുക എന്നതാണ് മുദ്രാവാക്യം.

സപ്ന സംവിധാനം ചെയ്ത ആദ്യ സിനിമയാണ് 'സിന്ധുസ്ഥാൻ'. ഒരു സിന്ധിയായി ജനിച്ചവെങ്കിലും ഒരിക്കലും തന്റെ പിതാവിന്റെ ജന്മസ്ഥലമായ സിന്ധ് കാണാൻ അവസരം കിട്ടാത്ത സപ്ന ഈ സിനിമയിലൂടെ സിന്ധിന്റെ ചരിത്രം അന്വേഷിക്കുകയാണ്, അങ്ങിനെ തന്റെ വേരുകൾ തേടുകയും ചെയ്യുന്നു. രാഷ്ട്രീയ-പ്രത്യയ ശാസ്ത്ര അജണ്ട യുടെ ഭാഗമായി എല്ലാം ഹിന്ദുത്വവുമായി കൂട്ടിക്കെട്ടുന്ന, ഹിന്ദുത്വവുമായി സമീകരിക്കുന്ന ഇക്കാലത്ത് ഈ സിനിമ വളരെ പ്രസക്തമാണ്. Mumbai Film Festival, DocEdge, Kolkatta, International Short & Independent Film Festival, Dhaka, Chicago South Asian Film Festival, New York Indian Film Festival, Indian Film Festival of Boston-ഇന്ത്യക്ക് അകത്തും പുറത്തുമായി പ്രശ സ്തങ്ങളായ ധാരാളം മേളകളിൽ പ്രദർശിപ്പിക്കപ്പെട്ട ഈ സിനിമ നിരവധി ബഹുമതികൾ കരസ്ഥമാക്കി.

എന്തുകൊണ്ട് സിന്ധുസ്ഥാൻ എന്ന ശീർഷകം? സപ്ന പറയുന്നു: "സിന്ധു നദിയുടെ സമതലത്തിൽ ജീവിച്ചിരുന്ന മനുഷ്യരെ പേർഷ്യ ക്കാരാണ് ഹിന്ദു എന്ന് വിളിച്ചത്. പേർഷ്യക്കാർക്ക് 'സി' എന്ന് ഉച്ചരിക്കാൻ ബുദ്ധിമുട്ട് ഉള്ളതിനാൽ പകരം 'ഹി' എന്ന പദം ഉപയോഗിക്കുകയായിരുന്നു. അങ്ങിനെ സിന്ധു ഹിന്ദുവായി. ഇടർന്ന് സിന്ധുസ്ഥാനിന് പകരം ഹിന്ദുസ്ഥാൻ ഉണ്ടായി".

ഡോക്യുമെന്ററി ആയാണ് വിഭാവനം ചെയ്തിരിക്കുന്നതെങ്കിലും ഡോക്യുമെന്ററിയുടെ സാമ്പ്രദായിക നിർവ്വചനങ്ങളിൽ ഒതുങ്ങുന്നില്ല ഈ സിനിമ. നാമിതുവരെ സിനിമയിൽ കാണാത്ത തരത്തിലുള്ള ഒരു സങ്കേതമാണ് സംവിധായിക ഉപയോഗിച്ചിരിക്കുന്നത്. സംവിധായിക അന്വേഷിക്കുന്ന സിന്ധിന്റെ ചരിത്രത്തെ ചിത്രങ്ങളാക്കി തന്റെ ശരീര ത്തിൽ, പ്രധാനമായും കാലുകളിൽ മഷികൊണ്ട് പച്ച കുത്തിയിരിക്ക കയാണ്. സിന്ധിലെ അജ്റക് ശൈലിയിലും ഇന്ത്യയിലെ മധുബനി ചിത്രങ്ങളുടെ ശൈലിയിലുമാണ് ചരിത്രം ആലേഖനം ചെയ്തിരിക്കുന്നത്. ഇവിടെ (സിനിമയിൽ) ശരീരം തന്നെ മാധ്യമമാകുന്ന ഒരപൂർവ്വ കാഴ്ച കാണാം.

പച്ചകുത്തുന്ന പ്രക്രിയ വളരെ വേദനിപ്പിക്കുന്നതായിരുന്നു. ഈ രീതിയിൽ രണ്ടു കാലുകളിലും പച്ചകുത്താൻ സാധാരണ വർഷങ്ങൾ എടുക്കും. എന്നാൽ പത്ത് ദിവസങ്ങൾ കൊണ്ടാണ് സപ്ന തന്റെ രണ്ടു കാലുകളിലും പച്ചകുത്തിയത്. ആദ്യത്തെ ആറുദിവസം യാതൊരു മരുന്നും ഉപയോഗിക്കേണ്ടിവന്നില്ലെങ്കിലും ഏഴാമത്തെ ദിവസം വിവ രണാതീതമായ വേദന സഹിക്കാനാവാതെ ആസ്പത്രിയിൽ പോകേ ണ്ടിവന്നു. പിന്നീട് വേദനസംഹാരികൾ കഴിച്ചാണ് പച്ചകുത്തൽ പൂർത്തികരിച്ചത്. ഇതിലൂടെ വിഭജനത്തിന്റെ വേദന മറ്റൊരു രീതിയിൽ താൻ പങ്കുവെക്കുകയായിരുന്നു എന്ന് സപ്ന പറയുന്നു.

പർഫോർമൻസിലും പെയിന്റിങ്ങിലും കലാകാരന്മാർ സ്വന്തം ശരീരം ഉപയോഗിക്കുന്ന രീതി പുതിയതല്ല. ഒരു ചിത്രകാരി ശരീരം മുഴുവൻ Vinyil sticker ഒട്ടിച്ചാണ് പരീക്ഷണം നടത്തുന്നത്. നഗ്ന ശരീരങ്ങളിൽ ക്യാൻവാസിൽ എന്ന പോലെ ചായം തേച്ച് പ്രകൃതി യുടെ പശ്ചാത്തലവുമായി വിളക്കിക്കിച്ചേർക്കുന്ന ഒരു ചിത്രകാരി. ഉള്ളം കയ്യിൽ സൂചിയും നൂലും കൊണ്ട് ഇഷ്ടപ്പെട്ടവരുടെ പോർട്രേറ്റ് ഇന്നുന്ന ഒരു കലാകാരൻ. സ്വന്തം ശരീരത്തിൽ നിന്ന് ശേഖരിക്കുന്ന രക്തം കൊണ്ട് ഒരു കലാകാരൻ തന്റെ മുഖത്തെ ശിൽപ്പമാക്കി മാറ്റുന്നു. അതേസമയം സിനിമയിൽ സപ്നയുടെ ശൈലിക്ക് സമാനതകൾ ഇല്ലെന്നു തോന്നുന്നു.

ഇതിലൂടെ സപ്ന ചരിത്രത്തിന്റെ ഒരു ചലിക്കുന്ന മ്യൂസിയം ആയിത്തീ രുന്നു. പച്ചകുത്തൽ ഭൂതത്തെ വർത്തമാനവുമായി ബന്ധിപ്പിക്കുന്ന കണ്ണി യായിത്തീരുന്നു. വലതുകാൽ സപ്നയുടെ കുടുംബക്കാരുടെ സിന്ധിലെ ജീവിതവും വിഭജനത്തിന്റെ ദുരിതങ്ങളം അവതരിപ്പിക്കുമ്പോൾ ഇടതു കാലിൽ സപ്ന ജനിച്ച വളർന്ന മുംബൈ നഗരമാണ് -ഗേറ്റ്വേ ഓഫ്

-ഇന്ത്യയുടെയും കടലിന്റെയും മറ്റം കാഴ്ചകൾ. അങ്ങിനെ കാലുകൾ ഓർമ്മകളുടെ കലണ്ടർ ആയി മാറ്റുന്നു. ഒരു കഥപറയാനുള്ള ഏറ്റവും ഉത്തമമായ മാർഗ്ഗം ആ കഥതന്നെ ആയിത്തീരുക എന്നതാണ്. പച്ചകുത്തൽ വേദനാജനകമായ ഒരു പ്രക്രിയയായിരുന്നു. എന്നാൽ ഇത് ചില ലക്ഷ്യങ്ങൾ കൈവരിക്കാനായി, സ്വപ്നങ്ങൾ സാക്ഷാ ത്ക്കരിക്കാനായി ആകുമ്പോൾ വേദനയുടെ കാഠിന്യം കുറയുന്നു.

സാധാരണ ഡോക്യുമെന്ററികൾ വസ്തുതകളും കണക്കുകളും ആർക്കൈവൽ ഫുട്ടേജുകളും ധാരാളമായി ഉപയോഗിക്കാറുണ്ടല്ലോ. എന്നാൽ സപ്പ വേറൊരു വഴിയാണ് പിന്തുടരുന്നത്. അതേസമയം ഈ സിനിമ ചോദ്യം ഉത്തരം എന്ന രീതിയില്ലും അല്ല. വിഭജനത്തിലൂടെ കടന്നുവന്ന പ്രായം ചെന്ന മനുഷ്യർ ചിലപ്പോൾ പ്രേക്ഷകരോട് നേരിട്ടും മറ്റചിലപ്പോൾ അവരുടെ സംസാരം പശ്ചാത്തലത്തിലും കേൾക്കാം. മറ്റ ചിലപ്പോൾ അവർ സംസാരിച്ചുകൊണ്ടിരിക്കുന്ന ദൃശ്യങ്ങളെ പച്ച കുത്തിയ കാലുകളിൽ കണ്ടെത്താൻ ശ്രമിക്കുന്നു. ഈ പ്രായം ചെന്ന മനുഷ്യർ ഓർമ്മയ്ക്കും മറവിക്കും ഇടയിൽ നിന്നാണ് സംസാരിക്കുന്നത്.

രേഖീയമായല്ല സിനിമയിലെ ആഖ്യാനം. ഭക്ഷണം പാകം ചെയ്യുന്ന സ്ത്രീ സിന്ധിലെ തന്റെ ജീവിതം അയവിറക്കുമ്പോൾ ഫ്രയിമിന്റെ ഒരു ഭാഗത്ത് പശ്ചാത്തലത്തിൽ പച്ചകുത്തിയ കാലുകൾ കാണാം. മറ്റൊരു സന്ദർഭത്തിൽ വിഭജനത്തെ അതിജീവിച്ച പ്രായംചെന്ന മനുഷ്യൻ സംസാരിക്കുന്നു. അടുത്ത ഷോട്ടിൽ ഊഞ്ഞാലിൽ ആടുന്ന സപ്പയുടെ പച്ച കുത്തിയ കാലുകൾ. കഥക് നൃത്തം ചെയ്യുന്ന ഒരു നർത്തകി. അടുത്ത ഷോട്ടിൽ ഫ്രയിമിന്റെ ഒരറ്റത്ത് നർത്തകി, മറ്റേ അറ്റത്ത് പച്ച കുത്തിയ കാലുകൾ. ഇത്തരത്തിൽ പല സന്ദർഭത്തിൽ പല രീതിയിൽ പച്ചകുത്തിയ കാലുകളെ ഒറ്റയ്ക്കും പുരാതന അവശിഷ്ടങ്ങളുടെയും, ഭൂപ്ര കൃതിയുടെയും, സൂഫി ഗായകരുടെയും, മോഹൻജെദാരോയുടെയും, ഉൽഖനനത്തിന്റെയും മറ്റ പശ്ചാത്തലത്തിലും സൂപ്പർഇമ്പോസ് ചെയ്യുമാണ് അവതരിപ്പിച്ചിരിക്കുന്നത്. പുൽത്തകിടിയിലൂടെ, വെള്ളത്തി ലൂടെ, കടൽക്കരയിലൂടെ നടക്കുന്ന ചിത്രമെഴുതിയ കാലുകൾ. ആദ്യ ഭാഗത്ത് കാലുകളുടെ ഉടമയെ നാം കാണുന്നില്ല. അവസാന ഭാഗത്ത് മാത്രമാണ് അത് സപ്പയാണെന്ന് നാം അറിയുന്നത്. അതുപോലെത്ത നെയാണ് നിറങ്ങൾ മിക്സ് ചെയ്യുന്നതിന്റെ ദൃശ്യങ്ങളും, പച്ചകുത്തിയ വർണ്ണാഭമായ കാലിനെ ചുറ്റുന്ന വർണ്ണ നൂലുകളുടെ ദൃശ്യങ്ങളും. ഒരിടത്ത് യോഗേഷ് വാഗ്മാരെ എന്ന കലാകാരൻ കാലുകളിൽ പച്ചകു ത്തുന്നതിന്റെ ദൃശ്യങ്ങൾ. ചിലപ്പോൾ കാലുകൾ വിവിധ പോസുകളിൽ.

ചെരിച്ചും നീട്ടിയും ഉയർത്തിയും -പ്രേക്ഷകർക്ക് ചിത്രങ്ങൾ പല ഭാഗത്തു നിന്നും കാണാൻ എന്നോണം.

ഈ സിനിമയെ ഓർമ്മകളുടെ മ്യൂസിയം എന്ന് വിശേഷിപ്പിക്കാം. സിദ്ധിന്റെ ചരിത്രം പറയാൻ സംവിധായിക ഔദ്യോഗിക ചരിത്ര ത്തെയല്ല, വിഭജനത്തെ അതിജീവിച്ചവരുടെ വ്യക്ത്യനുഭവങ്ങളെയും ഓർമ്മകളെയുമാണ് ആശ്രയിക്കുന്നത്. അതുകൊണ്ടുതന്നെ സിനിമ ഭാഗം പിടിക്കുന്നുമില്ല. നമ്മുടെ ഡോക്യുമെന്ററികൾ പൊതുവെ മുൻനിശ്ചിതമായ നിഗമനത്തിൽ എത്തുന്നവയാണല്ലോ. കറുപ്പിലും വെളുപ്പിലും മാത്രമായി ചരിത്രത്തെയും, യാഥാർഥ്യത്തെയും കാണുന്നവ.

എഴുതപ്പെട്ട ചരിത്രം പിന്തുടരുമ്പോൾ കടന്നുവരുന്ന പ്രശ്നം, ചരിത്രം ആർ എഴുതിയതാണ് എന്നതാണ്. ജയിച്ചവരുടേതാണ് ചരിത്രം. അതുകൊണ്ടുതന്നെ പക്ഷപാതം ഉള്ളതായിരിക്കും. അടി ച്ചമർത്തപ്പെടുന്നവരും മർദ്ദിത ജനവിഭാഗവുമല്ല ചരിത്രം എഴുതിയത്. എഴുതപ്പെട്ട ചരിത്രം അവരുടേതുമല്ല. അടിച്ചമർത്തുന്നവരുടെയും മർദ്ദകരുടേതുമാണ് ചരിത്രം. അവരാണ് ചരിത്രം എഴുതിയത്. അതേ സമയം വ്യക്തി ചരിത്രവും വാമൊഴി ചരിത്രവും ചരിത്രത്തെകുറിച്ച് മറ്റൊരു വീക്ഷണമായിരിക്കും നൽകുക. അതുപോലെത്തന്നെയാണ് ആദിവാസി ഗോത്രങ്ങളുടെയും നാടോടികളുടെയും വാമൊഴി ചരിത്രവും. വാമൊഴി ചരിത്രത്തിന് ഒരു പക്ഷം ചേരേണ്ടതിന്റെ ആവശ്യമില്ല. വിഭജനത്തെ കുറിച്ച് ഇനിയും കണ്ടെത്തപ്പെടാതെ ലക്ഷക്കണക്കിന് അറിവുകൾ ദൃക്സാക്ഷികളിലും ഓർമ്മകളിലും ഉണ്ട്. ഇത് ഔദ്യോഗിക ചരിത്ര ഭാഷ്യവുമായി ഒത്തുപോകണം എന്നില്ല. വിഭജനത്തിന്റെ ദുരി തങ്ങൾ അനുഭവിക്കേണ്ടിവന്ന മനുഷ്യരുടെ ഓർമ്മകളിലൂടെയും വിഭജ നത്തിന്റെ അനന്തര ഫലം അനുഭവിക്കേണ്ടിവന്ന സ്ഥലത്തിലൂടെയും വിഭജനത്തിന്റെ യാഥാർഥ്യത്തെ പഠിക്കുന്നുണ്ട് ചില സംഘടനകൾ. ഇവരും പറയുന്നത് വിഭജനത്തെ കുറിച്ച് ധാരാളം പുസ്തകങ്ങൾ ലഭ്യ മാണെങ്കിലും പ്രാദേശിക ചരിത്രത്തിലൂടെ ലഭിക്കുന്ന വിവരങ്ങൾ ഈ പുസ്തകങ്ങളിൽ ലഭ്യമാവണമെന്നില്ല. അതുകൊണ്ട് ഔദ്യോഗിക ചരിത്രത്തെ മാത്രം അറിവിന്റെ സ്രോതസ്സായി അവലംബിക്കാതെ സാധാരണ ജനങ്ങളുടെ ശബ്ദത്തെ കേൾക്കുക എന്നതാണ് പ്രധാനം. മറ്റൊന്ന് ചരിത്രം എന്നാൽ His(story) ആണെങ്കിൽ Her(story)-യും ഉണ്ടാവണമല്ലോ.

1750 BC മുതൽ തന്നെ സിന്ധു നദീതടത്തിൽ (Indus Valley) ആവസിച്ചിരുന്ന ജനത സിന്ധികൾ എന്ന് അറിയപ്പെട്ടു.

ബ്രിട്ടീഷുകാരുടെ വരവോടെ മുഗളന്മാരുടെ പിടി അയയുകയും 1843-ൽ സിന്ധ് ബോംബെ പ്രസിഡൻസിയുടെ ഭാഗമാവുകയും ചെയ്തു. തുടർന്ന് ഇത് സിന്ധ് പ്രവിശ്യയായി അറിയപ്പെട്ടു. വിഭജനത്തെ തുടർന്ന് ബോംബെ പ്രവിശ്യ സ്വതന്ത്ര ഇന്ത്യയുടെ ഭാഗമാവുകയും സിന്ധ് പ്രവിശ്യ പാക്കിസ്ഥാനിന്റെ ഭാഗമാവുകയും ചെയ്തു. വിഭജനത്തിന ശേഷം സിന്ധി ഹിന്ദുക്കളും സിന്ധി സിക്കുകാരും ഇന്ത്യയിലേക്കും ലോകത്തിന്റെ പല ഭാഗങ്ങളിലേക്കും കുടിയേറി. എല്ലാം പിന്നിൽ ഉപേക്ഷിച്ച് അരക്ഷിത ബോധത്തോടെയും ഭീതിയോടെയും എല്ലാ വിഭജനങ്ങളിലും എന്ന പോലെ ഇവരും പുതുതായി വരച്ച അതിർത്തി രേഖ കടന്നു. അപൂർവ്വമായി മഴ പെയ്യുന്ന ഒരു പ്രദേശത്തുനിന്ന് ധാരാളം മഴയുള്ള പ്രദേശത്തേക്ക്. വലത്തുനിന്ന് ഇടത്തോട്ട് വായിച്ചു ശീലിച്ച അവർ ഇടത്തുനിന്ന്വലത്തോട്ട് വായിക്കാൻ പഠിച്ചു. എത്തപ്പെട്ട സ്ഥലങ്ങളിലെ സംസ്ക്കാരവും ഭാഷയുമായി ഇഴകിച്ചേർന്ന് ജീവിതം കരുപ്പിടിപ്പിച്ചു.

പുകൾപെറ്റ സിന്ധു നദീതട സംസ്ക്കാരം പോലെ സൂഫിസം ഫലഭൂയിഷ്ടമാക്കിയ ഒരു പ്രദേശം കൂടിയാണ് സിന്ധ്. മഹാന്മാരായ ധാരാളം സൂഫിവര്യന്മാരുടെ നാട്. പല വിഭാഗങ്ങളുടെ സങ്കരസംസ്ക്കാരം നിലനിൽക്കുന്ന സിന്ധിൽ കവിതയും, തത്വചിന്തയും, സംഗീതവും, ആരാധനയും ജനജീവിതത്തിന്റെ ഭാഗമാണ്. ഹിന്ദു മുസ്ലിം വിഭാഗ ത്തിൽപ്പെട്ട ഏകദേശം ഒന്നരലക്ഷത്തോളം വിശുദ്ധന്മാരും ദെർവി ഷുകളും ജന്മമെടുത്ത നാടാണ് സിന്ധ്.

'സഫ്' (കമ്പിളി) എന്ന വാക്കിൽ നിന്നാണ് സൂഫിസം ഉത്ഭവിച്ചത് എന്നൊരു വാദമുണ്ട്. കമ്പിളി വസ്ത്രം പുതച്ചുകൊണ്ട് സിന്ധു നദീതട ത്തിൽ എത്തുകയും അവിടെ സ്ഥിരതാമസമാക്കുകയും ചെയ്തവരാ ണത്രെ സൂഫികൾ. മറ്റൊരു ഭാഷ്യം പ്രവാചകനും വിശ്വാസികളായ മുസ്ലിമുകളും കമ്പിളി പുതപ്പുകൾ ഉപയോഗിച്ചിരുന്നു. ഇത് ലൗകിക ലോകത്തിൽ നിന്നുള്ള വൈരാഗ്യത്തെയും ലാളിത്യത്തെയും സൂചിപ്പി ക്കുന്നു. കാലാന്തരേണ ഇത് സൂഫിസത്തിന്റെ ഭാഗമായി. സൂഫിസം എന്ന വാക്ക് സോഫ് എന്ന ഗ്രീക്ക് പദത്തിൽ നിന്നാണ് ഉത്ഭവിച്ചത് എന്നും ഒരു വാദമുണ്ട്. സോഫ് എന്ന വാക്കിന് ജ്ഞാനം എന്നാണ ത്രെ അർഥം.

മറ്റൊരു ശ്രദ്ധേയമായ വസ്തുത, വിഭജന സമയത്ത് ഇന്ത്യയുടെ മറ്റ പ്രദേശങ്ങളിൽ ഉണ്ടായതുപോലുള്ള അക്രമ സംഭവങ്ങൾ സിന്ധി കളുമായി ബന്ധപ്പെട്ട് ഉണ്ടായില്ല. കാരണം സൂഫിസം സിന്ധികളുടെ

സ്വത്വത്തിന്റെ ഭാഗമായതു കൊണ്ടാകാം. സൂഫിസം അഹിംസയിൽ അധിഷ്ഠിതമാണല്ലോ. വിഭജനത്തിനുശേഷം മൂന്നുമാസം കഴിഞ്ഞ് സിന്ധ് സന്ദർശിച്ച അന്ന് ഇന്ത്യൻ നാഷണൽ കോൺഗ്രസ്സിന്റെ അധ്യക്ഷനായിരുന്ന ആചാര്യ കൃപലാനി കണ്ടെത്തിയത് കൊടിയ മതഭ്രാന്തോ അക്രമങ്ങളോ അദ്ദേഹത്തിന് അവിടെ കാണാൻ കഴിഞ്ഞി ല്ല എന്നായിരുന്നു. അവർ ഏതു മതത്തിൽ വിശ്വസിച്ചാലും സൂഫിസത്തി ന്റെ ശക്തമായ സ്വാധീനമാണ് അവരെ സഹിഷ്ണുതയുള്ളവരാക്കിയത് എന്നാണ് കൃപലാനി പറഞ്ഞത്.

പല മത ദർശനങ്ങളിൽ നിന്നും മനുഷ്യ നന്മയ്ക്ക് ഗുണകരമായ അംശങ്ങൾ സ്വാംശീകരിക്കുന്ന സഹവർത്തിത്വത്തിന്റെ സംസ്കാരമാണ് സിന്ധിന്റേത്. ഈ പരസ്പര ബഹുമാനം ഇവരുടെ ആരാധനയിലും കാണാം. ഉദാഹരണമായി, ജൂലെലാൽ എന്ന ആരാധനാമൂർത്തിയെ ഹിന്ദുക്കൾ ആരാധിക്കുന്നു. നദിയിൽ പൊങ്ങിക്കിടക്കുന്ന വെള്ളി നിറമുള്ള ഒരു മൽസ്യത്തിനുമുകളിൽ സ്ഥിതിചെയ്യുന്ന താമരയിൽ ആസനസ്ഥനായ ജൂലെലാൽ നദിയുടെ ദേവനാണ്. അതേ സമയം സൂഫിവര്യനും, കവിയുമായ ലാൽ ഷബാസ് കലന്ദറും അറിയപ്പെടുന്നത് ജൂലെലാൽ എന്ന നാമത്തിലാണ്. വെള്ളിമൽസ്യ വാഹനനായ മൂർത്തിയെ ഹിന്ദുക്കളും മുസ്ലീങ്ങളും ആരാധിക്കുന്ന രണ്ട പ്രധാന ആരാധനാലയങ്ങളുണ്ട് സിന്ധിൽ. ഒന്നിൽ ഹിന്ദുക്കൾ ജൂലെലാലായും മറ്റൊന്നിൽ മുസ്ലീങ്ങൾ ഷെയ്ഖ് താഹിറായും ആരാധിക്കുന്നു. എല്ലാം ജലവുമായി ബന്ധപ്പെട്ട ദൈവങ്ങളാണ് എന്നതാണ് പ്രത്യേകത. അതുപോലെ ഉത്സവക്കാലത്ത് ഹിന്ദുക്കളും മുസ്ലീങ്ങളും സിഖുകാരും സന്ദർശിക്കുന്ന ആരാധനാലയങ്ങളും ഉണ്ട്. ഇത്തരത്തിൽ നദിയുമായി, ജലവുമായി ബന്ധപ്പെട്ട ധാരാളം പുരാവൃത്തങ്ങൾ സിന്ധികളുടെ സഞ്ചിത സ്മൃതിയുടെ ഭാഗമാണ്.

ഇന്ത്യയുടെ ദേശീയ ഗാനത്തിൽ സിന്ധിനെ പരാമർശിക്കുന്നു ണ്ടെങ്കിലും ഇന്ന് സിന്ധ് ഇന്ത്യക്ക് അവകാശപ്പെട്ടതല്ല. ഇന്ത്യയുടെ ഭൂമിശാസ്ത്രത്തിൽ സിന്ധിന് പ്രാതിനിധ്യമില്ല. അതിനർത്ഥം തങ്ങൾക്ക് ഇല്ലാത്ത ഒരു രാജ്യത്തെയാണ് അവർ ദേശീയ ഗാനത്തിൽ ആലപി ക്കുന്നത്. ദേശീയഗാനത്തിൽ നിന്ന് സിന്ധ് എന്ന വാക്ക് നീക്കം ചെയ്യ ണമെന്ന ആവശ്യം പാർലമെന്റിലും പുറത്തും ഉയർന്നവരികയുണ്ടായി. എന്നാൽ കോടതി ഇതൊക്കെയും തള്ളിക്കളയുകയായിരുന്നു. 1967-ൽ ഭാരത സർക്കാർ സിന്ധിയെ ഔദ്യോഗിക ഭാഷയായി അംഗീകരിച്ചു. മറ്റ ഭാഷകൾ ഓരോ സംസ്ഥാനത്തിന്റെ ഭാഷയാണെങ്കിൽ സിന്ധി ഒരു

ഇന്ത്യൻ സംസ്ഥാനവുമായി ബന്ധപ്പെട്ടതല്ല. കാരണം സിന്ധികൾക്ക് ഒരു സംസ്ഥാനം ഇല്ല എന്നയതുതന്നെ. ഇതൊരു വലിയ വിരോധാഭാസമാണ്. സിന്ധി ഭാഷ രണ്ടു രീതിയിൽ എഴുതുന്നുണ്ട്. ഒന്ന് മൂലമായ അറബിയില്ലും രണ്ടാമത്തേത് ദേവനാഗിരിയിലും. സർക്കാർ ഈ രണ്ടു രീതികളെയ്യും അംഗീകരിച്ച എങ്കിലും ചില സന്ദർഭങ്ങളിൽ, ഉദാഹണമായി കേന്ദ്ര സർക്കാറിന്റെ സാഹിത്യ അക്കാദമി ഓരോ ഭാഷയ്ക്കും ഒറ്റ ലിപി മാത്രമേ അംഗീകരിക്കുന്നുള്ളൂ. സിന്ധിയെ സംബന്ധിച്ച് ഇത് അറബിയിലുള്ള മൂലമാണ്.

സിന്ധിയെ ഒരു ഭാഷയായി സർക്കാർ അംഗീകരിച്ചവെങ്കിലും ഇതു വരെയായി ഇവർക്ക് ദൂരദർശന്റെ ഒരു മുഴുസമയ ചാനൽ ലഭിച്ചിട്ടില്ല. പല രീതിയിലുള്ള ശ്രമങ്ങളുടെ ഭാഗമായി ഒരു പ്രാദേശിക ചാനലിൽ ഒരു ചെറിയ സ്ലോട്ട് മാത്രമാണ് അനുവദിച്ചുകിട്ടിയത്. അതുകൊണ്ടാണ് സപ്ലു പറയുന്നത് ഞങ്ങൾ സിന്ധികൾ മാജിക് പോലെയാണ്. ഞങ്ങൾ ഉണ്ടതാനും, എന്നാൽ ഇല്ലതാനും, ഉണ്ട് + ഇല്ല = ഉണ്ടില്ല എന്ന പറയാം.

സംവിധായിക സിനിമയെ കുറിച്ച് സംസാരിക്കുന്നു:

"ഒരിക്കൽ മുംബൈയിൽവെച്ച് ഒരു സംഘം സൂഫി ഗായകർ പാട്ടുന്നത് കേൾക്കാനിടയായി. അവർ എത്താൻ വൈകിയതുകാരണം മൈക്കുകൾ അഴിച്ചുമാറ്റിയിരുന്നു. അതുകൊണ്ട് മൈക്ക് ഇല്ലാതെ യാണ് അവർ പാടിയത്. എന്നിട്ടും ജനങ്ങളെ അവർ പിടിച്ചിരുത്തി. ഞാൻ ധ്യാനാത്മകമായ ഒരനുഭൂതിയുടെ ലോകത്തിൽ എത്തി, രോമാ ഞ്ചമണിഞ്ഞു. ഇത് സിന്ധിന്റെ സംഗീതമാണെന്ന് എനിക്ക് അറിയി ല്ലായിരുന്നു. ഞാൻ ഒരു സിന്ധിയായിരുന്നിട്ടും ആദ്യമായി 'സിന്ധി' എന്ന വാക്ക് ഇന്റർനെറ്റിൽ പരതി. അന്നാണ് ഞാൻ അറിഞ്ഞത് പ്രശസ്ത പാകിസ്ഥാനി ഗായിക ആബിദ പ്രവീണം സിന്ധിയാണെന്ന്. സിന്ധികളിൽ മുസ്ലിമുകൾ ഉണ്ടെന്നുപോലും എനിക്ക് അറിയില്ലായിരു ന്നു. ഞാൻ സിന്ധിനെ കുറിച്ച് അറിയാനായി നെറ്റ് പരതി. സിന്ധിനെ കുറിച്ച് പുസ്തകങ്ങൾ ധാരാളം ഉണ്ടായിരുന്നു. എന്നാൽ സിനിമകൾ ഉണ്ടായിരുന്നില്ല. ഇതാണ് തുടക്കം".

● വിഭജനത്തെ അതിജീവിച്ചവരുടെ ഓർമ്മകളിലൂടെയാണ് താങ്കൾ സിന്ധികളുടെ ചരിത്രം പറയുന്നത്. ഇത്തരത്തിലുള്ള ഒരു ശൈലിയിലേക്ക് താങ്കൾ എങ്ങിനെയാണ് എത്തിയത്?

ഇൻറർനെറ്റിൽ ലഭ്യമായ വസ്തുതകളെ, തിയ്യതികളെ അടിസ്ഥാനമാ ക്കിയുള്ള ഒരു സിനിമ ആവലത് എന്നത് ബോധപൂർവ്വം തന്നെയുള്ള തീരുമാനമായിരുന്നു. എഴുതപ്പെട്ട ചരിത്രത്തെ സംബന്ധിച്ച്, അത് ചരിത്ര പുസ്തകത്തിലായാലും, എഴുതിയ ആളിന്റെയും, എഡിറ്റ് ചെയ്ത ആളിന്റെയും, ആ എഴുതപ്പെട്ടത് അത്തരത്തിൽ ലഭ്യമാക്കാനുള്ള ഉദ്ദേ ശ്യവും നമുക്ക് അറിയില്ല. ചരിത്രത്തിന്റെ ആ സന്ധിയിലൂടെ കടന്നുവന്ന മനുഷ്യനിൽ നിന്ന് നേരിട്ട് അറിയുമ്പോൾ അതിനിടയിൽ ഒരു അരിപ്പ പോലെ ഒന്നുമില്ല. എനിക്ക് ഇക്കാര്യം ഉറപ്പാക്കേണ്ടതുണ്ടായിരുന്നു. ഒരു പത്രപ്രവർത്തകൻ ഒരിക്കൽ എന്നോട് ചോദിക്കുകയുണ്ടായി, എങ്ങിനെയാണ് ഇതിന്റെ നിജസ്ഥിതി അറിയുക? എനിക്കത് വളരെ ബാലിശമായി തോന്നി, കാരണം, ഇതൊക്കെയും അനുഭവിച്ച, യാതൊരു പക്ഷപാതിത്വവും ഇല്ലാത്ത മനുഷ്യരേക്കാൾ രേഖപ്പെട്ട ത്തിയതിനെയാണോ വിശ്വസിക്കേണ്ടത്? ഇതൊരു ദുഃഖകരമായ അവസ്ഥയാണ്. അവരുടെ ഓർമ്മകളെ ഞാൻ വിശ്വസിക്കുന്നു, മുഖ വിലയ്ക്കെടുക്കുന്നു.

● പർഫോർമൻസിലും പെയിന്റിങ്ങിലും കലാകാരന്മാർ സ്വന്തം ശരീരം ഉപയോഗിക്കുന്ന രീതി പുതിയതല്ല. ശരീരത്തിൽ പച്ചകുത്തുക എന്ന തീർത്തും നവീനമായ ആശയത്തിലേക്ക് എങ്ങിനെയാണ് എത്തിയത്?

എന്റെ മുത്തശ്ശിയുടെ കൈത്തണ്ടയിൽ കൃഷ്ണന്റെ വലിയ രൂപം പച്ച കുത്തിയിട്ടുണ്ടായിരുന്നു. ഈ രൂപം കണ്ടുകൊണ്ടാണ് ഞാൻ വളർന്നത്. ഇത് സംസ്കാരത്തിന്റെ ഭാഗമായിരുന്നു. അമേരിക്കയിലായിരുന്നപ്പോൾ ഞാൻ പ്രതിഷേധം എന്ന രീതിയിലാണ് പച്ചകുത്തിയത്. ഞാൻ ഇന്ത്യ യിലേക്ക് തിരിച്ച വന്നപ്പോൾ മുത്തശ്ശിയെ കാണാൻ പോയി. ഞാൻ പച്ചകുത്തിയതുകണ്ടപ്പോൾ അവർ എന്നെ പഴഞ്ചൻ എന്ന് കളിയാക്കി. പ്രതിഷേധം എന്ന നിലയിൽ പച്ചകുത്തിയതിനെ പ്രായം ചെന്ന ഈ സ്ത്രീ പഴഞ്ചൻ എന്ന് കളിയാക്കിയപ്പോൾ യുവതിയായ എന്റെ എല്ലാ 'വിപ്ലവങ്ങളും' തകർന്നു പോയി. അവർ പറഞ്ഞതിൽ കാര്യമുണ്ടായിരു ന്നു. ഗോത്രമനുഷ്യരുടെ ചിത്രങ്ങൾ നോക്കൂ, അത് എവിടെയുമാകട്ടെ -അമേരിക്കയിലോ, ആസ്ത്രേലിയയിലോ, ഹവായിലോ -അവരുടെ ശരീരത്തിൽ രൂപങ്ങൾ/ചിന്ഹങ്ങൾ പച്ചകുത്തിയിരിക്കുന്നത് കാണാം. അവർ ഏത് ഗോത്രത്തെ പ്രതിനിധീകരിക്കുന്ന എന്നാണ് ഈ ചിന്ഹങ്ങൾ വ്യക്തമാക്കുന്നത്. ഓരോ ഗോത്രത്തിനും ഓരോ

ചിന്‍ഹങ്ങള്‍ ആയിരിക്കും. ഇത് പപച്ചകുത്തലിനെ കഥ പറയാനുള്ള മാധ്യമമായി തെരെഞ്ഞെടുക്കാന്‍ കാരണമായി. എന്റെ ശരീരത്തില്ലും പച്ചകുത്തിയിരുന്നതിനാല്‍ അതുതന്നെയായിരിക്കും ഉചിതം എന്ന് എനിക്കും തോന്നി.

• ഒരു സീക്വന്‍സ് താങ്കള്‍ ചില വ്യത്യാസങ്ങളോടെ ആവര്‍ത്തിക്ക ന്നുണ്ട്. ഇതില്ലൂടെ ഇതിന് ഒരു ലീറ്റ്മോട്ടീഫിന്റെ സ്വഭാവം കൈവരുന്നു. ഒരു ഗൃഹസ്ഥകത്ത് അവശിഷ്ടങ്ങളില്ലൂടെ നടന്ന് ഒരു ഇടുങ്ങിയ സ്ഥലത്ത് താങ്കള്‍ കിടക്കുന്നുണ്ട്. ഇതിനെ അമ്മയുടെ ഗര്‍ഭപാത്രത്തിലേക്കുള്ള തിരിച്ചപോക്ക് എന്ന് ആലങ്കാരികമായി പറയാം. ഇതിനെ തുടക്ക ത്തിലേക്കുള്ള, വേരുകളിലേക്കുള്ള തിരിച്ചപോക്ക് എന്നും വിശേഷി പ്പിക്കാം. മറ്റൊരു സന്ദര്‍ഭത്തില്ലും താങ്കള്‍ ഇതേ ഗൃഹയില്ലൂടെ അതേ വേഷത്തില്‍ നടക്കുന്നു, തീക്കൂട്ടി അതിനടുത്ത് ഇരിക്കുന്നു. പിന്നീട് താങ്കള്‍ എരിയുന്ന തീയ്യുടെ സമീപത്തു നില്‍ക്കുന്നു. എരിയുന്ന തീയ്യും അതിനു പിന്നില്‍ നില്‍ക്കുന്ന താങ്കളുടെയും ദൃശ്യം കാണുമ്പോള്‍ പ്രേ ക്ഷര്‍ക്ക് താങ്കള്‍ തീയില്‍ എരിയുന്നതായാണ് അനുഭവപ്പെടുന്നത്. അല്ലെങ്കില്‍ താങ്കള്‍ സ്വയത്തെ അഗ്നിക്ക് സമര്‍പ്പിക്കുന്നതായി അനുഭവപ്പെടുന്നു. പിന്നീട് സ്ക്രീനില്‍ എഴുതിക്കാണിച്ച ഷാ അബ്ദുള്‍ ലത്തീഫിന്റെ കവിതയാണ് പ്രേക്ഷകര്‍ കാണുന്നത്. "മഷിയും -കടലാസ്സും പാഴാക്കാനായി ഓ, മിത്രമേ എന്തിനാണ് ഇനിയുന്നത്? പകരം മുന്നോട്ട് പോകൂ, വാക്കുകള്‍ രൂപം കൊണ്ട ഉറവിടം കണ്ടെത്തൂ".

പച്ചകുത്തല്‍ വളരെ പുരാതനമായ ഒന്നാണെന്ന് മുകളില്‍ പറഞ്ഞുവല്ലോ. ആ രീതിയില്‍ ചിന്തിക്കവെ ആദിമ മനുഷ്യനിലേക്ക് എത്തപ്പെട്ടു. അങ്ങിനെ ഗൃഹാമനുഷ്യരുമായി ബന്ധപ്പെടുത്തിയാണ് ഈ ഗൃഹയെ വിഭാവന ചെയ്തത്. ഈ മനുഷ്യര്‍ ചുമരില്ലും ചിത്രങ്ങള്‍ കോറിയിട്ടിരുന്നുവല്ലോ. സിനിമയില്‍ ഒരിടത്ത് ഇപ്രകാരം പറയുന്ന ണ്ട്: "മനുഷ്യര്‍ ആദ്യമായി ഈ ഗ്രഹത്തില്‍ വന്നപ്പോള്‍ ഗോത്രങ്ങ ളായാണ് ജീവിച്ചത്. അവിടെ അതിരുകളോ, രാജ്യമോ, സര്‍ക്കാരോ ഉണ്ടായിരുന്നില്ല".

• താങ്കളുടെ മുഖം സിനിമയില്‍ അവസാന ഭാഗത്ത് ഒരു സന്ദര്‍ഭ ത്തില്‍ മാത്രമാണ് കാണിക്കുന്നത്.

ശരിയാണ്. എന്റെ മുഖം കാണിക്കരുത് എന്ന നിർബ്ബന്ധം ഉണ്ടാ
യിരുന്നു. അതുപോലെ സിനിമ എന്നെക്കുറിച്ച് ആയിരിക്കരുത്
എന്ന നിർബ്ബന്ധവും ഉണ്ടായിരുന്നു. പല രാജ്യാന്തര മേളകൾക്കും
എന്റെ കഥയിലായിരുന്നു താത്പര്യം. വേരുകൾ തേടിയുള്ള എന്റെ
യാത്രയിലും മറ്റം. സിന്ധിനെ കുറിച്ചുള്ള സിനിമ ഒരിക്കലും എന്നെക്ക
റിച്ചുള്ള സിനിമയായി ഉണ്ടാക്കാൻ എനിക്കാവില്ല. സിനിമ സിന്ധി
സമൂഹത്തെ കുറിച്ചായിരിക്കണം. ഞാൻ ചെറിയ തോതിലെങ്കിലും
ജനങ്ങൾക്കിടയിൽ അറിയപ്പെടുന്നു എന്നതിനാൽ സിനിമ കാണുന്നത്
അതിന്റെ അടിസ്ഥാനത്തിൽ ആയിരിക്കരുത് എന്ന് ബോധപൂർവ്വം
തീരുമാനിച്ചിരുന്നു. ചരിത്രം ആലേഖനം ചെയ്ത കാലുകൾ കഥ പറയാൻ
പര്യാപ്തമായിരുന്നു.

● സിനിമയുടെ ചിത്രീകരണത്തിനായി സിന്ധിലേക്ക് പോകാനുള്ള
അനുമതി കിട്ടിയിരുന്നില്ലല്ലോ. എങ്ങിനെയാണ് സിന്ധിലെ ദൃശ്യങ്ങൾ
ചിത്രീകരിച്ചത്?

ചിത്രീകരണത്തിനായി പാക്കിസ്ഥാനിലേക്ക് പോകാനായി
എനിക്ക് വിസ അനുവദിച്ച കിട്ടിയില്ല. സാമൂഹ്യ മാധ്യമങ്ങളിലൂടെയുള്ള
ശ്രമങ്ങളെല്ലാം പരാജയപ്പെട്ടുകയും ചെയ്തതോടെ പാക്കിസ്ഥാനിലുള്ള
സുഹൃത്തുക്കളിലൂടെ ഞാൻ അവിടെയുള്ള ഒരു ഗായകനെ കണ്ടെത്തി.
അദ്ദേഹം ഇരു രാജ്യങ്ങൾക്കുമിടയിൽ സമാധാന സന്ദേശം പ്രചരിപ്പി
ക്കുന്ന ജോലിയിലും വ്യാപൃതനാണ്. എനിക്ക് പാക്കിസ്ഥാനിലേക്കും
അദ്ദേഹത്തിന് ഇന്ത്യയിലേക്കും വരാൻ പറ്റാത്തതിനാൽ ഞങ്ങൾ
നേപ്പാളിൽ കണ്ടുമുട്ടി. ഞാൻ ചിത്രീകരിച്ച ഫൂട്ടേജുകൾ അദ്ദേഹത്തെ
കാണിച്ചു. തുടർന്ന് സിന്ധിൽ നിന്നുള്ള ഫൂട്ടേജ് അദ്ദേഹം ചിത്രീക
രിച്ചു. അദ്ദേഹത്തിന്റെ ഫൂട്ടേജുകൾ അവിശ്വസനീയമായിരുന്നു എന്ന
പറയാം. ജീവിതത്തിലാദ്യമായി ഞാൻ എന്റെ പിതാവ് ജനിച്ച സ്ഥലം
കണ്ടു. അത് വീട്ടിലേക്കുള്ള, വേരുകളിലേക്കുള്ള തിരിച്ചുപോക്കായി
രുന്നു. ഏകദേശം രണ്ട് മൂന്ന് മാസങ്ങളെടുത്തു ഫൂട്ടേജ് അവിടെയു
ള്ള സർവറിൽ അപ്‌ലോഡ് ചെയ്യാനും ഇവിടെയുള്ള സർവറിൽ
ഡൗൺലോഡ് ചെയ്യാനും.

● ധാരാളം റീഷൂട്ടിംഗ് വേണ്ടിവന്നു എന്ന് വായിച്ചിരുന്നു. എന്താണ്
സംഭവിച്ചത്?

ഇത് ആ അർത്ഥത്തിലുള്ള റിഷ്ഷൂട്ടിംഗ് ആയിരുന്നില്ല. ആദ്യം ആൾക്കാരുമായി സംസാരിച്ചതും അവരെ ചിത്രീകരിച്ചതും മറ്റൊരു വീക്ഷണകോണിലൂടെയായിരുന്ന. അന്ന് ഞാൻ കാല്കളിൽ പച്ചക ത്തിയിരുന്നില്ല. ഈ മനുഷ്യരുടെ സംസാരത്തെ / അനുഭവങ്ങളെ അടിസ്ഥാനമാക്കിയാണ് ചിത്രങ്ങൾ പച്ചകുത്തിയത്. പച്ചകുത്തിയ കാല്കളുമായി ഞാൻ അവരോട് വീണ്ടും സംസാരിച്ചു. കാല്കളിലെ ചിത്രണം കണ്ട് അവർ അഞ്ചതപ്പെട്ടു. ഈ പ്രവൃത്തി അവർ ഒരിക്കലും പ്രതീക്ഷിച്ചതല്ല. കാല്കളിൽ സിന്ധിനെ കണ്ട് അവർ അത്യധികം വികാരാധീനനായി.

● ഡോക്യുമെന്ററിയിൽ നിർമ്മാതാക്കൾക്ക് താത്പര്യമില്ല. എല്ലാ വർക്കും ഫീച്ചർ സിനിമ, അതും ലാഭമുണ്ടാക്കുന്ന ഫീച്ചർ സിനിമ നിർമ്മിക്കാനാണ് താത്പര്യം. ഈ സാഹചര്യത്തിൽ അസാന്പ്രദാ യികമായ ഈ സിനിമയ്ക്കുള്ള പണം എങ്ങിനെയാണ് കണ്ടെത്തിയത്?

സത്യമാണ് താങ്കൾ പറഞ്ഞത്. സിനിമയ്ക്കുള്ള പണം കണ്ടെത്താ നായി ഞാൻ വളരെ ബുദ്ധിമുട്ടി. പല സ്ഥലങ്ങളിലും ചിത്രീകരിച്ചതി നാൽ ചെറിയ ബജറ്റിൽ ഒതുങ്ങിയില്ല. ഒരു സിന്ധി ബജറ്റിന്റെ 50% ഒരാൾ സംഭാവന തന്നു. ബാക്കി പണം ഞാൻ ലോണെടുക്കുകയാ യിരുന്നു. സുഹൃത്തുക്കൾ ആൾക്കൂട്ട ഫണ്ടിംഗിന്റെ കാര്യം ഓർമ്മി പ്പിച്ചിരുന്നു. സിനിമ കുറേ സമയം എടുത്തിരുന്നതിനാൽ എത്രയും പെട്ടെന്ന് സിനിമ പൂർത്തിയാക്കാനുള്ള ബദ്ധപ്പാടിലായിരുന്നു ഞാൻ. അങ്ങിനെയാണ് ഞാൻ OTT പ്ലാറ്റ്ഫോമുകലുമായി ബന്ധപ്പെട്ടുന്നത്. നിരാശാജനകമായിരുന്നു ഇവരുടെ പ്രതികരണം. താങ്കൾ വിശ്വസി ക്കുമോ MUBI കേവലം നൂറ് ഡോളറാണ് വാഗ്ദാനം ചെയ്തത്. ഓൺലൈൻ പ്ലാറ്റ്ഫോമുകൾ മെയിൻസ്ട്രീം സിനിമകൾക്ക് നല്ല സാന്പത്തിക സഹായം ചെയ്യുന്നുണ്ട്. ഈ പ്ലാറ്റ്ഫോമുകൾ ഇപ്പോൾ സ്വതന്ത്ര സിനിമകൾ സ്വീകരിക്കുന്നില്ല. അവർക്ക് വലിയ പേരുകൾ വേണം. സ്വതന്ത്ര സിനിമകൾക്ക് തിയ്യറ്റർ റിലീസ് അസാധ്യമായിരി ക്കെ ഓൺലൈൻ പ്ലാറ്റ്ഫോമുകൾ സഹായകവാവും എന്ന ധാരണയും അസ്തമിച്ചിരിക്കുന്നു. തങ്ങളുടെ സിനിമകൾ പ്രദർശിപ്പിക്കാനുള്ള വേദി സ്വതന്ത്ര സിനിമാക്കാർതന്നെ കണ്ടെത്തേണ്ടിയിരിക്കുന്നു. സിനിമ നിരവധി ബഹുമതികൾ കരസ്ഥമാക്കിയെങ്കിലും ഓൺലൈൻ പ്ലാ റ്റ്ഫോമിന്റെ മനോഭാവത്തിന് മാറ്റമില്ല.

● പച്ചകുത്തിയ കാലുകൾ പ്രതിഷ്ഠാപനം പോലെ പ്രദർശിക്കണ
മെന്ന് താങ്കൾ ഒരു അഭിമുഖത്തിൽ പറഞ്ഞിട്ടുണ്ട്. ഭാവി പദ്ധതികൾ
വിശദീകരിക്കാമോ?

ഞാൻ ഒരു മ്യൂസിയത്തെ കുറിച്ച് ചിന്തിക്കുന്നുണ്ട്. ഞാൻ മരിച്ച
കഴിഞ്ഞാൽ ചരിത്രം ആലേഖനം ചെയ്ത എന്റെ കാലുകളെ ആ മ്യൂസി
യത്തിൽ സൂക്ഷിക്കണം എന്നാണ് എന്റെ ആഗ്രഹം. എന്റെ കാലുകൾ
ഇപ്പോൾ ചരിത്രത്തിന്റെ ഭാഗമാണ്. മരുഭൂമിയെ പ്രതിനിധീകരിച്ചുകൊ
ണ്ട് പുഴിയിൽ ഒരു പ്രതിഷ്ഠാപനം എന്ന ഒരു ആശയവും ഉണ്ട്. .
മഷിയും സിന്ധിൽ നിന്നുള്ള ഏട്ടേജുകളും എന്റെ കാലുകളിലൂടെ കടന്ന
പോകുന്ന രീതിയിലുള്ള ഒരു പ്രതിഷ്ഠാപനത്തെ കുറിച്ചുകൂടി ഞാൻ
ചിന്തിക്കുന്നുണ്ട്. പല മ്യൂസിയങ്ങളുമായി ബന്ധപ്പെട്ടുവെങ്കിലും അവർക്ക്
പ്രതിഷ്ഠാപനത്തിലല്ല, സിനിമയിലാണ് താൽപര്യം. അതുകൊണ്ട് ഈ
പദ്ധതി ഞാൻതന്നെ ഏറ്റെടുക്കണം.

താങ്കൾക്കറിയാമോ, ഓൺലൈൻ കാഴ്ചയെക്കുറിച്ച് റിസർച്ച്
ചെയ്യുന്ന ഒരു സുഹൃത്ത് പറഞ്ഞത് ഈ സിനിമ വന്നതിനു ശേഷം
കഴിഞ്ഞ ഒരു വർഷമായി ധാരാളം പേർ ഇന്റർനെറ്റിൽ സിന്ധിനെ
തിരയുന്നുണ്ട് എന്നാണ്. ചെറുപ്പക്കാർക്കിടയിലും തങ്ങളുടെ സംസ്കാര
ത്തെ കുറിച്ച് അവബോധം ഈ സിനിമ ഉണ്ടാക്കി എന്നകാര്യം വലിയ
സന്തോഷം തരുന്നു.

● തെക്കെ ഇന്ത്യക്കാരെ മദ്രാസികൾ എന്നും ലുങ്കിവാല എന്നും,
സർദാർജികളെ 'ബല്ലേ ബല്ലേ' എന്നും തലേക്കെട്ടിനകത്ത് ആൾസ
ഞ്ചാരം ഇല്ലാത്തവരെന്നും, സിന്ധികളെ 'സിന്ധി പപ്പടം' എന്നും വിഭ
ജനത്തിനു ശേഷം മുംബൈക്കടുത്തുള്ള ഉല്ലാസ് നഗറിൽ കുടിയേറിയ
സിന്ധികളുടെ ഉൽപ്പന്നങ്ങളെ Made in USA (Ulhasnagar Sindhi
Association) എന്നും ഫലിതത്തിന്റെ പേരിൽ കളിയാക്കുന്ന
പൊതുബോധമാണ് നമ്മുടേത്. (നിസ്സാരമായി, നേരമ്പോക്കിനുവേണ്ടി
ഉപയോഗിക്കുന്ന ഫലിതങ്ങൾ നിഷ്ക്കളങ്കമല്ല എന്നതാണ് സത്യം).
എന്നാൽ താങ്കൾ ഈ വാർപ്പുകളെ തകർക്കുകയും സിന്ധികളുടെ
ചരിത്രത്തെയും, സംസ്കാരത്തെയും അവതരിപ്പിക്കുകയും ചെയ്യുന്നു.

ശരിയാണ്. പലരും പറയുന്നത് (ഫലിത രൂപേണയാണെങ്കി
ലും) ഞാൻ കേട്ടിട്ടുണ്ട്: നിങ്ങൾ ഒരു പാമ്പിനെയും സിന്ധിയെയും
കാണുകയാണെങ്കിൽ സിന്ധിയെ കൊല്ലണം. ഞാൻ അത്ഭുതപ്പെട്ടി
ട്ടുണ്ട്, മനുഷ്യർ ഇത്രയും നീചമായി ചിന്തിക്കുന്നത് എന്തുകൊണ്ടാണ്?

സിന്ധികൾ ഇത്രയും ഹീനരാണോ? വിഭജനത്തിൽ എല്ലാം നഷ്ടപ്പെട്ട അവർ പൂജ്യത്തിൽ നിന്ന് ജീവിതം ആരംഭിച്ചവരായിരുന്നു. കഠിനാദ്ധ്വാ നത്തിലൂടെ, കച്ചവടം ചെയ്തും, വ്യവസായത്തിൽ ഏർപ്പെട്ടും വളരെ സൂക്ഷിച്ചും പിശുക്കിയും അവർ ജീവിതം കെട്ടിപ്പടുത്തു. ധാരാളം സമയം ഇവരുമായി സംസാരിച്ചപ്പോഴാണ് എനിക്ക് ഇക്കാര്യം മനസ്സിലാ യത്. ഇതു കൊണ്ടായിരിക്കാം സിന്ധികളെ ഒരു പ്രത്യേക രീതിയിൽ ജനങ്ങൾ കാണുന്നത്.

● ഒരിക്കലെങ്കിലും സിന്ധിലേക്ക് പോവുക എന്ന താങ്കളുടെ സ്വപ്നം സാക്ഷാത്കരിക്കപ്പെട്ടുമോ?

ഞാൻ ശുഭാപ്തി വിശ്വാസിയാണ്. ഞാൻ ഇമ്രാൻ ഖാന് ട്വീറ്റ് ചെയ്തി രുന്നു. അത് ടൂറിസം മേഖലയും മറ്റും വിദേശികൾക്കായി തുറന്നുകൊ ണ്ടുക്കുന്നതിനെപ്പറ്റി അദ്ദേഹം സംസാരിച്ച സമയമായിരുന്നു. എന്റെ സിനിമയുമായി പാക്കിസ്ഥാൻ സന്ദർശിക്കണമെന്നും അവിടെ സിനിമ പ്രദർശിപ്പിക്കാനുള്ള എന്റെ ആഗ്രഹവും ഞാൻ അദ്ദേഹത്തെ ട്വീറ്റിലൂടെ അറിയിച്ചു. താങ്കൾ വിശ്വസിക്കില്ല, അവിടെയുള്ള നിരവധി സിന്ധികൾ എനിക്ക് വിസ നൽകണമെന്ന് അപേക്ഷിച്ചുകൊണ്ട് സർക്കാരിന് മെസ്സേജുകൾ അയക്കുകയുണ്ടായി. തുടർന്ന് അവിടത്തെ ഉദ്യോഗസ്ഥർ എന്നെ ബന്ധപ്പെട്ടു. പിന്നീട് കാശ്മീർ അടച്ചുപൂട്ടിയതോടെ എല്ലാം നിലച്ചു. ആ സമയത്തുതന്നെയാണ് ഇന്ത്യ പാക്കിസ്ഥാനി കലാകാര ന്മാരെ ബഹിഷ്കരിക്കുന്നത്. ഇത് ദുഃഖകരമാണ്. കലയെ രാഷ്ട്രീയം, മതം, ലിംഗഭേദം, ലൈംഗികത എന്നിവയുമായി കൂട്ടിക്കുഴയ്ക്കരുത്. എന്നിരുന്നാലും ഞാൻ ശുഭാപ്തിവിശ്വാസിയാണ്.

സിന്ധിനെ കുറിച്ചുള്ള വിപുലമായ ഒരു വെബ്സൈറ്റിന്റെ നിർമ്മാണ പ്രവർത്തനങ്ങളിൽ വ്യാപൃതയാണ് ഇപ്പോൾ സപ്ന. മറ്റ കാര്യങ്ങൾക്കൊപ്പം സിന്ധിന്റെ കലയ്ക്കും സംസ്കാരത്തിനും ഭക്ഷണത്തി നും പ്രാധാന്യം കൊടുത്തുകൊണ്ടുള്ള ഒരു വെബ്സൈറ്റ്. ഒപ്പം സിനിമ ഓൺലൈനിൽ എത്രയും പെട്ടെന്ന് റിലീസ് ചെയ്യാനും പരിപാടിയുണ്ട്.

സിനിമ അവസാനിക്കുന്നത് ഇപ്രകാരം: കരയിൽ കിടന്ന് ജലത്തി നായി പിടയ്ക്കുന്ന മത്സ്യത്തെ സമുദ്രത്തിലേക്ക് ഒരാൾ യാത്രയാക്കുന്നു. പശ്ചാത്തലത്തിൽ സിന്ധിന്റെ ചരിത്രം പച്ചകുത്തിയ സപ്നയുടെ കാലുകൾ. തുടർന്ന് ഒഴുകുന്ന ജലത്തിലേക്ക് നീട്ടിയ സപ്നയുടെ സിന്ധിന്റെ ചരിത്രം ആലേഖനം ചെയ്ത ആ കാൽപാടങ്ങളിൽ നിന്ന് പതിയെ ജീവൻവെച്ചുണരുന്ന അനിമേറ്റ് ചെയ്ത രണ്ടു മത്സ്യങ്ങളെ

പച്ചകുത്തിയ കൈകൾ ജലത്തിലേക്ക് യാത്രയാക്കുന്നു. ജൂലെലാലി
ന്റെ വാഹനത്തെ, ഹിന്ദുവിന്റെയും മുസ്ലിമിന്റെയും ദൈവസങ്കല്പത്തെ
ജലത്തിലേക്ക്, അതിന്റെ ഉറവിടത്തിലേക്ക് യാത്രയാക്കുന്നു. നീല
സമുദ്രത്തിന്റെ പശ്ചാത്തലത്തിൽ രണ്ട മതത്തെയും പ്രതിനിധീകരി
ക്കുന്ന ജൂലെലാലിന്റെ അപദാനങ്ങൾ. സപ്ന പറയുന്നു: "സിന്ധിൽ
എത്താനായി ഞാൻ   പല ശ്രമങ്ങൾ നടത്തി പരാജയപ്പെട്ടു. ആ
ഭ്രമിക്ക് പകരം ഞാൻ സമുദ്രത്തിലെ ജലമായി. അപ്പോൾ എനിക്ക്
ഒഴുകാൻ സാധിക്കും, പിന്നെ അവിടെ പോകേണ്ട ആവശ്യമില്ല. എല്ലാം
ഉള്ളിൽ ഉണ്ട്. ഇപ്പോൾ ആ ഭ്രമി എന്റെയും ഞാൻ ആ ഭ്രമിയുടെയും
ഭാഗമാണ്. ദൈ്വത ഭാവമില്ല. എല്ലാം ഒന്ന്".

Malir (മലിർ): സിന്ധിലെ ഒരു നദി.

സ്ത്രീ ജാതിയിലേക്ക് നോക്കുമ്പോൾ സംഭവിക്കുന്നത്

പ്രശസ്ത ഡോക്യുമെന്ററി സംവിധായികയായ പരോമിത വോറ ഓർക്കുന്നു: 1992 ഫെബ്രുവരി. മുംബൈ ഇന്റർനാഷണൽ ഫിലിം ഫെസ്റ്റിവലിന്റെ രണ്ടാം പതിപ്പ് നടക്കുകയായിരുന്നു. അപ്പോൾ അവർ പ്രശസ്ത ഡോക്യുമെന്ററി സംവിധായകൻ ആനന്ദ് പട്വർദ്ധന്റെ അസിസ്റ്റന്റായി പ്രവർത്തിക്കുകയായിരുന്നു. അന്ന് എല്ലാ സ്ക്രീനിംഗിനും ആകാംക്ഷയോടെ അവർ പോവുമായിരുന്നു. അന്ന് 22 വയസ്സായി രുന്ന അവർക്ക് നിലവിലെ ഡോക്യുമെന്ററി രംഗത്തെ കുറിച്ച് നല്ല ധാരണ ഉണ്ടായിരുന്നു. ഒരു ദിവസം ഒരു സ്ത്രീ അടുത്തു വന്ന് ഒരു ബ്രോഷർ കൊടുത്തതിനു ശേഷം പരോമിതയോട് പറഞ്ഞു: "ഞാൻ വളരെ കാലം മുമ്പ് ഒരു ഉജ്ജ്വലമായ സിനിമ ഉണ്ടാക്കിയിട്ടുണ്ട്. ആ സിനിമ ഇന്ന് മേളയിൽ കാണിക്കുന്നുണ്ട്. വരൂ, ഈ സിനിമ കാണൂ". ഇതുകേട്ട പരോമിത അത്ഭുതപ്പെട്ടു, ആർക്കെങ്കിലും സ്വയത്തെ കുറിച്ച് ഈ രീതിയിൽ സ്തുതി ഗീതം പാടാൻ പറ്റുമോ? ഇവർ ആരാണ് എന്നറി യാൻ പരോമിത മേളയിൽ സ്ഥിരം പങ്കെടുക്കുന്ന പല ആൾക്കാരോടും അന്വേഷിച്ചു. അവർക്കൊന്നും ഈ സ്ത്രീയെ കുറിച്ച് അറിയില്ലായിരുന്നു. പരോമിതയാകട്ടെ, അന്ന് അവരുടെ സിനിമ കണ്ടതുമില്ല.

തുടർന്ന് പല മേളകളിലും പരോമിത ഈ സ്ത്രീയെ കാണുകയു ണ്ടായി. അപ്പോഴൊക്കെ അവർ ആവർത്തിച്ചു, "ഞാൻ വളരെ കാലം മുമ്പ്, 1970കളിൽ ഒരു ഉജ്ജ്വലമായ സിനിമ ഉണ്ടാക്കിയിട്ടുണ്ട്. ആ സിനിമ ഇന്ന് മേളയിൽ കാണിക്കുന്നുണ്ട്. ഈ സിനിമ കാണൂ". എന്നാൽ ഓരോ സന്ദർഭത്തിലും പരോമിത അവരെ ഒഴിവാക്കി സിനിമ കാണാതെ പോയി. അങ്ങിനെ ഇത് ഒരു തമാശപോലെ ആയി മാറി.

പരോമിതയ്ക്ക് അറിയാവുന്ന ആർക്കും ഈ സിനിമയെ കുറിച്ച് ഒരു ധാരണയും ഉണ്ടായിരുന്നില്ല.

നീന ശിവദാസനി എന്ന ചലച്ചിത്രകാരി ആയിരുന്ന ആ സ്ത്രീ. അവർ 1975-ൽ സംവിധാനം ചെയ്ത ഡോക്യുമെന്ററിയാണ് 'ഛത്രഭംഗ്'. 1976-ൽ ബർലിൻ ഇന്റർനാഷണൽ ഫിലിം ഫെസ്റ്റിവലിൽ ഈ സിനിമ ഇന്റർനാഷണൽ ഫിപ്രസി ക്രിട്ടിക്സ് അവാർഡ് നേടി. മഹാരാഷ്ട്ര സർക്കാരിന്റെ ഏറ്റവും നല്ല ഡോക്യുമെന്ററിക്കുള്ള പുരസ്കാരവും ഈ സിനിമയ്ക്ക് ലഭിക്കുകയുണ്ടായി. ഈ 80 മിനിറ്റ് 35 എംഎം കളർ സിനിമ എ.കെ. ബിർ എന്ന പ്രശസ്ത ഛായാഗ്രാഹകൻ രണ്ടാഴ്ച കൊണ്ട് ചിത്രീകരിച്ചു, ഒരു വർഷത്തോളം എഡിറ്റ് ചെയ്തത് സംവിധായിക തന്നെ. ഈ ചിത്രം ഇന്ത്യയിൽ അപൂർവ്വമായി മാത്രമേ പ്രദർശിപ്പിച്ചിട്ടുള്ളൂ. അക്കാലത്ത് മുംബെയിൽ വച്ച് ഈ സിനിമ കാണാനും പിന്നീട് സംവിധായികയോട് സംസാരിക്കാനും എനിക്ക് ഭാഗ്യമുണ്ടായി. ഡോക്യുമെന്ററിയും ഫിക്ഷനും തമ്മിലുള്ള അതിർവരമ്പുകൾ മായ്ച്ചു കളയുന്ന, കൂട്ടിക്കലർത്തുന്ന സിനിമ (ഡോക്യുഫിക്ഷൻ) എന്നൊക്കെ നാം ആലങ്കാരികമായി വിശേഷിപ്പിക്കാറുണ്ടെങ്കിലും അതിന്റെ നല്ല ഉദാഹരണമാണ് ഈ സിനിമ.

സിനിമയുടെ ചരിത്രത്തിൽ ഡോക്യുഫിക്ഷന് വളരെ പഴക്കമുണ്ട്. റോബർട്ട് ഫ്ലാഹർട്ടി (Robert J. Flaherty) 1926-ൽ സംവിധാനം ചെയ്ത Moana-യെ ആദ്യ ഡോക്യു ഫിക്ഷനായി പല സിനിമാ ചരിത്രകാരന്മാരും കണക്കാക്കുന്നു. അദ്ദേഹത്തിന്റെ 'മാൻ ഓഫ് ആരനെ'യും (Man of Aran, 1934) ഈ വിഭാഗത്തിൽപ്പെടുത്തു ന്നു. ഇക്കാലത്തുണ്ടായ മറ്റൊരു ഡോക്യുഫിക്ഷനാണ് മുർണോയുടെ 'ടാബു' (Tabu: A Story of the South Seas, D.W. Murnau, 1931). അപ്പോൾ 1975-ൽ പുറത്തുവന്ന 'ഛത്രഭംഗ്' എന്ന ഡോക്യുഫിക്ഷന് എന്തു പ്രസക്തി എന്നതാണ് വിഷയം.

നീന ശിവദാസനിയെ കുറിച്ച് സംസാരിക്കുമ്പോൾ സർഗാത്മകം, നൂതനത്വം, കണ്ടെത്തൽ എന്നൊക്കെയുള്ള വാക്കുകളാണ് മനസ്സിൽ വരുന്നത്. ഫോട്ടോഗ്രാഫിക് ഷൂട്ടിംഗ് ശൈലിയിലൂടെ-ഓരോ ഷോട്ടും ചലിക്കുന്ന ഫോട്ടോയായി സംവിധായിക കണക്കാക്കുന്ന -സിനിമ അനന്യമായ ഒരു ദൃശ്യഭാഷ സൃഷ്ടിക്കുന്നു. 'ഇമേജിയോ ഗ്രാഫി' (Imageography) എന്ന് സംവിധായിക വിളിക്കുന്ന ഈ ശൈലിയിലൂടെ അവർ ആശയപരമായ ഒരു ഫോട്ടോ ഉപന്യാസം (Conceptual photo essay) സൃഷ്ടിക്കുന്നു. ഈ ഘടന ഫിക്ഷൻ,

നോൺ ഫിക്ഷൻ വിഭാഗങ്ങളെ മറികടന്ന് കാവ്യാത്മകമായ ഒരു പുതിയ ചലച്ചിത്ര രൂപം സൃഷ്ടിക്കുന്നു. "ആധുനമായത് ഒരു പുതിയ ഘടനയിലേക്കും പുതിയ ഗോണറുകളിലേക്കും യാഥാർത്ഥ്യത്തെ മനസ്സിലാക്കുന്നതിനുള്ള പുതിയ വഴികളിലേക്കും നമ്മെ നയിക്കണം. അതാണ് എന്റെ വെല്ലുവിളി" – സംവിധായിക പറയുന്നു.

ഒരു യഥാർത്ഥ സംഭവത്തെ ആധാരമാക്കിയാണ് 'ഛത്രഭംഗ് '. താഴ്ന ജാതിക്കാർക്കും ഉയർന്ന ജാതിക്കാർക്കും വെവ്വേറെ കിണറുകളു ള്ള ഉത്തർപ്രദേശിലെ ജോഗിയ എന്ന ഗ്രാമമാണ് പശ്ചാത്തലം. ഈ ഗ്രാമത്തിലെ മൊത്തം ജനസംഖ്യയിൽ 20% വരുന്ന ബ്രാഹ്മണരാണ് ഭൂമിയുടെ അവകാശികൾ.   അവർക്ക് പ്രത്യേകം കിണറുകൾ ഉണ്ട്. 80% വരുന്ന താഴ്ന ജാതിയിൽപ്പെട്ടവർക്ക് ഒരു പൊതു കിണർ മാത്രം. ഉഗ്രവേനലിൽ   ഭൂമി വരളുകയും താഴ്ന ജാതിക്കാരുടെ കിണർ വറ്റിപ്പോവുകയും ചെയ്യുന്നു. ഹരിജനങ്ങൾ സ്ത്രീകളെ വെള്ളത്തിനായി സവർണ്ണരുടെ വീടുകളിലേക്ക് അയച്ചു. എന്നാൽ അവർക്ക് ഒരിക്കൽ ഒരു ചെറിയ പാത്രം വെള്ളം മാത്രമാണ് കിട്ടിയത്. സിനിമയിലെ പ്രധാന കഥാപാത്രമായ സീല ഒരിക്കൽ ഒളിച്ചുചെന്ന് വെള്ളം മോഷ്ടി ക്കുമ്പോൾ അവളെ സവർണ്ണർ പിടികൂടുന്നു. സവർണ്ണരുടെ കിണറിൽ നിന്ന് വെള്ളമെടുക്കാൻ   അവകാശമില്ലാത്ത,   വരൾച്ച കാരണം കോപത്തിലേക്കും നിരാശയിലേക്കും നയിക്കപ്പെട്ട കീഴ്ജാതിക്കാർ അവസാനം സവർണ്ണരുടെ കിണറിൽ നിന്ന് വെള്ളം കോരുന്നു. അത് വലിയ വിജയത്തിന്റെ നിമിഷമാണെങ്കിലും സവർണ്ണർ അറിയിച്ച തിനെ തുടർന്ന് പോലീസ് എത്തി അവരെ പിരിച്ച വിടുന്നു. എന്നാൽ പോലീസിൽ നിന്ന് അവർക്ക് ഒരിക്കലും നീതി ലഭിക്കുന്നില്ല.

ക്ഷേത്രത്തിലെ മണിയൊച്ചയിലും മന്ത്രോച്ചാരണത്തിലുമാണ് സിനിമ ആരംഭിക്കുന്നത്. "ബ്രാഹ്മണർക്ക് അവരുടെ ജാതിയുടെ മേൽക്കോയ്മ നിലനിറുത്തണമെങ്കിൽ, സമൂഹത്തിൽ താഴ്ന ജാതിക്കാർ ഉണ്ടായിരിക്കേണ്ടത് ആവശ്യമാണ് " – ഇടർന്ന് മനു സ്മൃതിയിൽ നിന്നുള്ള ഉദ്ധരണി. മനുസ്മൃതിക്കൊപ്പം സമൂഹത്തിൽ പല രീതികളിൽ നിലനിൽക്കുന്ന ജാതി വ്യവസ്ഥയുടെ ചരിത്രവും, ഇതിഹാസ പുരാണങ്ങൾ ഇതിനെ എങ്ങിനെ അരക്കിട്ടുറപ്പിക്കുന്നു എന്നും തുടർന്ന് സിനിമ കാണിക്കുന്നു. നരേഷനിലൂടെ ഒരു ഇതിഹാസ കഥയെ പരാമർശിക്കുന്നുണ്ട്:   രാവണനെ വധിച്ചതിന ശേഷം ശ്രീരാമന്   ബ്രാഹ്മണ ഹത്യയിൽ നിന്നുള്ള മോക്ഷത്തിനായി ഒരു യാഗം നടത്തേണ്ടിവന്നു. ബ്രാഹ്മണർക്ക് ദാനം ചെയ്യുക എന്നത്

യാഗത്തിന്റെ ഭാഗമാണല്ലോ. അതിനായി ശ്രീരാമൻ തന്റെ വില്ല് കുലച്ച് അമ്പെയ്ത. അമ്പ് എവിടെയാണോ വീണത്, അതുവരെയുള്ള ഭൂമി ശ്രീരാമൻ ബ്രാഹ്മണർക്ക് ദാനമായി കൊടുത്തു. അങ്ങിനെയാണ് ഈ ഭൂമിക്ക് മേൽ ബ്രാഹ്മണർക്ക് അധികാരം ലഭിച്ചത്. ഈയൊരു പശ്ചാത്തലത്തിൽ നിന്ന് സിനിമ പുരോഗമിക്കവെ ബുദ്ധനിലേക്കും മനുസ്മൃതി കത്തിച്ച അംബേദ്ക്കറിലേക്കും മഹാത്മാ ഫൂലെയിലേക്കും നീങ്ങുന്നു.

ദൈർഘ്യമേറിയതും നിശ്ചലമായയതുമായ ദൃശ്യങ്ങൾക്ക് വളരെ ചലനാത്മകമായ, പല ശബ്ദങ്ങൾ കൂടിക്കുഴയുന്ന സൗണ്ട്സ്കേപ്പാണ് ഉപയോഗിച്ചിരിക്കുന്നന്നത്. ഇതിനെ ശബ്ദങ്ങളുടെ കൊലാഷ് എന്ന് വിശേഷിപ്പിക്കാം. നഗരത്തിൽ നിന്ന് വരുന്ന ഒരു കവിയുടെ കവിതക ളുടെ വായന (ഇദ്ദേഹത്തെ ബോധാവൽക്കരണത്തിനുള്ള, മാറ്റത്തിനു ള്ള ത്വരകമായും കാണാം), കുട്ടികളുടെ നിർത്താത്ത നിലവിളി, അമ്രീഷ് പുരിയുടെ ഘനഗംഭീര സ്വരത്തിലുള്ള നരേഷൻ, വരണ്ട കിണറിൽ കുടം തട്ടുമ്പോൾ ഉണ്ടാവുന്ന ശബ്ദവും മുഴക്കവും. ബ്രാഹ്മണരുടെ പൂജയുടേയും മന്ത്രോച്ചാരണങ്ങളുടെയും ദൃശ്യങ്ങൾക്ക് അധ്വാനത്തിന്റെ – കരിങ്കല്ല് പൊട്ടിക്കുന്നതിന്റെയും കാളപൂട്ടുന്നതിന്റെയും ശബ്ദങ്ങൾ. സമാനമായ അനുഭവം വിവരിക്കുന്ന മറ്റൊരു പ്രദേശത്തെ സ്ത്രീയുടെ ദൃശ്യങ്ങൾക്ക് ശബ്ദപഥത്തിൽ മറ്റൊരു പ്രദേശത്തെ അനുഭവം പങ്കുവെക്കുന്ന പുരുഷന്റെ സംസാരം.

ഇതേപോലെ പ്രധാനമാണ് ദൃശ്യങ്ങളുടെ ആവർത്തനം. ബ്രാഹ്മണ രുടെ വിശദമായ സ്നാനം, ആകാശത്തേക്ക് നോക്കി മഴയ്ക്കായി പ്രാർഥി ക്കുന്ന വൃദ്ധൻ, വലിയ കരിങ്കൽ പാറക്കല്ല് പൊട്ടിക്കുന്ന മനുഷ്യൻ, വെള്ളത്തിനായി പോവുന്ന സ്ത്രീകൾ. ഇതൊക്കെയും ഒരിക്കലും പരിഹ രിക്കപ്പെടാത്ത ഹരിജൻ അവസ്ഥയുടെ രൂപകങ്ങളായി മാറുന്നു. (ഈ കല്ലും വലിയ അധ്വാനത്താൽ അത് പൊട്ടിക്കുന്ന മനുഷ്യനും അവരുടെ ജീവിതത്തിന്റെ നിരർത്ഥകത കാണിക്കുന്ന കായിക അദ്ധ്വാനത്തിന്റെ ഒരു ചിഹ്നം എന്ന നിലയിൽ സിനിമയിൽ വരുന്ന, ഒരു ലീറ്റ്മോട്ടീഫ് പോലെ).

ജോഗിയയിലെ ഗ്രാമീണരാണ് സിനിമയിൽ അഭിനയിച്ചിരി ക്കുന്നത്. സംഭവത്തിന്റെ പുനരാവിഷ്കരണത്തിന് ശേഷം, അതിന് ഇരയായ മനുഷ്യരുടെ അഭിമുഖങ്ങളിലേക്ക് സിനിമ നീങ്ങുന്നു. ഒരു യഥാർത്ഥ സംഭവം, ആ സംഭവത്തിന്റെ യാഥാർത്ഥ്യം, പിന്നെ ഫിക്ഷൻ. ഒരു ഡോക്യുമെന്ററിയാണ് എന്ന് ശക്തമായി തോന്നും,

അതേ സമയം വാസ്തവം അല്ല എന്നും തോന്നും. ഈ രീതിയിൽ സിനിമ വിചിത്രമായ അവസ്ഥയിലാണ്. ഫിക്ഷനും ഡോക്യുമെന്ററിയും സമാന്തരമായി നീണ്ടുന്ന, ഒരുമിച്ച നിൽക്കുകയും കൂടിക്കലരുകയും ചെയ്യുന്ന. "ഒരു തരത്തിൽ പറഞ്ഞാൽ, ഗ്രാമം എന്റെ ലാൻഡ്സ്കേപ്പായിരുന്നു, ഞാൻ ആ പ്രദേശത്തെ ദൃശ്യപരമായി താൽപ്പര്യമുണർത്തുന്ന ചില ഇടങ്ങൾ ഉപയോഗിച്ച, ആ പ്രദേശങ്ങളിൽ കഥാപാത്രങ്ങളെ സ്ഥാപിക്കുകയും അങ്ങനെ ഫ്രെയിം കമ്പോസ് ചെയ്യുകയും ചെയ്തു. ഞാൻ എന്റെ കഥാപാത്രങ്ങൾ കൊണ്ട് ലാൻഡ്സ്കേപ്പിൽ വരച്ചു" – സംവിധായിക തന്റെ ശൈലി ഇപ്രകാരം വിശദീകരിക്കുന്നു. പ്രശസ്ത ഹിന്ദി താരം അമ്രീഷ് പുരിയാണ് നരേഷന് ശബ്ദം നൽകിയിരിക്കുന്നത്.

പല സൂഎത്തുകളിലൂടെ അന്വേഷിച്ച് വളരെ ബുദ്ധിമുട്ടിയാണ് സംവിധായികയുമായി എനിക്ക് സംസാരിക്കാൻ കഴിഞ്ഞത്. സിനിമ ഇറങ്ങി 47 വർഷങ്ങൾക്ക് ശേഷം ഒരാൾ തന്റെ സിനിമയെ കുറിച്ച് അന്വേഷിക്കുന്നത് കേട്ടപ്പോൾ അവർ അത്ഭുതം കൂറി, അവർക്ക് വലിയ സന്തോഷമായി. (അവർ ലിങ്ക് അയച്ചുതന്നതുകൊണ്ട് സിനിമ ഒരിക്കൽ കൂടി കാണാൻ കഴിഞ്ഞു). ഇമേജിയോഗ്രാഫിയെ കുറിച്ചുള്ള എന്റെ ചോദ്യത്തിന് ഉത്തരമായി അവർ പറഞ്ഞുതുടങ്ങി: "വ്യത്യസ്തമായി എന്തെങ്കിലും ചെയ്യാൻ ഞാൻ ആഗ്രഹിച്ച. ഞാൻ ഫോട്ടോഗ്രഫി പഠിച്ചിട്ടുണ്ട്. ഫോട്ടോഗ്രാഫി എന്ന മാധ്യമത്തിലൂടെ നിങ്ങൾ ദൃശ്യങ്ങൾ സൃഷ്ടിക്കുന്നു. ദൃശ്യങ്ങൾക്ക് അതിന്റേതായ അർത്ഥമുണ്ട്. എന്റെ സിനിമകൾക്ക് ഞാൻ തന്നെയാണ് ക്യാമറ ചെയ്യുന്നത്. അപ്പോൾ ഞാൻ ക്യാമറ കയ്യിൽ എടുത്തുകൊണ്ട് ഷൂട്ട് ചെയ്യുമ്പോൾ ക്യാമറ ഭൂപ്രകൃതിയിലേക്ക് ഒഴുകുന്നു. മറ്റൊരു വിധത്തിൽ പറഞ്ഞാൽ, ഞാൻ ആകൃതികളെയും നിറങ്ങളെയും ശബ്ദങ്ങളെയും ആളുകളെയും നോക്കുന്നു. ചിത്രകല പഠിച്ചിട്ടുള്ളതിനാൽ, ഒരു ചിത്രകാരിയെപ്പോലെയാണ് ഞാനിത് ചെയ്യുന്നത്. ക്യാൻവാസിൽ നിറങ്ങൾ ഉപയോഗിക്കുന്ന രീതിയിലാണ് ഞാൻ സിനിമയെ സമീപിക്കുന്നത്. എല്ലാ ആകൃതികളെ കുറിച്ചും രൂപങ്ങളുടെ പരസ്പര ബന്ധത്തെക്കുറിച്ചും ഫ്രെയിമിന്റെ അരികുകളിൽ വരുന്നതെന്താണെന്നും എന്താണ് പുറത്തുപോകുന്നത് എന്നും ഇടതുവശത്തുള്ളതും വലതുവശത്തുള്ളതും തമ്മിലുള്ള ബന്ധം എല്ലാം നിങ്ങൾ വളരെ സൂക്ഷ്മമായി അറിഞ്ഞിരിക്കണം. ചുറ്റുപാട്, ആളുകൾ, സാഹചര്യം മുതലായവ്സ്ട്ട് അനുസൃതമായി ചുറ്റുമുള്ള ചലനത്തിനന സരിച്ച്, ചുറ്റുമുള്ള താളത്തിനനുസരിച്ച്, ക്യാമറ ചലിപ്പിക്കുന്നു. ഇത് ഭൂമിശാസ്ത്രപരമായ സ്ഥലത്തെക്കുറിച്ചാണ് (Geographical space)

-ഭൂമിശാസ്ത്രത്തിന്റെ ഇടം (Space of geography). അതിനാൽ ഇത് ഇമേജോഗ്രാഫിയാണ്. ആ സ്ഥലത്തിന്റെ ഊർജ്ജം വളരെ പ്രധാന മാണ്.   ഫ്രെയിമിന്റെ മൂന്നിൽ ഒന്ന് ഭാഗം രൂപങ്ങളും മറ്റും ഉണ്ടാ യിരിക്കണം എന്ന രീതിയിലുള്ള കോമ്പോസിഷൻ നിയമങ്ങൾക്കനു സൃതമായി ഞാൻ പ്രവർത്തിക്കുന്നില്ല. ഫ്രെയിമില്ലുള്ള സ്ഥലത്തിന്റെ ഭൂമിശാസ്ത്രത്തിലാണ് ഞാൻ പ്രവർത്തിക്കുന്നത് ".

"അപ്പോൾ   അത് ക്യാമറയിൽ നിൽക്കില്ല എന്ന് എനിക്ക് മനസ്സി ലായി.   അതായത് ഇത് ചിത്രീകരണവും കടന്ന് പോവുന്നതാണ്. എഡിറ്റിംഗിൽ ഒരു ഗ്രാഫ് ഉണ്ടെന്ന് എഡിറ്റ് ചെയ്യുമ്പോൾ എനിക്ക് മനസ്സിലായി. കഥ, കഥാപാത്ര വികസനം, നിറങ്ങൾ, അവ എങ്ങനെ വന്നു പോകുന്നു, പ്രേക്ഷകരുടെ വികാരത്തെ എങ്ങിനെ ബാധിക്കുന്ന, ശബ്ദം-എല്ലാത്തിനും ഒരു ഗ്രാഫ് ഉണ്ട്. എഡിറ്റിംഗ് ടൈംലൈനിന്റെ ഗ്രാഫ്, ഫിലിമിന്റെ താളം, സിനിമയുടെ ഗ്രാഫ്, വിവിധ ഘടകങ്ങ ളുടെ ഗ്രാഫ്. സ്ഥലത്തിന്റെ ഭൂമിശാസ്ത്രവും (Geography of space) ടൈംലൈനിന്റെ ഗ്രാഫും. എനിക്ക് സിനിമയോട് വ്യത്യസ്തമായ സമീ പനമുണ്ടെന്ന് ഇതിലൂടെ എനിക്ക് മനസ്സിലായി. അങ്ങിനെയാണ് ഞാൻ ഇമേജിയോഗ്രാഫി എന്ന സംജ്ഞ, ഒരു സിനിമാറ്റോഗ്രാഫിക് സമീപനം രൂപപ്പെടുത്തിയത്".

സിനിമ ഒരു പത്രവാർത്തയിൽ നിന്നാണ് വികസിക്കുന്നതെങ്കി ലും അതിനെ ഉപനിഷത്തുമായി സംവിധായിക ബന്ധിപ്പിക്കുന്നു. വജ്ര സൂചി ഉപനിഷത്തിനെ കുറിച്ച് എസ്. രാധാകൃഷ്ണന്റെ The Principal Upanishads എന്ന പുസ്തകത്തിൽ നിന്നാണ് സംവിധായിക മനസ്സി ലാക്കുന്നത്. ഹിന്ദു ചാതുർവർണ്ണ വ്യവസ്ഥയില്ലുന്നിയുള്ള മനുഷ്യരുടെ വിഭജനത്തിന് എതിരെയുള്ള വാദമാണ് വജ്രസൂചി. ജാതിയുമായി ബന്ധപ്പെട്ട പരമ്പരാഗത വിശ്വാസങ്ങൾക്കെതിരായ ശക്തമായ നിലപാട് എടുക്കുന്നതിനാൽ വജ്രസൂചി ബുദ്ധമതത്തിൽ നിന്നുള്ളതാ ണെന്ന് ചിലർ വിശ്വസിക്കുന്നു. ശൈവമതത്തിലും സമാനമായ ആശയ ങ്ങൾ കാണാം. അതിനാൽ, ഇത് ശൈവന്മാർ രചിച്ചതും ആവാം. ജാതി വ്യവസ്ഥയ്ക്കെതിര കാര്യകാരണസഹിതമായ വാദങ്ങൾ അവതരി പ്പിക്കുകയും ഒരു വ്യക്തി ജന്മം കൊണ്ട് ബ്രാഹ്മണനോ ക്ഷത്രിയനോ ആകുന്നില്ല എന്ന് വാദിക്കുന്നു. ആത്മാവ് ശുദ്ധവും ഗുണങ്ങളില്ലാത്തയു മാണ്. അതുകൊണ്ട് അതിന് ജാതിയില്ല. (ആത്മാവ് ജനിക്കാത്തയും മരിക്കാത്തയുമാണ്. ശാശ്വതവും ആദിമവുമാണ്. അത് ശരീരത്തിന്റെ നിഗ്രഹത്താൽ കൊല്ലപ്പെടുന്നില്ല). സൂക്ഷ്മ ശരീരത്തിനും ജാതിയില്ല,

കാരണം എല്ലാത്തിലും ഒരേ മനസ്സും ഒരേ ശ്വാസവും ഒരേ ബുദ്ധിയു മാണ്. എല്ലാ ശരീരങ്ങളും ഒരേ പഞ്ചഭൂതങ്ങളാൽ നിർമ്മിതമാണ്, ഒരേ ആത്മാവ് വ്യത്യസ്ത ജീവിതങ്ങളിൽ വ്യത്യസ്ത ശരീരങ്ങളിൽ പ്രവേശിക്കു ന്നു. അതിനാൽ, അത് എങ്ങനെ ഒരു പ്രത്യേക ജാതിയിലോ കുടുംബ ത്തിലോ ആയിരിക്കും? കൂടാതെ, ലോകത്തിലെ എല്ലാ ശരീരങ്ങളും ഒരേ ഘടകങ്ങൾ ഉൾക്കൊള്ളുന്ന, ത്രിഗുണങ്ങളാൽ പ്രവർത്തനത്തിലേക്ക് നയിക്കപ്പെടുന്നു. ഒരേ ജാതിയിലുള്ള ആളുകൾക്ക് വ്യത്യസ്ത നിറങ്ങൾ ഉള്ളതിനാൽ നമുക്ക് ആളുകളുടെ ജാതികളെ അവരുടെ നിറം കൊണ്ട് വേർതിരിച്ചറിയാൻ കഴിയില്ല. ഏതൊരു മനുഷ്യനും ഏറ്റവും ഉയർന്ന ആത്മീയ നില കൈവരിക്കാൻ കഴിയുമെന്ന് ഈ ഉപനിഷത്ത് ഉറപ്പിച്ചു പറയുന്നു.

സാധാരണയായി സിനിമ കണ്ടതിന് ശേഷമാണ് നാം വിശകലനം ചെയ്യുന്നത്. നീന ശിവദാസാനി പറയുന്നത്, "എന്റെ സിനിമ കണ്ടതിന ശേഷമല്ല നിങ്ങൾ വിശകലനം ചെയ്യുന്നത്, ഇവിടെ സിനിമയുടെ വികാസത്തിനൊപ്പം വിശകലനവും നടക്കുന്നു. കഥാപാ ത്രങ്ങൾ തന്നെ വിശകലനം നിങ്ങളോട് പറയുന്നു. സാധാരണയായി നമ്മുടെ സിനിമകൾ പ്രേക്ഷകരെ സിനിമയുമായി താദാത്മ്യപ്പെടുത്തി സിനിമയുടെ കൂടെ ഒഴുക്കും. ഞാൻ വേദാന്തത്തിൽ താത്പരയാണ്. വേദാന്തമനുസരിച്ച്, നമ്മുടെ ജീവിതത്തിൽ സന്തുലിതാവസ്ഥ കൈവ രിക്കുന്നതിന് നമ്മുടെ വികാരങ്ങൾക്ക മേൽ നമുക്ക് നിയന്ത്രണം ഉണ്ടായിരിക്കണം. എന്തുകൊണ്ടാണ് നമ്മുടെ സിനിമകൾ എപ്പോഴും വൈകാരികമായിരിക്കുന്നത് എന്ന് ഞാൻ ചിന്തിച്ചു. ഇവിടെ വികാര ത്തിനാണ്, വിചാരത്തിന് പ്രാധാന്യം ഇല്ല. സിനിമയും വിശകലനാത്മ കമാകാം. സിനിമയിൽ പുതിയൊരു രൂപം, പുതിയ സമീപനം ഉണ്ടാ ക്കാൻ ഞാൻ ആഗ്രഹിച്ചു. ജ്ഞാനത്തിലൂടെ സിനിമയെ വിശകലനം ചെയ്യാൻ സിനിമയിൽ നിന്ന് അൽപ്പം അകലത്തിൽ നിൽക്കണം. അതേ സമയം നിങ്ങൾ സിനിമയ്ക്കൊപ്പം പോവുകയും വേണം. താള ത്തിനൊപ്പം, എല്ലാം ശ്രദ്ധിച്ചുകൊണ്ട്, സൂക്ഷ്മമായ വിശദാംശങ്ങൾ നോക്കിക്കൊണ്ട്. അതേസമയം ഇത് സമഗ്രവും ആയിരിക്കണം. സിനിമയിൽ ശ്രദ്ധ നൽകണം, എന്നാൽ അതേ സമയം നിങ്ങളുടെ ഇന്ദ്രിയങ്ങൾ സിനിമയിൽ നഷ്ടപ്പെടരുത്, അതിൽ മുങ്ങരുത്. ഒരുത രത്തിലുള്ള സമതുലനാവസ്ഥ ഉണ്ടായിരിക്കണം. അപ്പോൾ നിങ്ങൾ സിനിമ കാണുകയല്ല, അനുഭവിക്കുകയാണ്".

മുംബൈയിൽ ജനിച്ച വളർന്ന നീന പെൻസിൽവാനിയയിൽ

ചിത്രകലയും ഫോട്ടോഗ്രാഫിയും (1966-1970), കാൽ ആർട്സിൽ (Cal Arts) സിനിമയും പഠിച്ച (1971-1973). അമേരിക്കയിലെ പഠന കാലത്ത് അവർ വിയറ്റ്നാം യുദ്ധവിരുദ്ധ പ്രകടനങ്ങളിൽ സമാധാനത്തിനായി മാർച്ച് ചെയ്യുകയും അക്കാലത്ത് നിലനിന്നിരുന്ന പ്രതിസംസ്കാരത്തിന്റെ സ്വേച്ഛാധിപത്യ വിരുദ്ധ മനോഭാവം ഉൾക്കൊള്ളുകയും ചെയ്തു. കാൽ ആർട്സിൽ പഠിക്കുമ്പോൾ, ആഫ്രിക്കൻ അമേരിക്കൻ കുറ്റവാളികളുടെ ജീവിതത്തെക്കുറിച്ചും സംവരണത്തിൽ ജീവിക്കാൻ നിർബന്ധിതരായ തദ്ദേശീയരായ അമേരിക്കൻ ജനതയെക്കുറിച്ചും അവർ ബോധവതി യായി. അവരുടെ അസാധാരണമായ മൂന്നു പരീക്ഷണ സിനിമക ളിൽ-Breaking Ground (1972), A World of All Intelligence, 1973), Hope No One's Listening, 1973)-ഇക്കാര്യം പ്രതിഫലിച്ച് കാണാം. കാൽ ആർട്സിൽ പഠിക്കുമ്പോൾ സംവിധാനം ചെയ്ത ഈ സിനിമകൾ പ്രശസ്തങ്ങളായ പല അന്താരാഷ്ട്ര മേളകളിലും പ്രദർശിപ്പിക്കുകയുണ്ടായി.

തന്റെ സിനിമകളെ കുറിച്ച് നീന ഇപ്രകാരം പറയുന്നു: "ഉപബോ ധമനസ്സ് സത്യം വെളിപ്പെടുത്തുന്ന തരത്തിൽ കഥാപാത്രങ്ങൾ സ്ഥ ലകാലങ്ങളിൽ സ്ഥാനം പിടിക്കുന്നു. എന്നെ സംബന്ധിച്ചിടത്തോളം സിനിമ ഉള്ളടക്കത്തെക്കുറിച്ചല്ല. എനിക്ക് സിനിമ ശുദ്ധ സൗന്ദര്യാത്മ കമാണ്. രൂപപരമായ വശങ്ങളുമായി ഞാൻ സിനിമയെ ബന്ധിപ്പി ക്കുന്നു. രൂപങ്ങൾ, ആകൃതികൾ, ആകാരം, ചലനങ്ങൾ, ആംഗ്യങ്ങൾ, ഊർജ്ജത്തിന്റെ ആകൃതികൾ-ഞാൻ ഫ്രെയിമിനകത്തെ ഇടത്തിലേ ക്ക് നോക്കുകയാണ് ".

സിനിമയുടെ ആദ്യകാലം തൊട്ട് ഫീച്ചർ സിനിമാ രംഗത്ത് സ്ത്രീകൾ (സംവിധായികമാർ) ഉണ്ടായിരുന്നു. ഫാത്മാ ബീഗത്തെ (1892-1983) ഇന്ത്യൻ സിനിമയിലെ ആദ്യ വനിതാ സംവിധായികയായി പലപ്പോഴും കണക്കാക്കപ്പെടുന്നു. എന്നാൽ 1970കൾ വരെ നോൺ ഫിക്ഷൻ സിനിമയിൽ വനിതാ സംവിധായികമാർ ഉണ്ടായിരുന്നതായി രേഖകൾ ഇല്ല എന്നാണ് പരോമിത പറയുന്നത്. 1974-ൽ വിജയ് മുലെ, നാനാ ത്വത്തിൽ ഏകത്വത്തെ കുറിച്ച് ഇന്ത്യൻ ഗവൺമെന്റിന്റെ Centre of Education Technology-ക്കു വേണ്ടി 'അനേക് ഔർ ഏകത' എന്ന ആനിമേഷൻ സിനിമ നിർമ്മിച്ചു.1975-ൽ നീന ശിവദാസനി 'ഛത്ര ഭംഗ്' എന്ന നോൺ-ഫിക്ഷൻ സിനിമയും ഉണ്ടാക്കി. എന്തായാലും, പരീക്ഷണ നോൺ-ഫിക്ഷൻ സിനിമകൾ സംവിധാനം ചെയ്യുന്ന ആദ്യ ഇന്ത്യൻ വനിതയായിരിക്കാം നീന ശിവദാസനി എന്നാണ്

പരോമിതയുടെ അഭിപ്രായം. ഇന്ത്യൻ ചലച്ചിത്ര രംഗം എക്കാലത്തും പുരുഷ മേധാവിത്വം ഉള്ളതായിരുന്നു. എന്നാൽ അടുത്ത കാലത്തായി കലാപരമായും വാണിജ്യപരമായും അഭിനന്ദിക്കപ്പെടുന്ന ചില വനിതാ സംവിധായകരുടെ സിനിമകൾ ഉണ്ടാവുന്നുണ്ട്.

2004-ൽ ഷായ് ഹെരെഡിയ ക്യൂറേറ്റ് ചെയ്ത Experimenta മേളയിൽ വച്ച് പരോമിത 'ചതുരംഗ്' കാണുകയുണ്ടായി. അപ്പോഴാണ് പലതവണ ശിവദാസാനി പരോമിതയോട് പറഞ്ഞത് ആത്മപ്രശംസ ആയിരുന്നില്ല എന്നും, അത് വളരെക്കാലം മുമ്പ് ഉണ്ടാക്കിയ ശക്ത മായതും വളരെ വ്യത്യസ്തമായതും ആയ ഒരു സിനിമ ആണ് എന്നും അവർക്ക് ബോധ്യപ്പെട്ടത്. അപ്പോൾ അവർ ശരിക്കും അത്ഭുതപ്പെട്ടു, എന്തുകൊണ്ടാണ് ഈ സിനിമ നമ്മുടെ സിനിമാ വ്യവഹാരങ്ങളിൽ കടന്നുവരാതിരുന്നത്, അതും 1975-ൽ ഒരു സ്ത്രീ സംവിധാനം ചെയ്ത സിനിമ? എന്തുകൊണ്ട് നീന ശിവദാസാനി പ്രശസ്തയായില്ല? പുതിയ തലമുറയുടെ കാര്യം പോകട്ടെ, 1970കളിലും 1980കളിലും ഈ രംഗത്ത് പ്രവർത്തിച്ചവർക്ക് പോലും ഈ സംവിധായികയും സിനിമയും അത്ര പരിചിതമല്ല. ഇന്ത്യയിലെ സ്വതന്ത്ര ഡോക്യുമെന്ററിയുടെ ഭൂപടത്തിൽ അവർ ദൃശ്യമാകാത്തത് എന്തുകൊണ്ടാണ്? പല സന്ദർഭങ്ങളിലും ഈ സംവിധായികക്ക് താൻ ഒരു മികച്ച സിനിമ സംവിധാനം ചെയ്ത എന്ന് എന്തുകൊണ്ടാണ് അവർ പറയുന്നത് കേൾക്കാൻ ഇഷ്ടപ്പെടാത്ത എന്നോട് വിളിച്ചു പറയേണ്ടി വന്നത്?

ചില സിനിമകൾ അങ്ങിനെയാണ്. അവ സാമ്പ്രദായിക രീതികളെ നിഷേധിച്ചുകൊണ്ട് പുതിയ സൌന്ദര്യം സൃഷ്ടിക്കുന്നുണ്ടെങ്കിലും സിനിമ പ്രേക്ഷകരുടെ മുന്നിൽ എത്തുന്നുമില്ല, ഇറങ്ങിയ കാലത്തോ പിന്നീടോ സിനിമ അർഹിക്കുന്ന രീതിയിൽ ചർച്ചചെയ്യപ്പെടുന്നോ ഇല്ല. പെട്ടെന്ന് മനസ്സിൽ കടന്നുവരുന്നത് വിഷ്ണു മാത്തൂർ 1981-ൽ സംവിധാനം ചെയ്ത 'പെഹലെ അദ്ധ്യായ്' എന്ന സിനിമയാണ്. സത്യജിത് റായിയിലൂടെ, നീയോ റിയലിസത്തിലൂടെ തിരിച്ചറിയപ്പെടുന്ന അന്നത്തെ 'ആർട്' സിനിമാ സങ്കൽപ്പങ്ങളിൽ നിന്ന് വലിയ തോതിലുള്ള വിട്ടതൽ നേടി, കഥപറയുന്ന സാമ്പ്രദായിക രീതികളെ വെല്ലുവിളിച്ചുകൊണ്ട് മാധ്യമ ത്തിന്റെ സാധ്യതകൾ ആരായുന്ന ഈ സിനിമ റിലീസ് ചെയ്യുകയോ, ഇന്ത്യൻ പനോരമയിലേക്ക് തെരെഞ്ഞെടുക്കപ്പെടുകയോ ഇന്ത്യക്ക് അകത്തും പുറത്തുമുള്ള ഏതെങ്കിലും മേളകളിൽ പ്രദർശിപ്പിക്കുകയോ ചെയ്തില്ല.

ഇന്ത്യൻ സിനിമയുടെ ഏതാണ്ട് ആരംഭം തൊട്ടുതന്നെ ജാതി ഒരു

വിഷയമായി കടന്നുവന്നിട്ടുണ്ട്. 1936-ൽ പുറത്തിറങ്ങിയ 'അച്യുത കന്യ'യുടെ പശ്ചാത്തലം ജാതി വ്യവസ്ഥയാണ്. ഈ സിനിമ വ്യത്യസ്ത ജാതിയിലുള്ള ഒരു സ്ത്രീയുടെയും പുരുഷന്റെയും-ഒരു ബ്രാഹ്മണ യുവാവും ഒരു ദളിത് യുവതിയും-പ്രണയവും വിവാഹവുമാണ് അവതരിപ്പിക്ക ന്നത്. പിന്നീട് പല രൂപങ്ങളിൽ ജാതീയത ഫീച്ചർ സിനിമകൾക്കും ഡോക്യുമെന്ററി സിനിമകൾക്കും വിഷയമായി.

ഇന്നത്തെ അവസ്ഥയിൽ ജാതി ബോധം മുമ്പില്ലാത്ത വിധത്തിൽ സമൂഹത്തിൽ നിലനിൽക്കുന്ന സാഹചര്യത്തിൽ ഈ വിഷയം കൂടുതലായി സിനിമയിൽ അവതരിപ്പിക്കപ്പെടുന്നു. ഒരു കാലത്ത് സമൂഹത്തിൽ നിന്ന് ഇടച്ചുമാറ്റപ്പെട്ടു എന്ന് വിശ്വസിച്ചിരുന്ന ജാതി ബോധം മുറിച്ചിട്ട ഗൌളി വാലിന്റെ സ്ഥാനത്ത് വീണ്ടും വാൽ കിളി ർക്കുന്നതുപോലെ വളർന്ന വരുന്നു. ഒരു കാലത്ത് കേരളീയരുടെ കാര്യത്തിൽ 'പുറത്ത് ലെനിനം അകത്ത് പൂന്താനവും' (കെ.ജി.എസ്.) ആയിരുന്നുവെങ്കിൽ ഇന്ന് അകത്തും പുറത്തും ജാതീയത ഉണ്ട്. നമ്മുടെ ഉള്ളിൽ എന്നും ജാതിയുടെ വിത്തുകൾ ഉണ്ടായിരുന്നു എന്ന് ഇത് തെളിയിക്കുന്നു. ശരീരത്തിൽ പുറത്തുനിന്ന് വച്ചുകെട്ടുന്ന എന്തും ശരീ രത്തിന്റെ, സ്വത്വത്തിന്റെ ഭാഗമാവാതെ നിൽക്കും എന്ന കാര്യം ഇത് വ്യക്തമാക്കുന്നു. ജാതി പ്രശ്നം വിഷയമാക്കി ഉണ്ടാക്കുന്ന സിനിമകളും അതുപോലെ അസംഘടിത മേഖലയിലെ സ്ത്രീത്തൊഴിലാളികളുടെ പ്രശ്നങ്ങൾ, ബുദ്ധിമുട്ടുകൾ, അടുക്കളയിലെ സ്ത്രീകളുടെ പ്രശ്നങ്ങൾ, പുരു ഷാധിപത്യത്തിന്റെ പ്രശ്നങ്ങൾ, ആദിവാസി-ദളിത് സമൂഹം നേരിടുന്ന പ്രശ്നങ്ങൾ, ചൂഷണം, ട്രാൻസ്ജൻ്റർ പ്രശ്നം എന്നിവ കൈകാര്യം ചെയ്യുന്ന ഭൂരിഭാഗം സിനിമകളും വിഷയത്തിന്റെ 'തീക്ഷ്ണത' അവതരി പ്പിക്കുക മാത്രമാണ്. എവിടെയും 'പ്രശ്ന'മാണ് പ്രധാനം, സിനിമ എന്ന മാധ്യമത്തെ പ്രശ്നവൽക്കരിക്കുന്നില്ല. രാഷ്ട്രീയ പ്രശ്നങ്ങൾ അവതരിപ്പി ക്കുമ്പോഴും സിനിമയുടെ രാഷ്ട്രീയത്തെ അഭിസംബോധന ചെയ്യുന്നില്ല.

ഡോക്യുമെന്ററി എന്നാൽ സർക്കാറിനെ സംബന്ധിച്ച് വിദ്യാഭ്യാസം ആയിരുന്നുവെങ്കിൽ രാഷ്ട്രീയ വരേണ്യരെ സംബന്ധിച്ച് പാർശ്വവ ൽക്കരിക്കപ്പെട്ടവരുടെ ഉന്നമനവും, ആക്ടിവിസ്റ്റുകളെ സംബന്ധിച്ച് ശബ്ദമില്ലാത്തവർക്ക് ശബ്ദം നൽകലും ആണ്. ഇന്ത്യൻ ഡോക്യുമെന്റ റികളെ കുറിച്ചുള്ള ഒരു ഉപന്യാസത്തിൽ പാർത്ഥ ചാറ്റർജി ആക്ടിവിസ്റ്റ് ഡോക്യുമെന്ററികളെ 'രൂപത്തിന്റെ മരണം' എന്ന രീതിയിൽ തള്ളി ക്കളയുന്നു. (ഈ അഭിപ്രായത്തോട് യോജിക്കണം എന്നില്ല). പൊതു മാനദണ്ഡത്തിൽ നിന്ന് ചലച്ചിത്ര പ്രവർത്തകർ മാറി നടക്കാത്തതിന്

ഒരു കാരണമായി പ്രശസ്ത ഡോക്യുമെന്ററി സംവിധായികയും സ്ത്രീ മുന്നേറ്റ സംഘടനകളുമായി ബന്ധപ്പെട്ട പ്രവർത്തിക്കുകയും ചെയ്ത ദീപാ ധൻരാജ് പറയുന്നത് ഡോക്യുമെന്ററിയോടുള്ള ഇടതുപക്ഷത്തിന്റെ വീക്ഷണം ശക്തമായ ഒരു റഫറൻസ് പോയിന്റ് ആയതുകൊണ്ടാണ് എന്നാണ്.

പൊള്ളുന്ന സാമൂഹ്യ വിഷയങ്ങൾ അവതരിപ്പിക്കുന്ന സിനിമകൾ രൂപത്തിൽ ഒരു തീക്ഷ്ണതയും കൊണ്ടുവരുന്നില്ല, രൂപത്തിൽ നവീനത്വം / പുതുക്കൽ കൊണ്ടുവരുന്നില്ല എന്നർത്ഥം. സാമ്പ്രദായിക രീതിയി ല്ലുള്ള കഥ, കഥാപാത്രങ്ങൾ, ആഖ്യാന രീതികൾ, ശബ്ദപഥം ഒക്കെ ത്തന്നെയാണ് ഉപയോഗിക്കുന്നത്. സാധാരണയായി നാം ദൃശ്യത്തിന് ശബ്ദത്തിനു മുകളിൽ പ്രാധാന്യം കൊടുക്കുന്നു. എന്നാൽ, രാഷ്ട്രീയ വിഷ യങ്ങൾ അവതരിപ്പിക്കുന്ന ഗൊദാർദിന്റെ സിനിമകൾ ശബ്ദത്തിന് ദൃശ്യങ്ങൾക്ക് മേൽ പ്രാധാന്യം കൊടുക്കുന്നു. അദ്ദേഹം ഇതിനെ Son-image എന്നാണ് വിളിക്കുന്നത്. ഇതിലൂടെ സിനിമയെ നവീനമായ അനുഭവമാക്കാൻ, സിനിമയെ വിമർശനാത്മകമായി സമീപിക്കാൻ അദ്ദേഹം ശ്രമിക്കുന്നു. "For him, the image is a reflection on the real, whilst the sound is the "reality of a reflection" എന്നാണ് ഇതേക്കുറിച്ച് സിനിമാ പഠിതാവായ ദേവ്ദത്ത് ത്രിവേദി പറയുന്നത്.

"വായിക്കുമ്പോൾ വായനക്കാർ ചിരിക്കുകയും കരയുകയും ചെയ്യുന്ന ഒരു സ്ക്രിപ്റ്റ് നിങ്ങൾ എഴുതിയാൽ, നിങ്ങൾ സ്ക്രിപ്റ്റ് ലുക്കി ഒരു കടയിൽ വിൽക്കണം. വായനക്കാർ ഈ രീതിയിൽ പ്രതികരിക്ക മ്പോൾ നിങ്ങളുടെ ജോലി പൂർത്തിയായി. ഒരു സ്ക്രിപ്റ്റിന് ഇതെല്ലാം ചെയ്യേണ്ടതില്ല, കാരണം ഇത് അതിന്റെ ഉദ്ദേശ്യമല്ല" എന്നാണ് ഗൊദാർദിന്റെ അഭിപ്രായം. "ഒരു മികച്ച സിനിമയിൽ, രൂപം ഉള്ള ടക്കമാണ്: ചലച്ചിത്ര സംവിധായകൻ ഉപയോഗിക്കുന്ന രൂപവും (Form) അതിലൂടെ കാഴ്ചക്കാരൻ സിനിമയെ അനുഭവിക്കുന്നതുമാണ് അതിനെ അവിസ്മരണീയമാക്കുന്നത്, അതാണ് അതിനെ ഒരു തരത്തിൽ അദ്വിതീയമാക്കുന്നത്. അതിനാൽ ഒരു സിനിമ അതിന്റെ സ്ക്രിപ്റ്റല്ല, ഏതൊരു രൂപത്തിലൂടെയാണോ സിനിമ ഉണ്ടായിവര ന്നത് അത് അതിന്റെ ഉള്ളടക്കത്തിന് ബാഹ്യമല്ല - അത് അതിന്റെ ഉള്ളടക്കംതന്നെയാണ്...വിപ്ലവ സിനിമ സൗന്ദര്യം തേടേണ്ടത് ഒരു ലക്ഷ്യമായിട്ടല്ല, മറിച്ച് ഒരു ഉപാധിയായാണ്. സൗന്ദര്യവും വിഷയവും തമ്മിലുള്ള വൈരുദ്ധ്യാത്മക ബന്ധത്തെ ഇത് സൂചിപ്പിക്കുന്നു. ഒരു കലാ

സൃഷ്ടി ഫലപ്രദമാകണമെങ്കിൽ, ഈ ബന്ധം ശരിയായിരിക്കണം. ഇല്ലെങ്കിൽ, ഫലം ഒരു ലഘുലേഖയല്ലാതെ മറ്റൊന്നുമല്ല, അത് പറയുന്ന കാര്യങ്ങളിൽ തികഞ്ഞതായിരിക്കും, എന്നാൽ അതിന്റെ രൂപത്തിൽ വ്യവസ്ഥാപിതമായിരിക്കും. യോജിച്ച സൃഷ്ടിപരമായ രൂപത്തിന്റെ അഭാവം സിനിമയുടെ ഫലപ്രാപ്തിയെ പരിമിതപ്പെടുത്തുകയും അതിന്റെ ഉള്ളടക്കത്തിന്റെ പ്രത്യയശാസ്ത്രപരമായ ചലനാത്മകതയെ നശിപ്പി ക്കുകയും ഒരു രൂപരേഖയും ഉപരിപ്ലവവും അല്ലാതെ മറ്റൊന്നും നമുക്ക് നൽകുന്നില്ല"-ജോർജ്ജ് സഞ്ജിൻസ്(Jorge Sanjines), ബൊളീവിയൻ ചലച്ചിത്ര സംവിധായകൻ.

ലോക പ്രശസ്ത ബഹുമതി ലഭിച്ചുവെങ്കിലും ഇന്ത്യയിൽ ശിവഗ ദാസനിയുടെ സിനിമ സെൻസർ പ്രശ്നത്തിൽ കുടുങ്ങി. സെൻസർ ബോർഡ് പതിനെട്ട് കട്ടുകൾ / മാറ്റങ്ങൾ ആവശ്യപ്പെട്ടു. അതിൽ ചിലത് ഇപ്രകാരം: സിനിമ പൊതു പ്രദർശനത്തിന് അനുയോജ്യ മാകണമെങ്കിൽ മനുസ്മൃതിയിൽ നിന്നുള്ള ഉദ്ധരണി (എഴുതിയതും പറയുന്നതും) ഒഴിവാക്കണം. അതുപോലെ നാല് ജാതികളെക്കുറിച്ചും അവരുടെ കർമ്മത്തെ കുറിച്ചും ഭഗവദ് ഗീതയിൽ എഴുതിയിരിക്കുന്നത് പോലെ... എന്നത് ശബ്ദപഥത്തിൽ നിന്ന് നീക്കണം. ഹരിജനങ്ങളെ കൊലപ്പെടുത്തിയ വാർത്തകളും രാജ്യത്തിന്റെ വിവിധ ഭാഗങ്ങളിൽ ഹരിജനങ്ങൾക്ക് നേരെയുള്ള അതിക്രമങ്ങളെ കുറിച്ചുള്ള പരാമർശ ങ്ങളും ഒഴിവാക്കണം. പോലീസുകാരിൽ നിന്ന് രണ്ടു മൂന്നു മാസം കഴി ഞ്ഞിട്ടും പരാതിയിൽ ഒരു മറുപടിയും കിട്ടിയില്ല എന്ന സംഭാഷണവും അതുപോലെ രണ്ടുമൂന്നു മാസം വൃഥാവിലയി എന്ന സംഭാഷണവും ഒഴി വാക്കണം. പോലീസിനെ കുറിച്ചുള്ള നെഗറ്റീവ് സമീപനത്തിന് പകരം പോസിറ്റീവ് സമീപനം കൊണ്ടുവരണം. സംഭാഷണങ്ങൾ സെൻസർ ബോർഡ് നിർദ്ദേശിക്കുന്ന പ്രകാരം മാറ്റണം. വർത്തമാന കാലത്ത് മാത്രമല്ല, അക്കാലത്തും (എക്കാലത്തും) ഇത്തരം വിഷയങ്ങൾ കൈകാര്യം ചെയ്യുന്ന സിനിമകൾക്കെതിരെ സെൻസർ ബോർഡ് കത്രികയെടുത്തിട്ടുണ്ട് എന്ന സത്യത്തിന് ഇത് അടിവരയിടുന്നു.

ബെർലിൻ ഫെസ്റ്റിവൽ അധികാരികൾ അവർ പുരസ്കാരം നൽകിയ ഒരു സിനിമയിലും മാറ്റങ്ങൾ വരുത്താൻ അനുവദിക്കില്ല എന്ന് സംവിധായിക അധികൃതരെ അറിയിച്ചു. അപ്പോൾ അവർ മാറ്റ ങ്ങൾ മൂന്നായി കുറച്ചു. ശിവദാസനി തന്റെ നിലപാടിൽ ഉറച്ചുനിൽ ക്കുകയും വിശദീകരണങ്ങൾ നൽകുകയും ചെയ്തു. തുടർന്ന് ഇതുമായി ബന്ധപ്പെട്ട മന്ത്രാലയത്തിലെ ഉദ്യോഗസ്ഥരെ കണ്ടു. അപ്പോൾ അവർ

ഒരു മാറ്റം മാത്രം വരുത്താൻ ആവശ്യപ്പെട്ടു. അപ്പോൾ സംവിധായിക അന്നത്തെ പ്രധാനമന്ത്രി ഇന്ദിരാഗാന്ധിയെ കണ്ട് കാര്യങ്ങൾ വ്യക്ത മാക്കി. മാറ്റങ്ങളൊന്നും വരത്തേണ്ടതില്ലെന്നും ഇതുമായി ബന്ധപ്പെട്ട ഉദ്യോഗസ്ഥനെ കാണാനും അവർ സംവിധായികയോട് പറഞ്ഞു. ഗ്രാമീണ മേഖലകളിൽ സാമൂഹിക മാറ്റം എങ്ങനെ സാധ്യമാക്കാം എന്ന് മനസിലാക്കാൻ ഇന്ദിരാഗാന്ധി ഈ സിനിമ മൂന്ന് തവണ കണ്ടുവെന്ന് ആ സമയത്ത് I&B മന്ത്രാലയത്തിലെ സെക്രട്ടറി ശിവ ദാസനിയോട് പറഞ്ഞിരുന്ന എന്ന് അവർ പറയുന്നു. (അതൊരു വലിയ അഭിനന്ദനമായിരുന്നു എന്ന് ശിവദാസാനി കൂട്ടിച്ചേർക്കുന്നു). എന്നാൽ എങ്ങനെയോ സംവിധായികയ്ക്ക് സർട്ടിഫിക്കറ്റ് കിട്ടിയില്ല. അവസാനം അടുത്ത സർക്കാർ വന്നതിനുശേഷമാണ് സർട്ടിഫിക്കറ്റ് ലഭിച്ചത്.

മുപ്പതോളം വിദേശ മേളകളിലേക്ക് സിനിമ ക്ഷണിക്കപ്പെട്ടുവെ ങ്കിലും അടിയന്തരാവസ്ഥ കാരണം മേളകളിലേക്ക് അയക്കാനുള്ള പ്രിന്റ് എടുക്കാൻ സംവിധായികയ്ക്ക് കഴിഞ്ഞില്ല, മാത്രവുമല്ല, ഈ സാഹചര്യത്തിൽ വേണ്ട രീതിയിൽ സിനിമ മാർക്കറ്റ് ചെയ്യാനും കഴിഞ്ഞില്ല എന്ന് ശിവദാസനി പറയുന്നു. കുറേക്കാലം മറവിയിൽ മറഞ്ഞിരുന്ന ഈ സിനിമയിൽ അടുത്തകാലത്തായി പലരും വളരെയധികം താത്പര്യം കാണിക്കുന്നുണ്ട്. ഷായ് ഹെരേഡിയ ക്യൂ റേറ്റചെയ്ത 'എക്സ്പെരിമെന്റ്'യിലും അതുപോലെ ഡൽഹിയിൽ വച്ച് നടന്ന IAWRT മേളയിലും സിനിമ പ്രദർശിപ്പിക്കുകയുണ്ടായി. സിനിമ കാണാൻ ആഗ്രഹിക്കുന്നവെന്നും സിനിമ അവരുടെ 'ഇന്നോവേറ്റീവ് സിനിമ' സെക്ഷനിൽ പ്രദർശിപ്പിക്കാൻ താത്പര്യമുണ്ട് എന്നും അറിയിക്കുന്ന ഒരു ഇമെയിൽ കഴിഞ്ഞ വർഷം ജർമ്മനിയിൽ നിന്ന് സംവിധായികയ്ക്ക് ലഭിച്ചു.

നീണ്ട ഇടവേളയ്ക്ക് ശേഷം ശിവദാസനി സിനിമാ സംവിധാനത്തിൽ വീണ്ടും സജീവമാവുകയാണ്. പുതിയ സിനിമയായ 'സ്വാഹ' ഉപനി ഷത്തിൽ നിന്ന് പ്രചോദനം ഉൾക്കൊണ്ടതാണ്. Source Within, Inner Wealth എന്നും സിനിമയ്ക്ക് പേരുണ്ട്. സമ്പത്ത് നിങ്ങളുടെ ഉള്ളിലാണ്, പുറത്തല്ല എന്ന അർത്ഥത്തിൽ. അതുപോലെ 'പരം സുന്ദൻ', 'പരം ശക്തി', 'പരം ആനന്ദ് ' എന്ന ഒരു സിനിമാ ത്രയവും പൂർത്തിയാക്കാൻ ബാക്കിയുണ്ട്.

ശിവദാസനി തന്റെ സിനിമാ സങ്കല്പങ്ങൾ പങ്കുവെക്കുന്നു:

●   നമുക്ക്തുടക്കം മുതൽ ആരംഭിക്കാം. എപ്പോൾ, എങ്ങിനെയാണ്

സിനിമയിൽ താൽപ്പര്യമുണ്ടായത്?

ചിത്രകലയിലും ഫോട്ടോഗ്രാഫിയിലും ഞാൻ ബിരുദാനന്തര ബിരുദം നേടി. എന്നെ സംബന്ധിച്ചിടത്തോളം കലാപരിശീലനം കേവലം സൗന്ദര്യശാസ്ത്രം മാത്രമായിരുന്നില്ല. കലയിൽ ഉള്ളടക്കവും ഉണ്ടായിരിക്കണമെന്ന് എനിക്ക് തോന്നി. നിങ്ങളെ സൃഷ്ടിക്കാൻ പ്രേ രിപ്പിക്കുന്ന എന്തെങ്കിലും സമൂഹത്തിൽ ഉണ്ടായിരിക്കണം. ബംഗ്ലാദേശ് യുദ്ധം എന്നെ വല്ലാതെ അസ്വസ്ഥയാക്കി, പത്രങ്ങളിലും മാസികക ളിലും അതിനെക്കുറിച്ച് വിശദമായി വായിച്ചതിനുശേഷം ഞാൻ ഒരു ചിത്രം വരച്ചു. രണ്ടു മൂന്നു മാസങ്ങൾക്ക് ശേഷം, ഞാൻ എന്റെ ഹൃദയവും ആത്മാവും സമർപ്പിച്ച് സൃഷ്ടിച്ചത് എന്ന് ഞാൻ കരുതിയ ചിത്രം നോക്കിയപ്പോൾ, യുദ്ധത്തെക്കുറിച്ച് എനിക്ക് തോന്നിയതോ എന്റെ വായനയിൽ നിന്നും ഞാൻ നേടിയ ആശയപരമായ ധാരണയോ അത് പുറത്തുകൊണ്ടുവന്നില്ലെന്ന് ഞാൻ കണ്ടെത്തി. ചിത്രകല എന്ന മാധ്യമാവുമായി ഞാൻ ബന്ധപ്പെട്ടിരിക്കുന്നത് നോൺ ഫിഗറേറ്റീവ് ആയ രീതിയിലാണെന്ന് എനിക്ക് മനസ്സിലായി. പ്രാധാന്യമർഹിക്കുന്ന ആശയങ്ങൾ പ്രകടിപ്പിക്കാൻ എനിക്ക് ദൃശ്യങ്ങളും വാക്കുകളും കഥാപാ ത്രങ്ങളും ആളുകളും ആവശ്യമാണെന്ന് ഞാൻ മനസ്സിലാക്കി. അതാണ് സിനിമ പഠിക്കാൻ എന്നെ പ്രേരിപ്പിച്ചത്.

1970-1971 കാലഘട്ടത്തിൽ സിനിമയിലും വീഡിയോ പ്രൊഡക്ഷനി ലും സംവിധാനത്തിലും ബിരുദാനന്തര ബിരുദം നേടാൻ ഞാൻ കാൾ ആർട്ട്സിൽ പോയി. സ്കോളർഷിപ്പ് ഉണ്ടായിരുന്നതിനാൽ എനിക്ക് പണത്തിന്റെ പ്രശ്നങ്ങളൊന്നും ഉണ്ടായിരുന്നില്ല. സങ്കീർണ്ണമായ ആശയങ്ങൾ കൈകാര്യം ചെയ്യാനുള്ള കഴിവും നൈപുണ്യവും ഞാൻ നേടി. നോൺ-ഫിഗറേറ്റീവ് അബ്സ്ട്രാക്ട് രചനകൾ എന്നെ സംബ ന്ധിച്ച് ഒരിക്കലും സിനിമയ്ക്ക് പകരമാവില്ല. അത് ഒരേ നാണയത്തിന്റെ രണ്ട് വശങ്ങൾ പോലെയായിരുന്ന, ഒരേ വ്യക്തിയുടെ രണ്ട് മാനങ്ങൾ. രണ്ടും പരസ്പര ബന്ധമുള്ളതാണെന്ന് ഇപ്പോൾ ഞാൻ മനസ്സിലാക്കുന്നു. സ്പേസ്, കോമ്പോസിഷൻ, വർണ്ണങ്ങൾ, ഒരു ആശയം കൊണ്ടുവരാൻ അവ എങ്ങനെ ഫലപ്രദമായി ഉപയോഗിക്കാം എന്നതിനെ കുറിച്ച ള്ള എന്റെ ധാരണ-പെയിന്റിംഗിൽ ഞാൻ പഠിച്ച ഇതെല്ലാം എന്റെ സിനിമാ പ്രവർത്തനത്തിൽ വന്നിട്ടുണ്ട്. ചിത്രകലയിൽ എനിക്കുണ്ടാ യിരുന്ന ആ പ്രാഥമിക പരിശീലനം ഇല്ലായിരുന്നുവെങ്കിൽ എന്റെ സിനിമകൾ ഇതുപോലെ ആകുമായിരുന്നില്ല.

അക്ബർ പദംസി തനിക്ക് ലഭിച്ച നെഹ്റ് ഫെല്ലോഷിപ്പിനൊപ്പം

സംഘടിപ്പിച്ച വിഷൻ എക്സ്ചേഞ്ച് വർക്ക്ഷോപ്പിൽ പങ്കെടുക്കാൻ എന്നെയും ക്ഷണിച്ചു. അദ്ദേഹം ഒരു ഇരുട്ട മുറിയിൽ വിഷൻ എക്സ്ചേഞ്ച് പ്രോഗ്രാം നടത്തി. അന്ന് അവിടെ മണി കൊഴളം ഉണ്ടായിരുന്ന.

ഒരിക്കൽ അമേരിക്കയിൽ വച്ച് ഒരു ബല്ലൺ വിൽപ്പനക്കാരന്റെ കയ്യിൽ നിന്ന് ഒരു വെളത്ത ബല്ലൺ വാങ്ങിയ ഒരു കറുത്ത പെൺ കുട്ടിയെ ഞാൻ തെരുവിൽ കണ്ടുമുട്ടി. അവൾ ആ വെളത്ത ബല്ലൺ തന്റെ മുഖം മറച്ചുകൊണ്ട് പിടിച്ചു. ആ ചിത്രം ഇപ്പോഴും എന്റെ മനസ്സിൽ ഉണ്ട്. ആ പെൺകുട്ടിക്ക് കറുത്തവളായതിന്റെ കോംപ്ലക്സ് ഉണ്ടെന്ന് ഞാൻ മനസ്സിലാക്കി. അതുകൊണ്ടാണ് അവൾ വെള്ള ബല്ലൺ വളരെ നാടകീയമായും വളരെ ദൃഢമായും ഉടനടിയും തിരഞ്ഞെടുത്തത്. അത് തികച്ചും സുതാര്യവും വ്യക്തവുമായിരുന്ന. ദൃശ്യങ്ങളടെ ആശയപരമായ മൂല്യം ഞാൻ പിന്നീട് മനസ്സിലാക്കി. ഒരു ഇമേജിനള്ളിൽ വളരെയ ധികം വ്യാഖ്യാന സാധ്യതകൾ ഉണ്ട്. വാക്കുകൾ ആശയവിനിമയം നടത്തുന്നത് വളരെ നല്ലതായിരിക്കാം, എന്നാൽ ആരുടെയെങ്കിലും ഭാവന വികസിപ്പിക്കാനും നിങ്ങൾ കാണുന്നതും അവർ കാണണമെന്ന് നിങ്ങൾ ആഗ്രഹിക്കുന്നതും ആളകൾ കാണുന്നതിന്, നിങ്ങൾ പങ്കിടാൻ ആഗ്രഹിക്കുന്ന നിങ്ങളുടെ ചില ദർശനങ്ങൾ, ഒരു ദൃശ്യത്തിന് മാത്രമേ അത് പകരാൻ കഴിയൂ. ദൃശ്യങ്ങൾ പരിധിയില്ലാത്തതാണ്, ഒരു ദൃശ്യ ത്തിന്റെ ആശയപരമായ പ്രാധാന്യം ഞാൻ മനസ്സിലാക്കിയപ്പോൾ, അത് 'ഇമേജോഗ്രാഫി' യുടെ ബീജമാണെന്ന് ഞാൻ കരുതുന്ന.

● ഈ തിരിച്ചറിവിൽ നിന്ന് നിങ്ങൾ ആദ്യമായി ചെയ്ത സിനിമകളെ കുറിച്ച് അൽപ്പം സംസാരിക്കാമോ?

ചുറ്റപാടുകളെ കുറിച്ചുള്ള എന്റെ നിരീക്ഷണത്തിന്റെയും ജിജ്ഞാ സയുടെയും മുഴുവൻ പ്രക്രിയയും ഇന്ത്യയിൽ ആരംഭിച്ചു. സ്ക്കൂൾ കാല ഘട്ടത്തിൽ ബസ് കാത്തുനിൽക്കുമ്പോൾ പാൽക്കാരനെയും ഭേൽ പൂരി വിൽക്കുന്നവനെയും ഞാൻ നിരീക്ഷിച്ചതും അവരെ തമ്മിൽ ബന്ധിപ്പിക്കാൻ ശ്രമിച്ചതും ഞാൻ ഇപ്പോഴും ഓർക്കുന്ന. ഇന്ത്യൻ പരിതസ്ഥിതിയിൽ ഓരോ ഇഞ്ച് സ്ഥലത്തും ഓരോ മിനിറ്റിലും ഒരുപാട് കാര്യങ്ങൾ നടക്കുന്നുണ്ട്. ഇതിന്റെ നിരീക്ഷണത്തിലൂടെ ആയിരിക്കാം എന്നിലെ കലാകാരി വികസിച്ചത്. എന്നാൽ അന്ന് എന്റെ കയ്യിൽ ക്യാമറ ഇല്ലായിരുന്ന. തലയ്ക്കകത്ത് ഞാൻ സിനിമ ഉണ്ടാക്കി. ഈ രീതിയിൽ സ്ക്കൂൾ കാലം മുതൽ ഞാൻ തലയ്ക്കകത്ത് സിനിമകൾ ഉണ്ടാക്കുമായിരുന്ന. ഇപ്പോൾ ഞാൻ വളർന്ന സ്ഥലത്തേക്ക് തിരിച്ച

വരുമ്പോൾ, അതേ ആളകൾ അതേ കോണകളിൽ ഇരിക്കുന്നത് ഞാൻ കാണുന്ന – കടല വിൽക്കുന്ന ആളടെ തൊട്ടടുത്ത മൂലയിൽ ഇപ്പോഴും ഭേൽ പുരി വിൽക്കുന്ന ആൾ ഉണ്ട്. നിരീക്ഷിക്കാനും മനസ്സിലാക്കാനും തുടങ്ങിയത് ഇവിടെ നിന്നാണ്, പിന്നീട് അത് ഒരു സർഗ്ഗാത്മക മാധ്യമത്തിലേക്ക് വിവർത്തനം ചെയ്യുക എന്നതുമാത്രമേ ഉണ്ടായിരുന്നുള്ള. അങ്ങനെ ഞാൻ അമേരിക്കയിൽ എത്തിയപ്പോൾ നിർവ്വചിക്കാനാകാത്ത കാരണങ്ങളാൽ എനിക്ക് താൽപ്പര്യമുള്ള മനുഷ്യരെ നിരീക്ഷിക്കാൻ തുടങ്ങി.

കാൾ ആർട്സിൽ ധാരാളം ക്യാമറകൾ ഉണ്ടായിരുന്ന. ക്യാമറക ളടെ പറുദീസ പോലെയായിരുന്ന അത്. ഞാൻ ആദ്യമായി ഉപയോ ഗിച്ച ക്യാമറ തോളിൽ വച്ച് ചിത്രീകരിക്കാൻ കഴിയുന്ന eclair NPR എന്ന ഹാൻഡ് ഹെൽഡ് ക്യാമറ ആയിരുന്ന. 'ബ്രേക്കിംഗ് ഗ്രൗണ്ട്' (Breaking Ground) നിർമ്മിക്കാൻ ഞാൻ ഇതും മറ്റ് മൂന്നുനാല് ക്യാമറകളും ഉപയോഗിച്ചു. 'എ വേൾഡ് ഓഫ് ഓൾ ഇന്റലിജൻസ്' (A World Of All Intelligence) എന്ന മറ്റൊരു സിനിമയും ഞാൻ ചെയ്തു. അഞ്ച് പാളികളുള്ള സിനിമയാണിത് -- ക്യാമറയിൽ രണ്ട് ലെയറുകൾ, ഒന്ന് ഓക്സ്ബെറി ഒപ്റ്റിക്കൽ പ്രിന്ററിൽ, എന്റെ പെയിന്റിംഗുകളി ലൊന്ന്, ഒന്ന് അനിമേഷൻ.

ഒരു ദിവസം ഞാൻ ഒരു ഒമ്പത വയസ്സുള്ള കറുത്ത പെൺകുട്ടിയെ കണ്ടു, അവളടെ നടത്തത്തിൽ നിന്ന് അവൾക്ക് വിറ്റാമിൻ ഡിയുടെ കുറവുണ്ടെന്ന് എനിക്ക് മനസ്സിലായി. പക്ഷെ അവളടെ കണ്ണകളിൽ എന്തോ എനിക്ക് കാണാൻ കഴിഞ്ഞതു കൊണ്ട് ഞാൻ അവളെ അനുഗമിച്ചു. ഞാൻ അവളടെ വീട്ടിൽ പോയി അവളടെ കുടുംബവുമായി സൗഹൃദം സ്ഥാപിച്ചു. അപ്പോൾ എന്നിലെ ഇമേജിയോഗ്രാഫി പ്രവർ ത്തിക്കാൻ തുടങ്ങി. ഈ പെൺകുട്ടിയും അവളടെ കുടുംബവും തമ്മിലുള്ള പരസ്പരബന്ധം മനസ്സിലാക്കാൻ ഞാൻ ആഗ്രഹിച്ചു. കുറഞ്ഞ വരുമാന മുള്ള ഒരു കറുത്ത വർഗ്ഗ കുടുംബമായിരുന്ന ഇത്. വീടിനുള്ളിൽ അരാജക ത്വം ഉണ്ടായിരുന്ന, പക്ഷേ ഈ പെൺകുട്ടി നിശബ്ദയായിരുന്ന. അവൾ എല്ലാ ശബ്ദങ്ങളും ഉൾക്കൊള്ളുന്നതായി തോന്നി. തന്റെ മനസ്സിൽ നടക്കുന്ന കാര്യങ്ങളെ വേർതിരിച്ച മനസ്സിലാക്കാനായി ശാന്തമായി ഇരിക്കാൻ പറ്റിയ ഒരു സ്ഥലത്തേക്ക് എന്നെ കൊണ്ടുപോയി, അത് സിനിമയിലുണ്ട്. ധാരാളം ആളകൾ താമസിക്കുന്നതിനാൽ വീടിന ളളിൽ അവൾക്ക് ഇത്തരത്തിൽ ഒന്നും സാധിക്കുന്നില്ലെന്ന് ഞാൻ മനസ്സിലാക്കി. സിനിമയുടെ അവസാനം അവൾ ഒരു കുന്നിൻ മുകളിൽ

നിന്ന് താഴേക്ക് മരങ്ങളിലേക്ക് നോക്കുകയാണ്. അവൾ പറയുന്ന: "അവിടെ മരങ്ങളുണ്ട്, അതിനാൽ അവിടെ സ്ഥലം / അടിത്തറ ഉണ്ടാ യിരിക്കണം". അതുകൊണ്ടാണ് ചിത്രത്തിന് 'ബ്രേക്കിംഗ് ഗ്രൗണ്ട് ' എന്ന് പേരിട്ടിരിക്കുന്നത്- അവൾ ഒരു അടിത്തറ ഉണ്ടാക്കാൻ ശ്രമിക്കു ന്നു. എനിക്ക് താഴ്ത്തടി കാണാൻ കഴിയില്ല, എനിക്ക് ഭൂമി കാണാൻ കഴിയില്ല, എനിക്ക് അടിത്തറ കാണാൻ കഴിയില്ല, പക്ഷേ എനിക്ക് മരങ്ങളുടെ ശിഖരങ്ങൾ കാണാൻ കഴിയുമെങ്കിൽ അതിന താഴെ ഒരു അടിത്തറ ഉണ്ടായിരിക്കണം എന്നായിരുന്നു അവളുടെ യുക്തി. ഈ ഒമ്പതു വയസ്സുകാരിയുടെ യുക്തി എന്നെ വല്ലാതെ ആകർഷിക്കുന്നതാ യിരുന്നു.

എന്റെ മറ്റൊരു സിനിമയായ 'വേൾഡ് ഓഫ് ഓൾ ഇന്റലിജൻസ് '(World Of All Intelligence) കടയുടെ ജനലിലൂടെ നോക്കി വല്ലാത്ത രീതിയിൽ ഉച്ചത്തിലും കണങ്ങിയും ചിരിച്ച നിൽക്കുന്ന ഞാൻ കണ്ട കഥാപാത്രങ്ങളെ ഉപയോഗിച്ചാണ് നിർമ്മിച്ചത്. അവർ പരസ്പരം വളരെ സംവേദനാത്മകമായി ബന്ധപ്പെട്ടിരിക്കുന്നതായി ഞാൻ കണ്ടെത്തി, അതിനാൽ ഞാൻ അവരെ പിന്തുടരുകയും അവരിൽ രണ്ടുപേരെയും വേറെ രണ്ട് പേരെയും ചേർത്ത് സിനിമയു ണ്ടാക്കി. അവരെല്ലാം ഒരു പൊതുവായ സ്ഥലത്ത് ഒരുമിച്ച് താമസിച്ച. ഒരാളെ ഞാൻ ഒരു കടൽത്തീരത്തുവെച്ചാണ് കണ്ടെത്തിയത്, അയാൾ ആരോടോ സംസാരിക്കുകയായിരുന്നു, അവരുടെ സംഭാഷണം ഞാൻ കേട്ടു. "ഞങ്ങൾ ജീവിക്കുന്നത് എല്ലാ ബുദ്ധിശക്തികളുടേയും ലോകത്താണ്" എന്ന് അയാൾ ആ വ്യക്തിയോട് വിശദീകരിക്കുകയാ യിരുന്നു. അത് കേട്ടയുടനെ വളരെ രസകരമായി എനിക്ക് തോന്നി. അതിനാൽ ആർക്കും നിങ്ങൾക്ക് വേണ്ടി പ്രവർത്തിക്കാൻ കഴിയില്ല നിങ്ങൾക്ക് വയലിൻ വായിക്കണമെങ്കിൽ ആർക്കും നിങ്ങൾക്ക് വേണ്ടി വയലിൻ വായിക്കാൻ കഴിയില്ല, നിങ്ങൾ സ്വയം വയലിൻ വായിക്കണം.

● കാൾ ആർട്സിൽ ആയിരിക്കുമ്പോൾ നിങ്ങൾ ഒരുപാട് സിനിമകൾ കണ്ടിരുന്നോ? ഏതൊക്കെ സിനിമാ പ്രവർത്തകരാണ് നിങ്ങളെ പ്രചോദിപ്പിച്ചത്?

ഞാൻ സിനിമാ ചരിത്രമായിരുന്നു പഠിച്ചിരുന്നത്. ആൽഫ്രഡ് ഹിച്ച്കോക്കിനേയും ഗൊദാർദിനേയും പോലെ സിനിമകൾ ഉണ്ടാ ക്കാൻ ആഗ്രഹിക്കുന്നു എന്ന് ആളുകൾ പറയുന്നത് ഞാൻ കേൾക്കും. എന്നാൽ, ഇവരെ പോലെ സിനിമ ഉണ്ടാക്കാൻ ഞാൻ ആഗ്രഹി ച്ചിരുന്നില്ല. എന്റെ ഉള്ളിൽ നിന്ന് വരുന്ന ഒരു സിനിമ ചെയ്യാനാണ്

ഞാൻ ആഗ്രഹിച്ചത്. അതുകൊണ്ട് ക്ലാസ്സിൽ അവസാന നിരയിലാണ് ഞാൻ ഇരുന്നത്. എന്റെ സുഹൃത്ത് ആദ്യ നിരയിൽ ഇരിക്കാറുണ്ടായിരുന്നു, കാരണം അവൾ സിനിമയിൽ പൂർണ്ണമായും ആമഗ്നയാവാൻ ആഗ്രഹിച്ചു.

മറ്റ് സംവിധായകരുടെ കഴിവുകൾ, രീതികൾ, സമീപനങ്ങൾ എന്നിവ ബൗദ്ധികമായി വിശകലനം ചെയ്യാനും പഠിക്കാനും എനിക്ക് അകലം പാലിക്കണം. ഇതിലൂടെ എനിക്ക് ഇഷ്ടപ്പെട്ടതോ ഇഷ്ടപ്പെടാത്തതോ ആയവ കണ്ടെത്തണം. ഞാൻ എപ്പോഴും പറയുമായിരുന്നു: "നല്ല സിനിമയേക്കാൾ മോശമായ സിനിമയിൽ നിന്നാണ് നാം പഠിക്കുന്നത്, കാരണം നമ്മൾ ആ രീതിയില്ലുള്ള സിനിമ ഒരിക്കലും ചെയ്യില്ലെന്ന് നമുക്കറിയാം". എനിക്കറിയാവുന്നതുപോലെ ഞാൻ ഒരിക്കലും ഒരു ബോളിവുഡ് സിനിമ ചെയ്യാൻ ആഗ്രഹിക്കുന്നില്ല. എനിക്ക് അത് നൂറു ശതമാനം ഉറപ്പാണ്.

എനിക്ക് നിയോ റിയലിസ്റ്റ് സിനിമകൾ ഇഷ്ടമായിരുന്നു. പ്രത്യേകിച്ച് സത്യജിത് റായിയോട് ഭയങ്കര ആരാധനയായിരുന്നു. അദ്ദേഹത്തിന്റെ റിയലിസം സാഹിത്യത്തിൽ നിന്നും പുസ്തകങ്ങളിൽ നിന്നും ഉടലെടുത്തു. എഴുതപ്പെട്ട കൃതികളിൽ നിന്ന് അദ്ദേഹം തിരക്കഥയെഴുതി. എന്റെ സൃഷ്ടി സാഹിത്യത്തിൽ നിന്നല്ല, ദൃശ്യങ്ങളിൽ നിന്നാണ് ഉടലെടുത്തത്. ഞാൻ എടുത്ത ഫോട്ടോഗ്രാഫുകളിൽ നിന്നും ടേപ്പുകളിലെ സംഭാഷണങ്ങളിൽ നിന്നുമാണ് എന്റെ കഥകൾ ഉണ്ടായത്. മറ്റാരെങ്കിലും എഴുതിയതിൽ നിന്നല്ല, ആളുകളുടെ യഥാർത്ഥ ജീവിതത്തിൽ നിന്ന് കഥ സൃഷ്ടിക്കാൻ എനിക്ക് താൽപ്പര്യമുണ്ടായിരുന്നു. ഞാൻ എഴുതുകയാണെങ്കിൽ, അത് എന്നിൽ നിന്ന് ഉരുത്തിരിഞ്ഞതായിരിക്കും. ഇവ തമ്മിൽ വലിയ വ്യത്യാസമുണ്ട്. പിന്നെ പുറത്തുവരുന്ന സൃഷ്ടി വ്യത്യസ്തമാണ്, കാരണം സമീപനം വ്യത്യസ്തമാണ്. എഴുത്തുകാരൻ സത്യം നൽകുന്നതിനായി റായ് കാത്തിരിക്കുകയും അതിനെ അദ്ദേഹം തന്റെ സിനിമാറ്റിക് സത്യമാക്കി മാറ്റുകയും ചെയ്തു. അതേസമയം ഞാൻ സത്യത്തിനായി എന്റെ ദൃശ്യങ്ങളെ ആശ്രയിക്കുന്നു.

ഫ്രഞ്ച് നവതരംഗ സിനിമയും എനിക്കിഷ്ടമായിരുന്നു. ഹോളിവുഡിൽ നിന്നും ബിഗ് ബജറ്റ് ചിത്രങ്ങളിൽ നിന്നും മാറിനിൽക്കാൻ അവർ ആഗ്രഹിച്ചു. സെറ്റുകളിൽ ഉണ്ടാക്കുന്ന സിനിമകളേക്കാൾ കൂടുതൽ ചലനാത്മകവും ലൊക്കേഷനിൽ ചിത്രീകരിച്ച സിനിമകളും ഉണ്ടാക്കാൻ അവർ ആഗ്രഹിക്കുന്നുവെന്ന് എനിക്ക് തോന്നി. അത് എനിക്ക് പര്യവേക്ഷണം ചെയ്യാൻ താൽപ്പര്യമുള്ള യാഥാർത്ഥ്യത്തോട്

അടുത്താണെന്ന് തോന്നി.

● എങ്ങനെയാണ് 'ചത്രുഭംഗ് ' എന്ന സിനിമയുടെ ആശയം ഉടലെടുത്തത്?

ഞാൻ ഇന്ത്യയിൽ തിരിച്ചെത്തിയപ്പോൾ, കലാകാരന്മാരും സിനിമാ രംഗത്ത് പ്രവർത്തിക്കുകയും ചെയ്യുന്ന സുഹൃത്തുക്കൾക്കായി ഞാൻ എന്റെ സിനിമകളുടെ ഒരു പ്രദർശനം സംഘടിപ്പിച്ചു. എന്റെ സിനിമകൾ ഇഷ്ടപ്പെട്ട ഒരു സുഹൃത്ത് പറഞ്ഞു, അവർക്ക് ഗ്രാമ പ്രദേശങ്ങളിലെ സിനിമാ പ്രൊജക്ടുകൾ പ്രോത്സാഹിപ്പിക്കാൻ താത്പര്യമുള്ള ഒരു ഫൗണ്ടേഷൻ ഉണ്ടെന്നും, ഞാൻ ഗ്രാമീണ മേഖല പശ്ചാത്തലമാക്കി സിനിമയുണ്ടാക്കുകയാണെങ്കിൽ അവർ അത് സ്പോൺസർ ചെയ്യും. എഴുപതു ശതമാനത്തോളം ജനങ്ങൾ ഗ്രാമ പ്രദേശങ്ങളിൽ താമസിക്കുന്നതിനാൽ ഈ പശ്ചാത്തലത്തിൽ ഒരു സിനിമ ചെയ്യുന്നത് ആവേശകരമായ ആശയമായിരുന്നു. മാത്രവുമല്ല, ഈ രീതിയിലുള്ള ഒരു സിനിമ നിർമ്മിക്കാൻ ഞാൻ എപ്പോഴും ആഗ്ര ഹിച്ചിരുന്നതിനാൽ തീർച്ചയായും ആ നിർദ്ദേശത്തിൽ എനിക്ക് വളരെ താൽപ്പര്യമുണ്ടായിരുന്നു.

ഞാൻ ഒരുപാട് ഗവേഷണം ചെയ്യാൻ തുടങ്ങി, ഉത്തരേന്ത്യയിൽ വറ്റിപ്പോയ ഒരു കിണറിനെ കുറിച്ചും തുടർന്ന് ഉണ്ടായ ജാതി സ്പ ർദ്ധയെ കുറിച്ചും പത്രത്തിൽ ഒരു വാർത്ത വായിക്കുകയുണ്ടായി. ഈ യഥാർത്ഥ സംഭവത്തെ ബീജമാക്കി, ആ സംഭവത്തിന്റെ യാഥാർത്ഥ്യ ത്തോടൊപ്പം ഫിക്ഷനും ചേർത്ത് ഒരു സിനിമ നിർമ്മിക്കാൻ കഴിയു മെന്ന് എനിക്ക് പെട്ടെന്ന് മനസ്സിലായി. യാഥാർത്ഥ്യവും ഫിക്ഷനും കൂടിച്ചേർന്ന ചേർന്ന സങ്കീർണ്ണമായ ലീലയാണ് സിനിമയെ ശരിക്കും ശക്തമായ ഒരു സൃഷ്ടിയാക്കി മാറ്റിയത്. ഞാൻ ഒരു ഗവേഷണ യാത്ര യ്ക്ക് പോയി, ഫോട്ടോഗ്രാഫുകൾ എടുത്തു, ധാരാളം സംഭാഷണങ്ങൾ റെക്കോർഡ് ചെയ്തു, തുടർന്ന് ഏറ്റവും കുറഞ്ഞ സംഭാഷണങ്ങളും വിവരണവും ഉള്ള ഒരു സ്ക്രിപ്റ്റ് ഔട്ട്ലൈൻ എഴുതി-ബാക്കിയെല്ലാം സ്വതന്ത്രമായി രൂപപ്പെട്ടതാണ്, ഗ്രാമവാസികൾ സംസാരിക്കുന്നത് പ്രാദേശികമായ ദേഹതി ഭാഷയിലാണ്.

● സിനിമ ഉണ്ടാക്കുമ്പോൾ താങ്കളുടെ മനസ്സിൽ ഒരു പ്രത്യേക പ്രേക്ഷകർ ഉണ്ടായിരുന്നോ?

സംസ്കാരങ്ങൾക്കതീതമായി പ്രായ വ്യത്യാസമില്ലാതെ എല്ലാ വർക്കും മനസ്സിലാക്കാൻ കഴിയുന്ന ഒരു ദൃശ്യഭാഷ സൃഷ്ടിക്കാൻ ഞാൻ ആഗ്രഹിച്ചു, ഒരുതരം സാർവത്രിക ഭാഷ. പ്രത്യേകിച്ച് ഗ്രാമീണ

പ്രേക്ഷകരോട് സംസാരിക്കാൻ ഞാൻ ആഗ്രഹിച്ചു, അതിനാൽ സിനിമ ദൃശ്യാപരമായിരിക്കണം. മാത്രമല്ല കഥ വളരെ ലളിതമാണ്, വാക്കുകൾ കേൾക്കാതെ തന്നെ സിനിമ മനസ്സിലാകും.

● താങ്കൾ എങ്ങിനെയായിരുന്ന ഗ്രാമീണരോടോപ്പം പ്രവർത്തി ച്ചത്? അവരോട്ടുള്ള സംവേദനം, അവർക്കുള്ള നിർദ്ദേശങ്ങൾ എങ്ങി നെയായിരുന്ന?

ഞാനൊരു 'ഗ്രാമത്തിന്റെ കഥ' ചിത്രീകരിക്കുകയാണ് എന്നാണ് അവരോട്ട പറഞ്ഞത്. ഞാൻ രംഗങ്ങൾ വിശദീകരിക്കും. ഉദാഹര ണത്തിന്, സീല എന്ന അവർണ്ണ സ്ത്രീ ബ്രാഹ്മണ സ്ത്രീയോട് വെള്ളം യാചിക്കാൻ പോയപ്പോൾ ഞാൻ അവളോട് പറഞ്ഞു, നിങ്ങൾ അവളുടെ അടുത്തേക്ക് പോകുകയാണ്, നിങ്ങൾ കുടം താഴെവെ ക്കണം, അവൾ അതിൽ വെള്ളം നിറയ്ക്കും. ബ്രാഹ്മണ ഭവനത്തിന്റെ മുറ്റത്ത് സീല ഒരിക്കലും പ്രവേശിച്ചിട്ടില്ല. അന്ന് ആദ്യമായാണ് അവൾ അവിടെ പോകുന്നത്. അതിനാൽ എനിക്ക് അത് അതിശയകരമായി രുന്ന, കാരണം ഈ മനുഷ്യർ ഒരിക്കലും മറ്റെ ജാതിയിൽപ്പെട്ടവരുടെ മേഖലയിൽ പ്രവേശിച്ചിട്ടില്ല. സിനിമയുടെയുടെ നിർമ്മാണം ഗ്രാമീണ സമൂഹങ്ങളെ വ്യത്യസ്തമായ ഒരു സന്ദർഭത്തിനുള്ളിൽ ഒരുമിച്ച് കൊണ്ടു വന്നതായി എനിക്ക് തോന്നുന്ന.

ഗ്രാമീണർക്ക് അവരുടെ അവസ്ഥയെ കുറിച്ച് നല്ല ബോധം ഉണ്ടാ യിരുന്ന. അവരുടെ മനസ്സിൽ ഉള്ളതാണ് അവർ പറഞ്ഞത്. ഞാൻ അവർക്ക് ചില സൂചനകളോ, ആശയമോ, ഒരു വരിയോ കൊട്ടക്കുമാ യിരുന്ന. ബാക്കിയെല്ലാം അവർ മനോധർമ്മത്തിലൂടെ കൊണ്ടുവന്ന താണ്. അവരുടെ ജൈവികത വിശേഷപ്പെട്ടതായിരുന്ന.

● താങ്കളുടെ ഷൂട്ടിംഗ് ശൈലി കണക്കിലെടുക്കുമ്പോൾ, എഡിറ്റിംഗ് പ്രക്രിയ എങ്ങനെയായിരുന്ന?

ഓരോ ഫ്രെയിമും ഞാൻ തന്നെയാണ് എഡിറ്റ് ചെയ്തത്. ഇത്ത രത്തിലുള്ള സിനിമ ശരിക്കും എഡിറ്റിംഗ് ടേബിളിലാണ് ജനിക്കുന്നത്. എഡിറ്റിംഗിന് ഞാൻ മൂവിയോളയും ഒരു ഇറ്റാലിയൻ സ്ക്രീൻബെക്കും ഉപയോഗിച്ചു, കുറച്ച് സമയത്തേക്ക് ഞാൻ ഫിലിംസ് ഡിവിഷനിലെ സ്ക്രീൻബെക്കും ഉപയോഗിച്ചു.

രണ്ടാഴ്ച കൊണ്ട് ഞാൻ സിനിമ ചിത്രീകരിച്ചു. പക്ഷേ ദൃശ്യങ്ങൾ

എന്നോട് സംസാരിക്കാൻ അനുവദിക്കുന്ന ഇമേജിയോഗ്രാഫി സമീപനം ഉപയോഗിച്ചതിനാൽ സിനിമ എഡിറ്റ് ചെയ്യാൻ ഒരു വർഷമെടുത്തു. അതിനാൽ, ദൃശ്യങ്ങൾ എന്തായിരിക്കണം എന്ന് ഞാൻ ഉദ്ദേശിച്ചതിൽ നിന്ന് വ്യത്യസ്തമായി ദൃശ്യങ്ങൾ എന്നോട് എന്താണ് പറയുന്നതെന്ന് മനസിലാക്കാൻ എനിക്ക് ഇത് മൂന്ന നാല തവണയെ ങ്കിലും കാണേണ്ടിവന്നു. ഇത്തരത്തിലുള്ള സിനിമയിൽ, നിങ്ങൾ പ്രക്രി യയിലേക്ക് എങ്ങിനെ പോയാലും അല്ലെങ്കിൽ നിങ്ങൾ സിനിമയിൽ എന്ത് ഉദ്ദേശിച്ചാലും, ദൃശ്യങ്ങൾ നിങ്ങൾ ഉദ്ദേശിച്ച രീതിയിൽ അല്ലെന്ന തോന്നൽ ഉണ്ടാവും. ഹോളിവുഡിലോ അല്ലെങ്കിൽ ബോളിവുഡിലോ അല്ലെങ്കിൽ തിരക്കഥാ രചനയിലോ ഉള്ള ഒരാൾക്ക് ഇത് വിചിത്രമായി തോന്നിയേക്കാം. ആൽഫ്രഡ് ഹിച്ച്കോക്ക് പറയാറുണ്ടായിരുന്നു, താൻ സ്ക്രിപ്റ്റ് എഴുതിയതിന് ശേഷം, ഓരോ ഷോട്ടും സ്ക്രിപ്റ്റിലെ പോലെ തന്നെ ഗണിതശാസ്ത്രപരമായ കൃത്യതയോടെ ചെയ്യുമെന്ന്. എന്നാൽ എന്റേതുപോല്യുള്ള സിനിമാ നിർമ്മാണത്തിൽ ഞാൻ ഒരു കാര്യം പിന്തുടർന്നേക്കാം, പക്ഷേ ദൃശ്യം എന്നോട് മറ്റെന്തെങ്കിലും പറയുന്നവെങ്കിൽ, ഞാൻ അത് പിന്തുടരുകയും ഞാൻ ചിന്തിക്കുന്നത് മാറ്റിവയ്ക്കുകയും വേണം, കാരണം ആത്യന്തികമായി നമ്മൾ കാണുന്ന ദൃശ്യങ്ങളാണ് പ്രധാനം.

എഡിറ്റിംഗ് പ്രക്രിയയാണ് ഏറ്റവും കൗതുകകരമായ സംഗതി. നിങ്ങൾ ചിത്രീകരിക്കുന്ന സമയത്ത് നിങ്ങൾക്കറിയാത്ത കാര്യങ്ങൾ എഡിറ്റിംഗ് സമയത്ത് വെളിപ്പെടുന്നു. അത് എങ്ങനെ ഒരുമിച്ച് ചേർക്കാം എന്നതിനെക്കുറിച്ചുള്ള ചെറിയ സൂചനകൾ അപ്പോൾ ലഭി ക്കുന്നു. ഒരു സിനിമയെ പത്ത് വ്യത്യസ്ത രീതികളിൽ ചിട്ടപ്പെടുത്താനും അതിന് പത്ത് വ്യത്യസ്ത അർത്ഥങ്ങളുമായി പുറത്തുവരാനും കഴിയും. ഏറ്റവും ശ്രേഷ്ഠമായ അർത്ഥം വെളിപ്പെടുന്ന വിധത്തിൽ നിങ്ങൾ അത് ചെയ്യാൻ ശ്രദ്ധിക്കേണ്ടതുണ്ട്. ദൃശ്യങ്ങളെ ആശയം പുറത്തുകൊണ്ടുവ രാൻ ഞാൻ അനുവദിച്ചു, തുടർന്ന് അതിനനുസരിച്ച് എഡിറ്റ് ചെയ്തു. എന്റെ എഡിറ്റിംഗ് പ്രക്രിയ വന്നത് എന്റെ പെയിന്റിംഗ് പ്രക്രിയയിൽ നിന്നാണ്, അതിൽ ഞാൻ ദൃശ്യങ്ങളെ പഠിക്കുകയും ദൃശ്യങ്ങൾ എന്തി നെക്കുറിച്ചാണെന്ന് ദൃശ്യങ്ങൾ തന്നെ എന്നോട് പറയുകയും ചെയ്യുന്നു.

ഏതെങ്കിലും സീൻ അൽപ്പം ദൈർഘ്യമേറിയതാകണമെങ്കിൽ, ഞാൻ കുറച്ച് ഫൂട്ടേജ് ഇടും, അപ്പോൾ ആ സീൻ ചുരുളഴിയാൻ കുറച്ച് സമയമെടുക്കും, വേഗത കുറയ്ക്കും. അതൊരു നീണ്ട പ്രക്രിയയായിരുന്നു. സിനിമയുടെ ശരിയായ താളം സൃഷ്ടിക്കാൻ മൂന്ന് മാസമെടുത്തു. ആ

സമയത്ത് ഞാൻ മൂവിയോളയിൽ ജോലി ചെയ്യിരുന്നതിനാൽ എനിക്ക് ഒരു ട്രാക്കിൽ മാത്രമേ പ്രവർത്തിക്കാനാകൂ, എന്നാൽ സ്റ്റീൻബെക്കിൽ എനിക്ക് രണ്ട് സൗണ്ട് ട്രാക്കുകൾ ഉപയോഗിച്ച് പ്രവർത്തിക്കാൻ കഴിഞ്ഞു. അതിനാൽ എനിക്ക് സൗണ്ട് എഫക്റ്റ് ട്രാക്കും ശബ്ദപഥവും ഉണ്ടായിരുന്നു. പിന്നീട് റീറെക്കോർഡിംഗിലാണ് സംഗീതം ചേർത്തത്.

● താങ്കളുടെ ഷൂട്ടിംഗിനെയും നിർമ്മാണ പ്രക്രിയയെയും കുറിച്ച് കുറച്ചുകൂടി സംസാരിക്കാമോ?

ഞങ്ങൾ ഒരു ചെറിയ ടീമായിരുന്നു. പൂനെയിലെ ഫിലിം ഇൻസ്റ്റിറ്റ്യൂട്ടിൽ നിന്ന് ബിരുദം നേടിയ ഹിതേന്ദ്ര ഘോഷാണ് ശബ്ദം കൈകാര്യം ചെയ്തത്. സാധാരണ എന്റെ സിനിമകളിൽ ക്യാമറ ജോലികൾ എല്ലാം ചെയ്യിരുന്നത് ഞാനാണെങ്കിലും, ഇത്തവണ ലൊക്കേഷൻ ദൂരെയായതിനാൽ ഒരു ക്യാമറാമാനെ വേണമെന്ന് ഞാൻ തീരുമാനിച്ചു, ഞങ്ങൾ 35 മില്ലീമീറ്ററിൽ ഷൂട്ട് ചെയ്യുന്നതിനാൽ അനുപാതം 1:4 അല്ലെങ്കിൽ 1:5 ആയിരിക്കും. എനിക്ക് ചെയ്യാനായി വളരെയധികം കാര്യങ്ങൾ ഉണ്ടായിരുന്നു. ഞാൻ എ.കെ . ബീറിനോട് ക്യാമറ ചെയ്യാൻ ആവശ്യപ്പെട്ടു. ഞങ്ങൾ ഒരുമിച്ച് വളരെ നന്നായി പ്രവർത്തിച്ചു. വിഷ്വൽ ശൈലിയെക്കുറിച്ച് എന്റെ മനസ്സിൽ വ്യക്തമായ ധാരണയുണ്ടായിരുന്നു, ഞാൻ ഓരോ ഷോട്ടും കമ്പോസ് ചെയ്യുകയും പ്ലെയിം ചെയ്യുകയും ചെയ്തു, ആ ഷോട്ടിൽ അദ്ദേഹം എന്താണ് ചെയ്യേണ്ടതെന്ന് കൃത്യമായി പറഞ്ഞു കൊടുത്തു. എനിക്ക് എന്റേതായ ഭാഷയുണ്ടെന്നും ഞാൻ ഒരു പുതിയ വ്യാകരണം, പുതിയ ദൃശ്യഭാഷ സൃഷ്ടിക്കുകയാണെന്നും അദ്ദേഹം മനസ്സിലാക്കി. എനിക്ക് മറ്റൊരു ടോണൽ ക്വാളിറ്റി വേണമെന്ന് മനസ്സിലാക്കിയതിനാൽ, താൻ മുമ്പൊരിക്കലും ആ രീതിയിൽ പ്രവർത്തിച്ചിട്ടില്ലെങ്കിലും ഒരു കൈ നോക്കാമെന്ന് അദ്ദേഹം പറഞ്ഞു. ഞാൻ സംവിധായകന്റെ വ്യൂഫൈൻഡറിൽ നോക്കി കമ്പോസ് ചെയ്യും, പിന്നെ എനിക്കിഷ്ടമുള്ളത് തിരഞ്ഞെടുത്ത് ക്യാമറയിൽ കമ്പോസ് ചെയ്യുമായിരുന്നു. ബീർ അത് നോക്കി മികച്ചതോ ആവശ്യമുള്ളതോ ആയ ഫലം കിട്ടുന്നതിന് ചെറിയ മാറ്റങ്ങൾ വരുത്തി.

ജോഗിയ എന്ന ഗ്രാമത്തിലാണ് സിനിമയുടെ ചിത്രീകരണം നടന്നത്. സിനിമയുടെ അവസാനം, പ്രധാന കഥാപാത്രമായ സീല വെള്ളംകോരാനുള്ള കയർ മുറുകെ പിടിച്ച് പുഞ്ചിരിക്കുന്നു. ഇടർന്ന് സിനിമയിലെ ഇമേജിയോഗ്രാഫായ നിശ്ചലദൃശ്യങ്ങൾ. താൻ ഒരു ഹരിജൻ സ്ത്രീയാണെന്ന് സിനിമയില്ലൂടെ അവൾക്ക് എങ്ങനെ

മനസ്സിലാക്കുന്നുവെന്ന് അപ്പോൾ പ്രേക്ഷകർക്കും മനസ്സിലാവുന്നു. അവൾക്ക് സ്വന്തം അവസ്ഥ പൂർണ്ണമായി മനസ്സിലാക്കാൻ വെള്ളം നിഷേധിക്കുന്ന സംഭവം വേണ്ടിവന്നു. ആ ബോധം ജനിച്ചതിനു ശേഷം അവർ വെള്ളമെടുക്കാൻ വിവിധ മാർഗങ്ങൾ പരീക്ഷിച്ചു, അവർ പോലീസിൽ പോകുന്നു, അവർ വെള്ളം മോഷ്ടിക്കാൻ ശ്രമി ക്കുന്നു, അവർ ബ്രാഹ്മണരുടെ കിണറ്റിൽ ബലപ്രയോഗത്തിലൂടെ വെള്ളമെടുക്കാൻ പോകുന്നു. സിനിമ ഈ ജനങ്ങൾ കൂടുതൽ കൂടുതൽ ബോധവാന്മാരാകുന്ന ഒരു പ്രക്രിയയാണ് വെളിപ്പെടുത്തുന്നത്.

References:

1. Gender and the Documentary Film: Capturing a Senses Reality, Paromita Vohra

2. Political Transformation and the Constructed Real, Devdutt Trivedi.

3. Nina Shivdasani in Conversation with Shai Heredia

(ഞാൻ ശിവദാസനിയുമായി നടത്തിയ ദീർഘ സംഭാഷണവും ഷായ് ഹെരെഡിയ ശിവദാസനിയുമായി നടത്തിയ അഭിമുഖത്തിൽ നിന്നുള്ള പ്രസക്തഭാഗങ്ങളും ഈ ലേഖനത്തിൽ ഉപയോഗിച്ചിട്ടുണ്ട്.

കന്യാത്വം എന്ന വിശുദ്ധ പളുങ്കുപാത്രം

നമ്മുടെ സമൂഹത്തിൽ ചില കാര്യങ്ങൾ സ്ത്രീകൾക്കായി മാത്രം മാറ്റിവെച്ചതാണ്. സ്ത്രീകൾ മാത്രം പിന്തുടരേണ്ടവ. അവർക്കുമാത്രം ബാധകമായവ. അതിലൊന്നാണ് കന്യാത്വം. ഈ വാക്കിനും അതുപോല്യുള്ള മറ്റ ചില വാക്കുകൾക്കും പുല്ലിംഗമില്ല.

പതിവ്രതക്കൊരു പതിവ്രതനില്ല.

ചാരിത്രവതിക്കൊരു ചാരിത്രവാനും.

കന്യകക്കും പകരമില്ല.

പെണ്ണിനു മാത്രം മതി കന്യാത്വം.

ചാരിത്ര ശുദ്ധിയും അവൾക്ക് മാത്രം മതി.

ചെളിയിൽ ചവിട്ടിയാല്യും കഴുകിയാൽ

ശുദ്ധിയാകുവോൻ പുമാൻ.   (ഇൻറർനെറ്റിൽ നിന്ന്)

അമ്മ മകളോട്ടം, അച്ഛൻ മകനോട്ടം, അദ്ധ്യാപകൻ / അദ്ധ്യാ പിക വിദ്യാർത്ഥികളോട്ടം, ഗുരു ശിഷ്യരോട്ടം, രാഷ്ട്രീയ നേതാക്കൾ അണികളോട്ടം, മതമേധാവികൾ വിശ്വാസികളോട്ടം സംസാരി ക്കാൻ മടിക്കുന്ന, ഒഴിവാക്കാൻ ശ്രമിക്കുന്ന ഒരു വിഷയം. നമ്മുടെ രാജ്യത്തിന്റെ വ്യത്യസ്ത ഭൂപ്രദേശങ്ങളില്യുള്ളവരും, വ്യത്യസ്ത മത വിശ്വാസികളും, വ്യത്യസ്ത സാംസ്കാരിക പശ്ചാത്തലമുള്ളവരും ഈ വിഷയത്തെ എങ്ങിനെ കാണുന്നു എന്നാണ് പ്രിയ ഉവശ്ശേരിയുടെ 26 മിനിറ്റ് ദൈർഖ്യമുള്ള My Sacred Glass Bowl (എന്റെ വിശുദ്ധ പളങ്ക്പാത്രം),(2013) എന്ന ഡോക്യുമെന്ററി പരിശോധിക്കുന്നത്. ദൂരദർശനാണ് ഈ സിനിമ നിർമ്മിച്ചിരിക്കുന്നത്.

നവവധു കന്യകയാണോ എന്ന് കണ്ടെത്തുന്ന സമ്പ്രദായം രാജ സ്ഥാനിലെ ഗ്രാമീണ സ്ത്രീകൾ വിവരിക്കുന്നു. തലമുറകളായി പിന്തുടരു ന്ന ഒരു സമ്പ്രദായമാണിത്. നവവധുവിന് ആദ്യരാത്രി ധരിക്കാനായി ഇന്നൽക്കാരനെക്കൊണ്ട് ഒരു വെളുത്ത പെറ്റിക്കോട്ട് തയ്പ്പിക്കുന്നു. ഈ പെറ്റിക്കോട്ട് ധരിച്ചവേണം നവവധു മണിയറയിലേക്ക് പോകാൻ. എങ്കിൽ മാത്രമേ അവളെ വരന്റെക്കൂടെ ഉറങ്ങാൻ അനുവദിക്കൂ. പിറ്റേ ദിവസം രാവിലെ പെറ്റിക്കോട്ട് പരിശോധിക്കും. അപ്പോൾ അതിൽ ചോരപ്പാടുകൾ ഉണ്ടെങ്കിൽ മാത്രമേ അവളെ കന്യകയായി പരിഗ ണിക്കൂ. അല്ലാത്തപക്ഷം ഗ്രാമ സഭ വിളിച്ചുകൂട്ടി ചർച്ചചെയ്യും. അവിടെ തന്റെ കന്യകാത്വം തെളിയിക്കുന്നതിൽ പെൺകുട്ടി പരാജയപ്പെട്ടാൽ അവൾ വിവാഹത്തിന് മുമ്പ് ലൈംഗിക ബന്ധത്തിൽ ഏർപ്പെട്ടിരുന്നു എന്ന് വിധിക്കുന്നു. അപ്പോൾ ആ വ്യക്തിയുടെ പേര് വെളിപ്പെടുത്താൻ അവൾ ബാധ്യസ്ഥയാണ്. അവളോ അല്ലെങ്കിൽ ആ വ്യക്തിയോ വരന്റെ കുടുംബത്തിന് ഒരു തുക നഷ്ടപരിഹാരമായി കൊടുത്താൽ 'അശുദ്ധ'യായ വധുവിനെ അവർ സ്വീകരിക്കാൻ തയ്യാറാകും.

അനിമേഷനിലാണ് സിനിമ തുടങ്ങുന്നത്. വളരെ രസിച്ചുകൊണ്ട് ഊഞ്ഞാലിൽ ആടുന്ന പെൺകുട്ടി. പെട്ടെന്ന് അവളുടെ വെളുത്ത പെറ്റിക്കോട്ടിൽ തെളിയുന്ന ചുവപ്പ് മെല്ലെ പടരുന്നു. അവൾ ആട്ടം നിർത്തി മരച്ചുവട്ടിൽ വിശ്രമിക്കുന്നു. അപ്പോൾ അടുത്തെത്തിയ അമ്മ അവളെ ആശ്വസിപ്പിക്കുന്നു. പകുതിയോളം ചുവന്ന ദ്രാവകം നിറഞ്ഞ ഒരു പളുങ്കു പാത്രം അമ്മ അവൾക്ക് കൊടുക്കുന്നു. പിന്നീട് മുടികോതിക്കൊടുക്കുന്നു. ശബ്ദ പഥത്തിൽ താരാട്ട് കേൾക്കാം. അമ്മ പാടുന്നതായിരിക്കാം. ഈ പളുങ്കു പാത്രം തകരാതെ, ഉടയാതെ സംര ക്ഷിക്കുക എന്നത് ഇനി അവളുടെ കടമയാണ്, ബാധ്യതയാണ്. അത് അവൾക്കുവേണ്ടി മാത്രമല്ല, മറ്റുള്ളവർക്ക് വേണ്ടിക്കൂടിയാണ്. ഉടയാത്ത പളുങ്കു പാത്രം അവളുടെ വിശുദ്ധിയുടെ, കന്യാത്വത്തിന്റെ ചിഹ്നമാണ്.

നരേഷൻ ഇപ്രകാരം: ഞാൻ ചെറിയ കുട്ടിയായിരിക്കുമ്പോൾ അമ്മ എന്നെ അരികത്തിരുത്തി മുമ്പൊരിക്കലും കേൾക്കാത്ത സ്വരത്തിൽ പറഞ്ഞുതുടങ്ങി, എന്റെ വിശുദ്ധ പളുങ്ക് പാത്രത്തെക്കുറിച്ച്. നല്ല കുടും ബത്തിൽ നിന്നുള്ള സ്ത്രീകൾ ശരിയായ സമയം വന്നെത്തുന്നതിന് മുമ്പ് ആ വിലപിടിച്ച നിധിയിൽ ഒരു പോറൽ പോലും എൽക്കാൻ അനു വദിക്കില്ല-അമ്മ വ്യക്തമാക്കി. അമ്മ സംസാരിക്കുമ്പോൾ അതീവ മൂല്യമുള്ള, ഉറന്നുപറയാൻ പാടില്ലാത്ത ആ വാക്ക് ഉപയോഗിച്ചി ല്ലെങ്കിലും എനിക്ക് അറിയാമായിരുന്നു അവർ എന്തിനെക്കുറിച്ചാണ് സംസാരിക്കുന്നത് എന്ന്. അത് കന്യാത്വത്തെക്കുറിച്ചായിരുന്നു.

കേരളത്തിലടക്കം ഇന്ത്യയ്ക്കകത്തും പുറത്തുമായി നിരവധി മേളകളിൽ ഈ സിനിമ പ്രദർശിപ്പിക്കുകയുണ്ടായി. സിനിമയെക്കു റിച്ച് സംവിധായിക സംസാരിക്കുന്നു:

• സമൂഹ മനസ്സിൽ വളരെ ആഴത്തിൽ ഉറച്ചതാണ് കന്യാത്വ ത്തെക്കുറിച്ചുള്ള സങ്കൽപ്പങ്ങൾ. ഉറന്നു സംസാരിക്കാനോ ചർച്ചചെ യ്യാനോ തയ്യാറാകാതെ ഒഴിവാക്കാൻ ശ്രമിക്കുന്ന പല വിഷയങ്ങളിൽ ഒന്ന്. ഈ സാഹചര്യത്തിൽ ഒരു സ്ത്രീ ഈ വിഷയത്തെക്കുറിച്ച് സിനിമയുണ്ടാക്കുക എന്ന കാര്യം സമൂഹത്തിന് ചിന്തിക്കാനേ പറ്റില്ല. എങ്ങിനെയാണ് ഈ സിനിമയിലേക്ക് എത്തുന്നത്?

താങ്കൾ പറഞ്ഞത് ശരിയാണ്. കന്യാത്വം എല്ലാവരെയും സംബന്ധി ച്ച് അലോസരപ്പെടുത്തുന്ന ഒരു വിഷയംതന്നെയാണ്. എന്നാൽ ഈ വിഷയത്തെക്കുറിച്ച് നാം വളരെക്കുറച്ച് മാത്രം ചർച്ചചെയ്യുന്നു.

ഈ വിഷയത്തെക്കുറിച്ച് ഒരു സിനിമയുണ്ടാക്കണമെന്ന് ഞാൻ ഒരിക്കലും ചിന്തിച്ചിരുന്നില്ല. സിനിമ സംഭവിക്കുകയായിരുന്നു. ഞാൻ ഓർക്കുന്നു, അത് 2009-ലായിരുന്നു. ഒരു സമൂഹ വിവാഹത്തിന്റെ ഭാഗമായി മധ്യപ്രദേശിൽ കന്യാത്വ പരിശോധന നടത്തിയതിനെക്കു റിച്ച് ഒരു വാർത്ത ഒരു പ്രസിദ്ധീകരണത്തിൽ വായിക്കുകയുണ്ടായി. അന്നത്തെ മുഖ്യ മന്ത്രിയുടെ 'കന്യാദാൻ' പദ്ധതിയുടെ ഭാഗമായിരുന്ന അത്. (2013-ൽ ഞാൻ ഈ സിനിമ ഉണ്ടാക്കിക്കൊണ്ടിരുന്നപ്പോഴും ഈ സംഭവം പത്രങ്ങളിൽ വീണ്ടും റിപ്പോർട് ചെയ്തിരുന്നു). ഈ സമൂഹ വിവാഹത്തിൽ പങ്കെടുത്ത എല്ലാ സ്ത്രീകളെയും നിർബന്ധപൂർവ്വം കന്യാത്വ പരിശോധനയ്ക്ക് വിധേയരാക്കി. എന്നെ ഞെട്ടിപ്പിച്ച ഒരു സംഭവമായിരുന്ന അത്. ഇത് എന്റെ മനസ്സിൽ പല ചോദ്യങ്ങളും ഉയർത്തി. എന്റെ കന്യാത്വത്തെ, എന്റെ വളരെ വ്യക്തിഗതമായ തിരഞ്ഞെടുപ്പിനെ, ആരെങ്കിലും ചോദ്യം ചെയ്യുകയാണെങ്കിൽ എനിക്ക തിനെ ചെറുക്കാൻ / നേരിടാൻ കഴിയും. ഗ്രാമീണ പശ്ചാത്തലത്തിൽ നിന്നുള്ള, വിദ്യാഭാസമില്ലാത്ത, സ്വാതന്ത്ര്യമില്ലാത്ത ഈ സ്ത്രീകൾക്ക് അതിന് കഴിയുകയില്ലല്ലോ. അവർ കന്യകയാണെന്ന് തീരുമാനിക്കുന്ന രീതിയാകട്ടെ വിചിത്രവും. ക്ഷതമേൽക്കാത്ത കന്യാചർമ്മമാണ്ഇവിടെ കന്യാത്വത്തിന്റെ അടയാളം. ഇതാകട്ടെ തീരെ ശാസ്ത്രീയമല്ലതാനും. ഇതുമായി ബന്ധപ്പെട്ട കുറേ ചിന്തകൾ എന്നെ ആലട്ടി. പല കാര ണങ്ങളാൽ-സൈക്കിളോടിക്കുന്നതിനാലോ, പാടത്ത് കഠിനാധ്വാനം ചെയ്യുന്നതിനാലോ-കന്യാചർമത്തിന് ക്ഷതമേൽക്കാം. ഇത്തരം

കാരണങ്ങളാൽ കന്യാചർമത്തിന് ക്ഷതമേറ്റ ഒരു കന്യകയായ സ്ത്രീയുടെ അവസ്ഥ എന്തായിരിക്കും? സമൂഹം അവളെ കന്യകയല്ലാതായി മുദ്രകുത്തും. അപ്പോൾ അവളുടെ ഭാവി എന്തായിരിക്കും? ഈവക കാര്യങ്ങൾ ഞാൻ സുഹൃത്തുക്കളോട് സംസാരിച്ച തുടങ്ങി. കന്യാത്വവുമായി ബന്ധപ്പെട്ട് ഇന്നും തുടരുന്ന പല സങ്കൽപ്പങ്ങളെയും കുറിച്ച് പഠിക്കാൻ ശ്രമിച്ചു. ഒടുവിൽ ഈ വിഷയത്തെക്കുറിച്ച് സിനിമയുണ്ടാക്കാൻ തീരുമാനിച്ചു.

അടഞ്ഞ മുറിക്കുള്ളിൽ മാത്രം ചർച്ചചെയ്യപ്പെടേണ്ടതെന്ന് വിശ്വസിക്കുന്ന, വ്യക്തിഗതമായ കാര്യമായി നമ്മുടെ സംസ്കാരം പരിഗണിക്കുന്ന ഈ വിഷയത്തെക്കുറിച്ച് സിനിമയുണ്ടാക്കുമ്പോൾ ഉണ്ടായേക്കാവുന്ന പ്രതികരണങ്ങളെക്കുറിച്ച് ഞാൻ ബോധവതിയായിരുന്നു. ചില അനുഭവങ്ങൾ ഓർമ്മയിൽ വരുന്നു. അക്കാലത്ത് ഞാൻ ഡൽഹിയിൽ ജോലിചെയ്യുന്ന സ്ത്രീകൾ താമസിക്കുന്ന ഒരു ഹോസ്റ്റലിലായിരുന്നു താമസിച്ചിരുന്നത്. കന്യാത്വവുമായി ബന്ധപ്പെട്ട വായിച്ചതും കേട്ടതുമൊക്കെയായ കാര്യങ്ങൾ ഞാൻ എന്റെ കൂടെ താമസിച്ചിരുന്ന ചിലരുമായി ചർച്ചചെയ്യാറുണ്ടായിരുന്നു. ഇതറിഞ്ഞ മറ്റ ചിലർ പറഞ്ഞത്, അത്ഭുതപ്പെട്ടത് "പ്രിയയ്ക്ക് സിനിമയുണ്ടാക്കാൻ മറ്റ് വിഷയങ്ങളൊന്നും കിട്ടിയില്ലേ" എന്നായിരുന്നു. ഈ വിഷയുമായി ബന്ധപ്പെട്ട് പല തരത്തിലുള്ള "അയ്യേ" പറച്ചിലുകളും, നെറ്റി ചുളിക്കലും, സംശയത്തോടെയുള്ള നോട്ടവും സമൂഹത്തിൽ നിലനിൽക്കുന്നു. ഇതുതന്നെയാണ് സിനിമയുണ്ടാക്കുക എന്ന ലക്ഷ്യവുമായി മുന്നോട്ട പോകാൻ എന്നെ പ്രേരിപ്പിച്ചത്. ശരി തെറ്റുകൾ തീരുമാനിക്കുകയല്ല, ഒരു സംവാദം ആരംഭിക്കുകയായിരുന്നു ലക്ഷ്യം. ജനങ്ങൾക്ക് ഈ വിഷയത്തെക്കുറിച്ച് ചിന്തിക്കാനായി വഴിമരുന്നിടുക.

നിരവധി സ്ത്രീകളെ സംബന്ധിച്ച് ഇത് വളരെ വ്യക്തിപരമായ വിഷയമാണ്. എനിക്കും അങ്ങിനെതന്നെയായിരുന്നു. അതുകൊണ്ടാണ് സിനിമ എന്നിൽ നിന്ന്, എന്റെ കഥയിൽനിന്ന് ആരംഭിക്കുന്നത്. അങ്ങിനെ ഞാൻ എന്റെ കഥ മറ്റുള്ളവരുമായി പങ്കുവെക്കുകയാണ്. രഹസ്യമാണെന്ന് കരുതുന്നതിനെ പരസ്യമാക്കി മറ്റുള്ള സ്ത്രീകളുടെ അനുഭവങ്ങളിലേക്ക് കടക്കുന്നു. വ്യക്തിപരമായതിനെ പൊതുവാക്കുന്നു.

രാജ്യത്തിന്റെ പല ഭാഗങ്ങളിലെ സ്ത്രീകളെ ഈ സിനിമ കാണിക്കുകയുണ്ടായി. സ്ത്രീകൾ മുന്നോട്ട വന്ന് സമാനമായ അനുഭവങ്ങൾ പങ്കുവെക്കുകയുണ്ടായി. അവർക്ക് ഈ വിഷയവുമായി വളരെപ്പെട്ടന്ന് ബന്ധം സ്ഥാപിക്കാൻ കഴിഞ്ഞു. എന്നെ വളരെയധികം സ്പർശിച്ച

ഒരനുഭവത്തെക്കുറിച്ച് പറയാം. ഒരു സിനിമാ പ്രദർശനത്തിനിടെ ഒരു സ്ത്രീ മറ്റൊരു സ്ത്രീയോട് പറയുന്നത് ഞാൻ കേട്ടു: "ഇത്തരത്തിൽ ഒരു സിനിമ ഒരു സ്ത്രീക്ക് മാത്രമേ ഉണ്ടാക്കാൻ കഴിയൂ". എന്റെ സിനിമയ്ക്ക് കിട്ടിയ ഏറ്റവും വലിയ ബഹുമതിയായി ഞാൻ ഇതിനെക്കാണുന്നു.

● ഈ സിനിമ പല തലങ്ങളിൽ പ്രവർത്തിക്കുന്നു. കന്യാത്വത്തെ ക്കുറിച്ചുള്ള സാമൂഹികവും സാംസ്കാരികവുമായ കാഴ്ചപ്പാടുകൾ മാത്രമല്ല, ഇതിഹാസ-പുരാണങ്ങളുടെയും മിത്തുകളുടെയും ഒരു തലവും നിയമത്തി ന്റെതായ ഒരു തലവുമുണ്ട്. ഈ തലങ്ങൾ വിശദീകരിക്കാമോ?

സിനിമയ്ക്കായി ഈ വിഷയത്തെക്കുറിച്ച് കൂടുതൽ പഠിക്കുന്നതിന്റെ ഭാഗമായി ഞാൻ ഒരു ചോദ്യാവലി തയ്യാറാക്കി സ്ത്രീകൾക്കിടയിൽ വിതരണം ചെയ്തിരുന്നു. 'കന്യക', 'കന്യാത്വം' എന്നീ വാക്കകൾ കേൾക്കുമ്പോൾ മനസ്സിൽ ആദ്യം കടന്നുവരുന്ന ഇമേജ് എന്താണ് എന്നതായിരുന്നു അതിലെ ഒരു ചോദ്യം. പലരും സീതയെപ്പോലുള്ള പുരാണ കഥാപാത്രങ്ങളാണ് മനസ്സിൽ കടന്നുവരുന്നത് എന്നാണ് എഴുതിയത്. നമ്മുടെ ഇതിഹാസങ്ങളിലെ അഞ്ച് കന്യകകളെക്കുറിച്ച് അന്വേഷിക്കാൻ / മനസ്സിലാക്കാൻ ഇത് എന്നെ പ്രേരിപ്പിച്ചു. (അഹല്യ, ദ്രൗപദി, കുന്തി, താര, മണ്ഡോദരി എന്നിവരാണ് ഈ കന്യകമാർ). ഇവരെ ആദർശ സ്ത്രീകളായും പതിവ്രതകളായ ഭാര്യമാരായും ആദരിക്ക ന്നു. ഒന്നിൽക്കൂടുതൽ പുരുഷന്മാരുമായിട്ടുള്ള അവരുടെ ബന്ധവും ചില പ്പോഴൊക്കെയുള്ള പരമ്പരാഗത വിശ്വാസങ്ങളുടെ ഭഞ്ജനവും മറ്റുള്ളവർ പിന്തുടരരുതെന്ന് നിർദേശിക്കപ്പെട്ടിട്ടുണ്ട്. കന്യാത്വത്തെക്കുറിച്ചുള്ള നമ്മുടെ സങ്കൽപ്പങ്ങളെ ഉറപ്പിക്കുന്നതിൽ ഇത്തരം മിത്തുകൾക്ക ള്ള പ്രാധാന്യം വളരെ വലുതാണെന്ന് അപ്പോഴെനിക്ക് മനസ്സിലായി. ഭയത്തെ, അരുതാത്തതാണ് / തെറ്റാണ് എന്ന ബോധത്തെ സ്ത്രീ മനസ്സുകളിൽ വീണ്ടും വീണ്ടും ഉറപ്പിക്കുന്നു. ഇതിലൂടെ ഒരു ആദർശ സ്ത്രീ സങ്കൽപ്പം വളർത്തിയെടുക്കുന്നു.

ഡൽഹിയിലെ ബലാൽസംഗത്തിന്റെ പശ്ചാത്തലത്തിലാണ് ഞാൻ നിയമവശത്തെക്കുറിച്ച് ചിന്തിച്ച് തുടങ്ങിയത്. പല കേസു കളെക്കുറിച്ചും പഠിക്കുമ്പോൾ, പല വിധികളും, പല സംജ്ഞകളും ഞെട്ടിപ്പിക്കുന്നതായിരുന്നു. അതിൽ ഏറ്റവും കൂടുതൽ ഞെട്ടിപ്പിച്ചത് ഒരു സ്ത്രീയുടെ ലൈംഗിക ചരിത്രത്തെ ആസ്പദമാക്കിയാണ് അവൾ കന്യ കയാണോ അല്ലയോ എന്ന് തീരുമാനിക്കപ്പെടുന്നത് എന്നതായിരുന്നു.

● ഈ വിഷയത്തിൽ കേരളവുമായി ബന്ധപ്പെട്ടത്തി 'പണ്ടോരു മുക്കുവൻ മുത്തിന പോയി' എന്ന 'ചെമ്മീനിലെ' ഗാനവും, സാറാ ജോസഫിന്റെ 'കന്യകയുടെ പുല്ലിംഗം' എന്ന ചെറുകഥയിൽനിന്ന ുള്ള ചില ഭാഗങ്ങളമാണുള്ളത്. ആദ്യത്തെ കമ്മ്യൂണിസ്റ്റ് മന്ത്രിസഭ, ആദ്യത്തെ സാക്ഷര സംസ്ഥാനം-ഇങ്ങിനെ പല 'ആദ്യ'ങ്ങളമുള്ള കേരളത്തിൽ (ക്രടെ നവോഥാന പ്രസ്ഥാനവും), പ്രത്യേകിച്ച് സിനിമ കളിൽ, കന്യാത്വം അല്ലെങ്കിൽ സ്ത്രീത്വത്തെക്കുറിച്ചുള്ള സങ്കൽപ്പങ്ങൾ മാറ്റമില്ലാതെ തുടരുകയല്ലേ? അതേ സമയം മലയാള സാഹിത്യത്തിൽ ഇക്കാര്യത്തിൽ വലിയ മാറ്റം ഉണ്ടായിട്ടുമുണ്ട്.

'ചെമ്മീൻ' വളരെ മഹത്തരവും ജനപ്രീതിയുള്ളതും ആയിരിക്കാം. എന്നാൽ ഈ സിനിമ മുന്നോട്ടുവെക്കുന്ന സ്ത്രീത്വത്തെ സംബന്ധിച്ച സങ്കൽപ്പങ്ങൾക്ക് ഞാൻ എതിരാണ്. ഈ ഗാനവും സിനിമയുടെ അവസാനഭാഗവും കറുത്തമ്മയുടെ പാപമാണ് ഈ ദുരന്തത്തിന് കാര ണമെന്ന് നമ്മെ തോന്നിപ്പിക്കുന്നു. കലാരൂപങ്ങൾ എങ്ങിനെയാണ് കന്യക, പതിവ്രത മുതലായ സങ്കൽപ്പങ്ങളെ അരക്കിട്ടുറപ്പിക്കുന്നത് എന്ന് കാണിക്കാനാണ് ഞാൻ ഈ ഗാനം ഉപയോഗിച്ചത്.

കന്യകയുടെ പുല്ലിംഗം എന്താണ് എന്ന കാര്യം സിനിമയിൽ ഒരു പ്രധാന വിഷയമായി കൊണ്ടുവരണമായിരുന്നു. സാറാ ടീച്ചറുടെ ചെറുകഥ വായിച്ചപ്പോൾ എനിക്ക് തോന്നി, ഇതിനേക്കാൾ ഭംഗിയായും ശക്തമായും എനിക്ക് ഈ വിഷയം അവതരിപ്പിക്കാൻ കഴിയില്ല. അങ്ങിനെയാണ് ചെറുകഥയിൽ നിന്നുള്ള ചില ഭാഗങ്ങൾ സിനിമയിൽ ഇടം പിടിക്കുന്നത്.

(ചെറുകഥ വായിക്കാത്തവർക്കായി ആ ഭാഗം ഇവിടെ ചേർക്കുന്നു: അവൾ കോവണിപ്പടിയുടെ ഒന്നാം പടി ചവിട്ടിയപ്പോൾ മകൻ ഗ്രഹപാഠത്തിൽ നിന്ന് മുഖം പൊന്തിച്ച് അടുത്തിരിക്കുന്ന അപ്പനോട് ചോദിക്കുന്നു: "അപ്പാ, കന്യകയുടെ പുല്ലിംഗം?" മകൾ രണ്ടാം പടിയിലേക്കുയർത്തിയ കാൽ പൊടുന്നനെ പിൻവലിച്ചു. മുന്നോട്ട് നടക്കാൻ പറ്റാത്തവിധം അവൾ സ്തബ്ധയായി. "അപ്പാ, കന്യകയുടെ പുല്ലിംഗം?" മകൻ ആവർത്തിച്ചു. അപ്പൻ അവന്റെ നേർക്ക് മുഖം തിരിച്ചുവെങ്കിലും അപ്പന്റെ മുഖം നിറയെ അക്കങ്ങളും ഗുണന ചിഹ്നങ്ങ ളുമായിരുന്നു. "അതിന് പുല്ലിംഗം ഉണ്ടാവില്ലെടാ" അപ്പൻ അലസമായി പറഞ്ഞു. മകനത് വിശ്വസിക്കാനായില്ല. "ബാക്കിയെല്ലാറ്റിനുമുണ്ടല്ലോ". തെളിവിന് അവൻ ഗ്രഹപാഠപുസ്തകം ഉയർത്തിക്കാട്ടി. "നീപോയി വല്ല കൂട്ടുകാരോടും ചോദിക്ക്"). എന്നാൽ ഇത് സിനിമയിൽ എങ്ങിനെ

ദൃശ്യവൽക്കരിക്കും എന്നത് ഒരു വെല്ലുവിളിയായിരുന്നു. ഈ ഭാഗത്ത് ദൃശ്യതലത്തേക്കാൾ ശ്രവ്യ തലത്തിനാണ് പ്രാധാന്യം. ശബ്ദത്തിന് അനുരൂപകമായ ദൃശ്യങ്ങൾ ഉണ്ടാക്കേണ്ടിയിരുന്നു. അങ്ങിനെയാണ് ദൈർഖ്യമേറിയ ഒറ്റഷോട്ടിൽ സ്ഫടികപ്പാത്രത്തിൽ ചുവപ്പ് നിറയുന്ന ദൃശ്യങ്ങൾ ഉണ്ടായത്. ശരിയാണ്. ഇക്കാര്യത്തിൽ സിനിമ ബഹുദൂരം സഞ്ചരിക്കേണ്ടിയിരിക്കുന്നു. നായകന് എല്ലാമാകാം. ഒന്നിലേറെ സ്നേഹ ബന്ധങ്ങളും ലൈംഗിക ബന്ധങ്ങളും. എന്നിട്ടും നായകനെ സംബന്ധിച്ച് സിനിമ ശുഭ പര്യവസാനിയാണ്. അതേസമയം നായിക ആദർശവതിയും കളങ്കമില്ലാത്തവളും ആയിരിക്കണം. അല്ലെങ്കിൽ അവളെസംബന്ധിച്ച് സിനിമ ദുരന്ത പര്യവസാനിയായിരിക്കും.

● താങ്കളുടെ സിനിമയിൽ ഈ വിഷയത്തെക്കുറിച്ച് സംസാരി ക്കുന്നവർ പ്രധാനമായും രണ്ട് സ്ത്രീകളാണ്. (പുരുഷന്മാരില്ല). ഒന്ന് രാജസ്ഥാനിലെ ഹിന്ദു ഗ്രാമീണ സ്ത്രീ. മറ്റൊന്ന് ഡൽഹിയിലെ മധ്യ വർഗ പശ്ചാത്തലമുള്ള, അഭ്യസ്തവിദ്യയായ മുസ്ലീം സ്ത്രീ. (കാര്യങ്ങൾ വിശദമാക്കാനുള്ള സൌകര്യത്തിന് വേണ്ടിമാത്രമാണ് മതത്തെ പരാമർശിച്ചത്). രാജസ്ഥാനിലെ സ്ത്രീ കന്യാത്വത്തെ സംബന്ധി ക്കുന്ന അവരുടെ കടുത്ത വിശ്വാസങ്ങളെക്കുറിച്ച് ഒരു മറയുമില്ലാതെ തുറന്നു സംസാരിക്കുന്നു. എന്നാൽ ഡൽഹിയിലെ സ്ത്രീ ഒന്നും തുറന്നു പറയുന്നില്ല. ചോദ്യകർത്താവ് കുത്തിക്കുത്തിച്ചോദിക്കുമ്പോഴാണ് അവർ അൽപ്പമെങ്കിലും തുറന്നു പറയുന്നത്. ഇത് മധ്യവർഗത്തിന്റെ കാപട്യത്തെയാണോ കാണിക്കുന്നത്?

അമ്മമാരായതുകൊണ്ടാണ് ഈ സ്ത്രീകൾക്ക് സിനിമയിൽ ഇടം കൊടുത്തത്. മാത്രവുമല്ല, അവർക്ക് പലതും പങ്കുവെക്കാനുമുണ്ട്. അതോടൊപ്പം ഗ്രാമത്തെയും നഗരത്തെയും പ്രതിനിധാനം ചെയ്യുന്ന അമ്മമാരെയാണ് ആവശ്യമുണ്ടായിരുന്നത്. താങ്കൾ പറഞ്ഞത് ശരിയാണ്. ഈ വിഷയത്തെക്കുറിച്ച് ക്യാമറയ്ക്ക് മുന്നിൽ തുറന്നു സംസാരിക്കാൻ ഡൽഹിയിലെ സ്ത്രീക്ക് പ്രയാസമുണ്ടായിരുന്നു, മടിയാ യിരുന്നു. ആവർത്തിച്ച് ചോദിച്ചപ്പോഴും വളരെ കരുതലോടെയാണ് അവർ സംസാരിച്ചത്. അതേ സമയം അവരുടെ സംസാരം വളരെ സ്വാഭാവികമായിരുന്നു. ഇക്കാരണത്താലാണ് ശബ്ദത്തിന്റെ പ്രശ്നങ്ങ ളൊക്കെയുണ്ടായിട്ടും, വളരെ മെച്ചമെല്ലാതിരുന്നിട്ടും ആ ദൃശ്യങ്ങൾ സിനിമയിൽ ചേർത്തത്.

ഒരു ഹൈമെനോപ്ലാസ്റ്റി സർജനെ സിനിമയ്ക്കായി ഞാൻ ഇന്റർവ്യൂ ചെയ്തിരുന്നു. ഇത് മധ്യവർഗത്തിന്റെ കാപട്യത്തിന് നല്ല ഉദാഹരണ മാണ്. (ചില സാങ്കേതിക കാരണങ്ങളാൽ ഈ അഭിമുഖം സിനിമയിൽ ഉൾപ്പെടുത്താനായില്ല). അദ്ദേഹത്തിന്റെ ക്ലിനിക്കിൽ സർജറിക്കായി എത്തുന്നവർ പ്രധാനമായും മധ്യ-ഉപരി മധ്യവർഗ പശ്ചാത്തലത്തിൽ നിന്നുള്ളവരാണ്. വിവാഹത്തിന് ഏകദേശം ഒരു മാസം മുമ്പ് രക്ഷിതാ ക്കൾ പെൺകുട്ടിയുമായി ക്ലിനിക്കിൽ എത്തുന്നു. "അവൾ ഒരു തെറ്റ് ചെയ്തു. അവൾ വിവാഹിതയാവുകയാണ്. ദയവായി അവളെ തിരുത്തൂ". രക്ഷിതാക്കൾ സർജനോട് അഭ്യർത്ഥിക്കുന്നു. 'തിരുത്തുക' എന്നാൽ കന്യാചർമം പുനസ്ഥാപിക്കുന്ന സർജറി ചെയ്യുക എന്ന് അർത്ഥം. അടുത്ത പ്രാവശ്യം ലൈംഗിക ബന്ധത്തിൽ ഏർപ്പെടുമ്പോൾ രക്ത സ്രാവം ഉണ്ടാകും എന്ന ഉറപ്പ്.

• വിവാഹപൂർവ്വ ലൈംഗിക ബന്ധത്തെ മറച്ചുപിടിക്കാനായി സർജറി ചെയ്യുന്നതിനെ താങ്കൾ എങ്ങിനെ കാണുന്നു?

ഉമ്മവെച്ചാൽ ഗർഭിണിയാകും എന്ന് പണ്ടുകാലത്ത് വിശ്വസിച്ച ഒരാളാണ് ഞാൻ. ഈ ചിന്ത എന്റെയുള്ളിൽ എങ്ങിനെ കയറിക്കൂടി എന്ന് ഇന്നും ഞാൻ പലപ്പോഴമായി ചിന്തിക്കുന്നുണ്ട്. ആരോ, എപ്പോഴോ മനസ്സിൽ കയറ്റിയ ഒരു മിത്ത്! അത് പടർന്ന് പന്തലിച്ച് ചെറുപ്പകാലത്തെപ്പോഴോ ഭയമായി മാറി. വായനയും, പലരുടേയും അനുഭവങ്ങൾ കേട്ടും , സ്വയം പരീക്ഷിച്ചറിഞ്ഞും ആ മിഥ്യാ ധാരണകൾ മാറി. ഇന്ന് ഹൈമനോപ്ലാസ്റ്റി സർജറി ചെയ്യാനായി അണിനിരന്നു നിൽക്കുന്നവരിൽ എന്നിലെ ആ പഴയ അറിവില്ലായ്മ യെത്തന്നെയാണ് ഞാൻ കാണുന്നത്. ഒരിക്കൽ ഈ സിനിമയുടെ ഒരു പ്രദർശനത്തിന് ശേഷം ഒരു പെൺകുട്ടി എന്റെ അരികിൽ വന്ന് വളരെ വൈകാരികമായി സംസാരിച്ചു. ഈ സിനിമയുമായി സ്വയം വളരെയധികം ബന്ധിപ്പിക്കാൻ എനിക്ക് കഴിഞ്ഞു എന്നാണ് അവൾ പറഞ്ഞത്. ആ പെൺകുട്ടിയുടെ സഹോദരി ഇപ്പോൾ വിവാഹമോ ചനത്തിന്റെ വക്കിലാണ്. രണ്ടു കുട്ടികളുള്ള അവരെ ആ കുട്ടികളുടെ അച്ഛൻ സംശയിക്കുന്നു, ആദ്യരാത്രിയിൽ അവരുടെ കന്യാചർമം പൊട്ടി രക്തം വന്നിരുന്നില്ല എന്ന ഒരൊറ്റ കാരണത്താൽ. വിദ്യാസ മ്പന്നരായ, നഗരത്തിൽ ജീവിക്കുന്ന മനുഷ്യർ പോലും ഈ മിഥ്യാ ധാരണയിൽ ഇപ്പോഴും കുടുങ്ങിക്കിടക്കുകയാണ് എന്ന യാഥാർത്ഥ്യം

എന്നെ ഞെട്ടിച്ചു.

● വളരെ താപര്യമുണർത്തുന്നതാണ് സിനിമയുടെ ഘടന. ഒന്ന്, തുടക്കത്തിലും അവസാനഭാഗത്തുമുള്ള വളരെ മനോഹരമായ അനിമേഷൻ. രണ്ട്, ആത്മഗതം പോലുള്ള നറേഷൻ. മൂന്ന്, തിയ്യ റ്ററിന്റെ (നാടകത്തിന്റെ) ഉപയോഗം (പ്രത്യേകിച്ച് പാവകൊണ്ടുള്ള സ്ത്രീ രൂപം). നാല്, താരാട്ടിന്റെ ആവർത്തിച്ചുള്ള ഉപയോഗം. അഞ്ച്, പരസ്യത്തിന്റെ ഉപയോഗം. ഇക്കാര്യം വിശദീകരിക്കാമോ?

വളരെ വിരസവും അരസികവുമാണ് ഡോക്യുമെന്ററികൾ എന്നാണ് നമ്മുടെ ധാരണ. മിക്ക പ്രേക്ഷകരെയും സംബന്ധിച്ച് ഡോക്യുമെന്ററിയെന്നാൽ അഭിമുഖങ്ങളും, ആർക്കൈവ് ദൃശ്യങ്ങളും നിറഞ്ഞതാണ്. ഈ ധാരണകളെ എനിക്ക് തകർക്കണമായിരുന്നു. അതിനായി ഞാൻ രൂപത്തെ വ്യത്യസ്തമായി കൈകാര്യം ചെയ്യുകയായിരുന്നു.

എന്റെ കഥ, വീക്ഷണങ്ങൾ ശൈലീപരമായി മറ്റ്ഭാഗങ്ങളിൽ നിന്ന് വ്യത്യസ്തമായിരിക്കണം എന്നതിനാലാണ് അനിമേഷൻ ഉപയോ ഗിച്ചത്. കേരളത്തിൽ നിന്നുള്ള മിഥുൻ മോഹനാണ് അനിമേഷൻ ചെയ്തത്. ഞങ്ങൾ പരസ്പരം ഇതുവരെയും നേരിൽ കണ്ടിട്ടില്ല. ഞാൻ ഡൽഹിയിലും, അദ്ദേഹം കേരളത്തിലും. ശൈലി, കഥ, ചിന്തകൾ, ഓർമ്മകൾ എന്നിവയെക്കുറിച്ച് ഞങ്ങൾ ദീർഘമായി ചർച്ച ചെയ്തു, ഫോണിലൂടെയും ഇൻർനെറ്റിലൂടെയും. അദ്ദേഹം അതൊക്കെ സ്കെച്ച് ചെയ്തു. ഊഞ്ഞാലുമായുള്ള എന്റെ ബന്ധം. എന്റെ മുടിചീകിയൊരു ക്കുന്ന അമ്മയോടൊപ്പമുള്ള നിമിഷങ്ങൾ. എന്റെ മനസ്സിലുള്ളതിനെ വളരെ മനോഹരമായി അദ്ദേഹം വരച്ചുണ്ടാക്കി.

സിനിമ സീതയെക്കുറിച്ച് സംസാരിക്കണമെന്ന് എനിക്ക് നിർബ ന്ധമുണ്ടായിരുന്നു. അതേ സമയം ഈ ഭാഗം മാറ്റണമെന്നായിരുന്ന ദൂരദർശന്റെ ആവശ്യം. 'കട് കഥ' എന്ന പാവ നാടകം ഞാൻ യാദൃ ശ്ചികമായി ചിത്രീകരിക്കുകയുണ്ടായി. ഇതിന് പല തലങ്ങളുണ്ട്. സ്ത്രീയെ പാവയായും, സീതയെ ഇന്നത്തെ സ്ത്രീയായും, രാമനെ സമകാലിക സമൂഹമായും ഗവൺമെന്റായും കാണാം. അതുകൊണ്ടാണ് ഈ സീക്വൻസിന് ശേഷം കന്യാത്വ പരിശോധനയുടെ സീക്വൻസ് അവതരിപ്പിച്ചത്. ഈ ദൃശ്യങ്ങൾ വളരെ താത്പര്യമുണർത്തുന്നതും ശക്തവുമാണ്. ഹൈമനോപ്ലാസ്റ്റിയെക്കുറിച്ചുള്ള ആ പരസ്യം വലിയ

ഓളങ്ങളുണ്ടാക്കി. ഇതേക്കുറിച്ച് ധാരാളം ചർച്ചകളുണ്ടായി. ഞാൻ ഊന്നിയത് ഈ ആശയത്തെ ഇന്ത്യയിൽ എങ്ങിനെ വൻ തോതിൽ മാർക്കറ്റ് ചെയ്യപ്പെടുന്നു എന്നതിലാണ്.

● എന്തിനാണ് സീതയെക്കുറിച്ചുള്ള പരാമർശങ്ങൾ മാറ്റണമെന്ന് ദൂരദർശൻ ആവശ്യപ്പെട്ടത്? ഇക്കാര്യം വിശദീകരിക്കാമോ?

സ്ക്രിപ്റ്റിന്റെ ഘട്ടത്തിലായിരുന്ന ഇങ്ങിനെ ഒരു നിർദ്ദേശം. സീതയെയും അതുപോലെ മറ്റ് പുരാണ കഥാപാത്രങ്ങളെയും പരാ മർശിക്കുന്ന ഭാഗങ്ങൾ ഒഴിവാക്കണം എന്ന് ദൂരദർശൻ ആവശ്യ പ്പെട്ടു. ഒരു സ്വതന്ത്ര സിനിമാ സംവിധായിക അല്ലാത്തതിന്റെ (ദൂരദ രശൻ ആണല്ലോ സിനിമ നിർമ്മിച്ചത്) ബുദ്ധിമുട്ടുകളിൽ ഒന്നാണിത്. എന്നാൽ എന്റെ സിനിമയിൽ ഇത് വളരെ പ്രധാനപ്പെട്ടതാണെന്ന് ഞാൻ വാശി പിടിച്ചു. ഈ പ്രൊജക്ടിൽ ഇടനിലക്കാർ എന്ന് വിശേ ഷിപ്പിക്കാവുന്ന Public Service Broadcasting Trust (PSBT) ഒരു പോംവഴി നിർദ്ദേശിച്ചു. എല്ലാം ഉച്ചത്തിൽ വിളിച്ചുകൂവണമെന്നില്ല. പലപ്പോഴും നിശബ്ദമായ പ്രവൃത്തികളായിരിക്കും കൂടുതൽ ശക്തം. അങ്ങിനെയാണ് സീതയെ പരാമർശിക്കുന്ന ഭാഗം പാവനാടകത്തി ലൂടെ അവതരിപ്പിക്കാൻ ഇടയായത്.

● സിനിമയുടെ അവസാനഭാഗത്തെ ദൃശ്യങ്ങൾ, പച്ചപ്പുൽത്തകി ടിയിൽ ചിതറിക്കിടക്കുന്ന കടും ചുവപ്പ് നിറത്തിലുള്ള ആപ്പിളുകളും തുടർന്ന വരുന്ന അനിമേഷനം. അനിമേഷനിൽ ആപ്പിൾ പറിക്ക ന്ന സ്ത്രീ രൂപവും തുടർന്ന് Virginity എന്ന് എഴുതിക്കാണിക്കുന്നതും ലൈംഗികതയെ, കന്യാത്വത്തെ സംബന്ധിക്കുന്ന ക്രിസ്തീയ പുരാവൃത്ത ത്തിലേക്ക് നമ്മെ എത്തിക്കുകയാണോ? വിലക്കപ്പെട്ടകനി. ഇതോടെ മൂന്ന പ്രധാന മതവുമായി ബന്ധപ്പെടുത്തി ഈ സങ്കൽപ്പങ്ങളെ കാണാൻ ശ്രമിക്കുകയാണോ?

സിനിമയുടെ പ്രദർശനത്തിന് ശേഷം പ്രേക്ഷകരോട് സംസാരിച്ച പ്പോൾ എനിക്ക് മനസ്സിലാക്കാൻ കഴിഞ്ഞത് കന്യകാത്വത്തെക്കുറിച്ച് ചിന്തിക്കുമ്പോൾ ജനങ്ങളുടെ മനസ്സിൽ കടന്നുവരുന്ന ദൃശ്യങ്ങളും ചിന്തകളും ഇത്തരത്തിലാണെന്നാണ്. ശരിയാണ്, ഇരുപത്തിയാറ് മിനിറ്റിനുള്ളിൽ ഇക്കാര്യം വിശദമായി അവതരിപ്പിക്കുക സാധ്യമ ല്ലാത്തതിനാൽ ഇത്തരം ധാരണകളിലേക്ക് ഒന്ന് എത്തിനോക്കാൻ മാത്രമാണ് ഞാൻ ശ്രമിച്ചത്.

ചുവന്ന ആപ്പിളകളുടെ സന്ദർഭത്തിൽ ചില കാര്യങ്ങൾ പറയാനു
ണ്ട്. അർമ്മേനിയയിൽ വധു കന്യകയാണോ എന്ന് തീരുമാനിക്ക
ന്നത് ആദ്യരാത്രിയുടെ പിറ്റേന്നത്തെ പ്രഭാതത്തിൽ കിടക്ക വിരിയിലെ
രക്തക്കറ പരിശോധിച്ചാണ്. കിടക്കവിരി എല്ലാവർക്കും കാണാനായി
 തൂക്കിയിടാറാണ് പതിവ്. നിരീക്ഷണത്തിന് ശേഷം വരന്റെ ബന്ധു
ക്കൾ തൃപ്തരായാൽ അവർ വധുവിന്റെ മാതാപിതാക്കൾക്ക് ഒരു
സ്ഫടികപ്പാത്രത്തിൽ ചുവന്ന ആപ്പിളകൾ കൊടുത്തയക്കും. അങ്ങിനെ
ചുവന്ന ആപ്പിൾ ക്ലാത്വത്തിന്റെ പ്രതീകമായി മാറി. ഒരു അന്താരാഷ്ട്ര
വനിതാദിനത്തിൽ അർമ്മേനിയയിലെ സ്ത്രീ സംഘടനകൾ ചേർന്ന്
ഈ സങ്കൽപ്പത്തിനെതിരെ ചുവന്ന ആപ്പിളിന്റെ പ്രതീകാത്മകമായ
ശവസംസ്കാരം നടത്തി പ്രതിഷേധിച്ചു. പ്രതിഷേധിക്കാൻ ഏതാനും
പുരുഷന്മാരും ഉണ്ടായിരുന്നു. അവർ പോസ്റ്ററുകളും പ്ലക്കാർഡുകളുമായി
യെരെവാനില്ലൂടെ പ്രകടനം നടത്തി. ഇവിടെമാത്രമാണ് കന്യാത്വത്തെ
സംബന്ധിക്കുന്ന മിത്തുകൾക്കെതിരെയുള്ള കൂട്ടായ്മയെക്കുറിച്ച് ഞാൻ
വായിച്ചത്. ഈ പ്രതിഷേധത്തെ അഭിനന്ദിച്ചുകൊണ്ട് എനിക്ക് സിനിമ
അവസാനിപ്പിക്കണമായിരുന്നു.

● കന്യാത്വം സ്ത്രീക്കുമാത്രം ബാധകമാണെന്നും പുരുഷന് ബാധ
കമല്ലെന്നും ഈ വാക്കിന് പുല്ലിംഗം ഇല്ലെന്നും സാറാ ജോസഫിന്റെ
ചെറുകഥയിൽനിന്നുള്ള നിന്നുള്ള ഭാഗങ്ങൾ അടിവരയിട്ട് വ്യക്തമാ
ക്കുന്നു. ഇതുപോലെയുള്ള മറ്റൊരു സങ്കൽപ്പമാണ്, സ്ത്രീയുടെ നടത്ത
ത്തിൽ നിന്ന് അവൾ കന്യകയാണോ എന്ന് തിരിച്ചറിയാൻ കഴിയും
എന്നത്. അപ്പോൾ പുരുഷന്റെ കാര്യത്തിലും ഇത് ബാധകമാണോ
എന്ന ചോദ്യം സിനിമ ഉയർത്തുന്നുണ്ട്. (ആധുനിക വസ്ത്രധാരിണിക
ളായ സ്ത്രീകളുടെ ഇയർ ഫോണിൽ പാട്ട് കേട്ടുകൊണ്ടുള്ള നടത്തം
സിനിമയിൽ വിശദമായി കാണിക്കുന്നുണ്ട്).

എനിക്ക് പറയാനുള്ളത് ഇതായിരുന്നു: സ്ത്രീയുടെ നടത്തത്തിൽ
നിന്ന് അവൾ കന്യകയാണോ അല്ലയോ എന്ന് തിരിച്ചറിയാം എന്ന്
നിങ്ങൾ വിശ്വസിക്കുന്നുണ്ടോ? എങ്കിൽ ഈ സീക്വൻസില്ലൂടെ ഞാൻ
നിങ്ങൾക്ക് ഒരവസരം തരികയാണ്. പല രീതിയിൽ നടക്കുന്ന
നിരവധി സ്ത്രീകളിൽ നിന്ന് കന്യകാത്വം നഷ്ടപ്പെടാത്ത സ്ത്രീകളെ
കണ്ടുപിടിക്കാൻ. രൂക്ഷ പരിഹാസത്തോടെയാണ് ഈ ദൃശ്യങ്ങൾ
അവതരിപ്പിച്ചിരിക്കുന്നത്.

ഈ സീക്വൻസ് കാണുമ്പോൾ ചിലർ ചിരിച്ചേക്കാം. സിനിമയിലെ

ഓരോ ഷോട്ടിനേയും സംബന്ധിച്ച് എനിക്ക് എന്റേതായ വ്യാഖ്യാന ങ്ങളുണ്ട്. അതേ സമയം പ്രേക്ഷകരും അതുപോലെത്തന്നെ ചിന്തി ക്കണമെന്ന് പ്രതീക്ഷിച്ചുകൂടല്ലോ. പുസ്തകത്തെപ്പോലെ സിനിമയും ചിലപ്പോൾ എല്ലാവർക്കും അവരവരുടേതായ രീതിയിൽ ദൃശ്യത്തെയും ശബ്ദത്തെയും വ്യാഖ്യാനിക്കാൻ അവസരം കൊടുക്കുന്ന എന്നത് ഈ മാധ്യമത്തിന്റെ ശക്തിയും സൗന്ദര്യവുമാണ്.

കോഴിക്കോട്ടുകാരിയായ പ്രിയ തിരുവനന്തപുരത്തെ മാർ ഇവാനിയോസ് കോളേജിലും ജാമിയ മിലിയ യൂണിവേഴ്സിറ്റിയിലുമായി മാസ്സ് കമ്യൂണിക്കേഷനിൽ ബിരുദം നേടി. പഠനത്തിന്റെ ഭാഗമായി എവാനിയോസ് കോളേജിൽ വെച്ച് 'സുവർണ രേഖകൾക്കപ്പുറം' എന്ന ഡോക്യുമെൻററിയും, ജാമിയയിൽ വെച്ച് Khanabadosh എന്ന ഡോക്യുമെൻററിയും സംവിധാനം ചെയ്തു. ഈ സിനിമകളും പല മേളകളിലും പ്രദർശിപ്പിക്കുകയുണ്ടായി. ഡൽഹിയിൽ താമസിക്കുന്ന പ്രിയ എൻഡിടിവി പോലുള്ള ചാനലുകളിലും മറ്റും പല നിലകളിൽ പ്രവർത്തിച്ചിട്ടുണ്ട്. പ്രിയ ഇപ്പോൾ ഒരു പുതിയ ഡോക്യുമെൻററിയുടെ പണിപ്പുരയിലാണ്. ഈ സിനിമയെക്കുറിച്ച് പ്രിയ പറയുന്നു:

ചിത്രീകരണത്തിന്റെ കാര്യത്തിൽ വളരെയധികം വെല്ലുവിളികൾ നിറഞ്ഞ ഒരു സിനിമയാണ് ഇപ്പോൾ A Pinch of Salt എന്ന് നാമകരണം ചെയ്തിരിക്കുന്ന പുതിയ ഡോക്യുമെന്ററി. ഗുജറാത്തിലെ കച്ച് മരുഭൂമിയിലാണ് സിനിമ പൂർണമായും ചിത്രീകരിച്ചത്. ഉപ്പ് കുറ ക്കുന്ന ജോലിയിൽ ഏർപ്പെട്ടിരിക്കുന്ന 'ആഗ്രി' ജനവിഭാഗത്തിലെ സ്ത്രീകളെക്കുറിച്ചാണ് സിനിമ. ഒരു സീസണിൽ, അതായത് എട്ട് മാസത്തെ കാലയളവിൽ, മൂന്ന് ഘട്ടങ്ങളിലായാണ് ഉപ്പുണ്ടാക്കുക. ഈ പ്രക്രിയയും ഈ ജോലിയിൽ ഏർപ്പെട്ടിരിക്കുന്ന സ്ത്രീകളുടെ ജീവിതവുമാണ് ഡോക്യുമെന്ററി. പ്രധാനപ്പെട്ട ഒരു കാര്യം, സ്ത്രീകൾ മാത്രമാണ് സിനിമയുടെ പിന്നണിയിൽ. ക്യാമറ, ശബ്ദം എല്ലാം കൈകാര്യം ചെയ്യുന്നത് സ്ത്രീകൾ തന്നെ. സ്ത്രീകളെക്കുറിച്ച് സ്ത്രീകളുടെ സിനിമ.

ക്യൂറേറ്റർമാരും മേനേജർമാരും ചലച്ചിത്ര മേളകളെ നിയന്ത്രി ക്കുന്നുണ്ടോ?

"സിനിമാ മാതൃകകളെ സാഹസികമായി അതിലംഘിച്ച ഒരാൾ" എന്നാണ് സൂസൺ സൊന്റാഗ് ബേലാ താറിനെ വിശേഷിപ്പിച്ചത്. "എന്റെ ജീവിതകാലം മുഴുവൻ എല്ലാ വർഷവും താറിന്റെ സാത്താൻ ടാംഗോ എന്ന സിനിമ കാണാൻ ഞാൻ ആഗ്ര ഹിക്കുന്നു" എന്നും അവർ കൂട്ടിച്ചേർത്തു. നമ്മുടെ ആർട് സിനിമയി ൽത്തന്നെ വളരെ വ്യത്യസ്തനായ താർ കേരള ചലച്ചിത്ര മേളയിൽ പങ്കെടുത്തു, അദ്ദേഹത്തെ ലൈഫൈം അച്ചീവ്മെന്റ് അവാർഡ് നൽകി ആദരിച്ചു. ഒപ്പം അദ്ദേഹത്തിന്റെ സിനിമകളുടെ റെട്രോസ്പെക്ടീവ് സംഘടിപ്പിക്കുകയും ചെയ്തു. "I use artificial images to access real emotions" എന്ന് തന്റെ സിനിമകളെ വിശേഷിപ്പിച്ച അലഹാ ന്ദ്രോ ജൊഡറോവസ്ക്കിയുടെ സിനിമകളെ അതിശയിപ്പിക്കുന്നവയും, ഭ്രാന്തവും, തലതിരിഞ്ഞതും ആയാണ് പലരും അടയാളപ്പെടുത്തുന്നത്. അദ്ദേഹത്തിന്റെ സിനിമകളും മേളയിൽ പ്രദർശിപ്പിക്കുകയുണ്ടായി. "ശത്രുക്കളുടെ ഭാഗം പിടിക്കുന്ന ആൾ, സ്വന്തം നഗരത്തിനും, വംശപ രമായ വേരുകൾക്കും, രാജ്യത്തിനും പുറംതിരിഞ്ഞു നിൽക്കുന്ന ആൾ" എന്ന രീതിയിൽ പ്രശസ്ത ചിന്തകരായ Slavoj Zizek, Fienkel Kraut, Andre Glucksmann എന്നിവർ വിമർശിക്കുകയും അതേ സമയം കാൻ മേളയിൽ പാം ദിയോർ പുരസ്ക്കാരം കരസ്ഥമാക്ക കയും ചെയ്ത സിനിമയാണ് എമീർ കുസ്തുരിക്കയുടെ അണ്ടർഗ്രൗണ്ട്. ഇദ്ദേഹത്തിന്റെ സിനിമകളും മേളയിൽ പ്രദർശിപ്പിക്കുകയുണ്ടായി. ഇതൊക്കെയും ഐ.എഫ്.എഫ്.കെയുടെ ആർട്ടിസ്റ്റിക് ഡയരക്ടറായ

ദീപിക സുശീലന് അഭിമാനിക്കാൻ വകനൽകുന്നു.

ദീപിക സുശീലൻ കേരള സർവ്വകലാശാലയിൽ നിന്ന് കമ്യൂണി ക്കേഷൻ ആൻഡ് ജേർണലിസത്തിൽ ബിരുദാനന്തര ബിരുദം നേടിയിട്ടുണ്ട്. സർവ്വകലാശാലാ തലത്തിൽ ഫസ്റ്റ് റാങ്കും, ഗോൾഡ് മെഡലും നേടിയിട്ടുണ്ട്. ഐ.എഫ്.എഫ്.കെയിൽ 2010-ലാണ് ഒരു പ്രോഗ്രാമറായി അവർ ഔദ്യോഗിക ജീവിതം ആരംഭിക്കുന്നത്. 2014-ൽ അവർ ഐ.എഫ്.എഫ്.കെയുടെ പ്രോഗ്രാം മാനേജർ ആയി. 2017-ൽ അവർ ഐ.എഫ്.എഫ്.കെ. വിട്ടുകയും ഐ.എഫ്.എഫ്.ഐയിൽ സീനിയർ ഫിലിം പ്രോഗ്രാമറായി ചേരുകയും ചെയ്തു. മേളയുടെ 2019-ലെ ഗോൾഡൻ ജൂബിലി എഡിഷന്റെ ഹെഡ് ഓഫ് ഫിലിം പ്രോഗ്രാമിംഗ് ആയിരുന്നു ദീപിക. ഈ മേളയുടെ ആശയം മുതൽ മുഴുവൻ മേളയുടെയും ക്യൂറേഷനും, രാജ്യാന്തര ജൂറിയെ കണ്ടെത്തി മേളയിൽ കൊണ്ടുവ രുന്നതും അവരുടെ ചുമതലയായിരുന്നു. ഏകദേശം ഇരുപതോളം രാജ്യാന്തര മേളകളിലും നിരവധി പ്രാദേശിക മേളകളിലും അവർ സേവനമനുഷ്ഠിച്ചിട്ടുണ്ട്. Beeston Film Festival-UK, Knoxville Film Festival-USA, Aladerri International Film Festival-Chivago, El Ojo Cojo Film Festival-Madrid, Spain മുതലായ മേളകളിൽ ദീപിക ജൂറി അംഗമാണ്. ഐ.എഫ്.എഫ്.കെയുടെ ആർട്ടി സ്റ്റിക്ക് ഡയറക്ടർ എന്ന രീതിയില്ലുള്ള തന്റെ പ്രവർത്തനങ്ങളെ കുറിച്ചും, മേളകളുടെ മാറുന്ന സ്വഭാവത്തെ കുറിച്ചും, മാറേണ്ട കാര്യങ്ങളെ കുറിച്ചും, പ്രേക്ഷകരുടെ ആസ്വാദന നിലവാരത്തെ കുറിച്ചും ദീപിക വിശദമായി സംസാരിക്കുന്നു.

● ആർട് സിനിമയിൽത്തന്നെ വളരെ എക്സ്ട്രീം ആയ ചലച്ചിത്രകാര ന്മാരാണ് ബേലാ താറും അലഹാൻദ്രോ ജൊദറോവസ്കിയും. താറിനെ മേളയിൽ പങ്കെടുപ്പിച്ചതിനും റെട്രോസ്പെക്ടീവ് സംഘടിപ്പിച്ചതിനും ഒപ്പം ജൊദറോവസ്കി, കുസ്തുരിക്ക എന്നിവരുടെ റെട്രോസ്പെക്ടീവുകൾ സംഘ ടിപ്പിച്ചതിനും ആദ്യമായി അഭിനന്ദനങ്ങൾ അറിയിക്കുന്നു.

സന്തോഷം. ബേലാ താറിനെ ഗോവയിലെ മേളയിൽ കൊണ്ടുവരാ നായി കഴിഞ്ഞ രണ്ടുമൂന്നു വർഷങ്ങളായി ഞാൻ ശ്രമിക്കുകയായിരുന്നു. ആർട്ടിസ്റ്റിക്ക് ഡയരക്ടർ എന്ന പദവി ഇല്ലായിരുന്നുവെങ്കിലും നാൽപ്പ ത്തി ഒമ്പത്-അമ്പത് എഡിഷനുകൾ ഞാനാണ് സംഘടിപ്പിച്ചത്. അതിനായി ഞാൻ താറുമായി ബന്ധപ്പെട്ടുവെങ്കിലും അദ്ദേഹത്തിന്റെ ആരോഗ്യ നില അതിന് അനുവദിച്ചില്ല. അന്ന് അദ്ദേഹത്തിന്റെ ഒരു റെട്രോസ്പെക്ടീവ് സംഘടിപ്പിക്കാനും സമയം കിട്ടിയില്ല. പകരം

തകാഷി മിക്കിയാണ് ആ വർഷം വന്നത്. അത് 2019-ൽ ആയിരുന്നു. ഞാൻ ഐ.എഫ്.എഫ്.കെയിൽ ഇത്തവണ ചേരുന്നത് ആഗസ്റ്റ് ഇരുപത്തി രണ്ടാം തീയതിയാണ്. ചലച്ചിത്ര മേള ആരംഭിക്കുന്നത് ഡിസംബർ ഒമ്പതാം തീയതിയും. ഈ രീതിയില്ലുള്ള ഒരു മേള പ്ലാൻ ചെയ്യാൻ ചുരുങ്ങിയത് ഏഴ് മാസമെങ്കിലും വേണം. ഞാൻ ഐ.എഫ്. എഫ്.ഐയിൽ പ്രവർത്തിച്ചിരുന്നപ്പോൾ ഒരു മേള കഴിഞ്ഞ ഉടനെ അടുത്ത മേള പ്ലാൻ ചെയ്യും. താറിനെപോല്യുള്ള ഒരാളെ കൊണ്ടുവ രാൻ ചുരുങ്ങിയത് അഞ്ചു മാസം മുമ്പേ അറിയിക്കണം. അതൊരു മര്യാദയാണ്. മറിച്ച് അവസാന നിമിഷം നാം ഒരാളെ ക്ഷണിക്ക യാണെങ്കിൽ അവർ അതിനെ പകരക്കാരൻ എന്ന രീതിയിൽ സ്വാഭാവികമായും കാണും. ഞാൻ ഐ.എഫ്.എഫ്.കെയിൽ ജോയിൻ ചെയ്യുന്ന സമയത്ത് എന്നെ പ്രോഗ്രാമിംഗിൽ സഹായിക്കാൻ പ്രോഗ്രാ മിംഗിൽ പരിജ്ഞാനമുള്ള ആരും ടീമിൽ ഉണ്ടായിരുന്നില്ല. ഇത്രയും വലിയ ചുമതല ഒറ്റയ്ക്ക് ചെയ്യേണ്ട സാഹചര്യത്തിൽ അതിഥികളുടെ കാര്യത്തിൽ വ്യക്തിപരമായി അറിയാവുന്നവരെ സമീപിക്കുന്നതായി രിക്കും നല്ലത് എന്ന് എനിക്ക് തോന്നി. മേളകളിലെ പ്രേക്ഷകരുമായി സംസാരിക്കുന്ന സമയത്ത് ഒരിക്കലെങ്കിലും അദ്ദേഹത്തെ കാണാൻ ആഗ്രഹിക്കുന്ന ധാരാളം നിരൂപകരും പ്രേക്ഷകരും ഉണ്ട് എന്ന് ഞാൻ മനസ്സിലാക്കിയിരുന്നു. പുതിയ തലമുറ പ്രേക്ഷകർക്ക് താറിനെ എത്ര മാത്രം അറിയാം എന്ന കാര്യത്തിൽ എനിക്ക് സംശയമുണ്ട്. അതേ സമയം സിനിമയെ ഗൗരവത്തോടെ കാണുന്നവർക്കും സിനിമ പഠിക്കുന്നവർക്കും അദ്ദേഹത്തെ അറിയാം. ഐ.എഫ്.എഫ്.കെയിൽ ഇതുവരെ കൊണ്ടുവരാത്ത ആരെയെങ്കിലും കൊണ്ടുവരണം എന്ന് അക്കാദമിയിൽ ചേരുമ്പോൾത്തന്നെ ഞാൻ തീരുമാനിച്ചിരുന്നു. താറിന്റെ സിനിമകൾ പോലെ, കുസ്തുരിക്കയുടെയും ജൊഡോറൊവസ്ക്കി യുടെയും റെട്രോസ്പെക്ടീവുകൾ ആദ്യമായാണ് ഒരു ഇന്ത്യൻ മേളയിൽ ഉൾപ്പെടുത്തുന്നത്. ജൊഡറോവസ്ക്കിയുടെ പ്രായാധിക്യം കാരണം ഞാൻ അദ്ദേഹത്തെ ക്ഷണിച്ചില്ല.

ഗോവയിൽ നടക്കുന്ന മേളയ്ക്ക്, അത് എത്രതന്നെ മോശം രീതിയിൽ സംഘടിപ്പിക്കുന്നതായാല്യം, ഗുണനിലവാരം കുറയുന്നു എന്ന് പറയുമ്പോഴും ഇന്ത്യയുടെ ഔദ്യോഗിക മേള എന്ന രീതിയിൽ അതിന് വിദേശത്ത് വലിയ സ്വീകാര്യതയുണ്ട്. അതിനു കാരണം അത് അമ്പത് വർഷം പിന്നിട്ട ഒരു മേളയാണ് എന്നതുകൂടിയാണ്. എന്നാൽ ഐ.എഫ്.എഫ്.കെയെ കുറിച്ച് പലരും കേട്ടുകാണില്ല. താറിന്റെയോ

ജോഡറോവസ്കിയുടെയോ സിനിമകളുടെ അവകാശം ഉള്ള കമ്പനി ഐ.എഫ്.എഫ്.കെയെ കുറിച്ച് കേട്ടകാണില്ല. മറ്റൊരു കാര്യം, പത്തു വർഷത്തിന മുമ്പുള്ള സിനിമയുടെ നിയമപരമായ അവകാശത്തെ (Legal rights) സംബന്ധിച്ച് വലിയ പ്രശ്നങ്ങൾ ഉണ്ട്. അതിന് നമ്മുടെ ഭാഗത്തുനിന്ന് വലിയ ശ്രമങ്ങൾ നടത്തേണ്ടി വരും. എന്നാൽ ഒരു പുതിയ സിനിമയാണെങ്കിൽ കാര്യങ്ങൾ എളുപ്പമാണ്.   മറ്റൊന്ന്, ഐ.എഫ്.എഫ്.കെ നടക്കുന്നത് വർഷത്തിന്റെ അവസാനത്തിലാണ്. അവസാനം ജോഡറോവസ്കിയെ ഞാൻ നേരിട്ട് ബന്ധപ്പെട്ടു. ഇക്കാ ര്യത്തിൽ അദ്ദേഹത്തിന് വലിയ സന്തോഷം ഉണ്ടെന്നും ഭാര്യ വേണ്ട സഹായമെല്ലാം ചെയ്യുതതരുമെന്നും എന്നെ അറിയിച്ചു. കൺട്രി ഫോക്കസ് സെർബിയ ആയപ്പോൾ കുസ്തുരിക്കയുടെ സിനിമകൾ ആവണം എന്ന് ഞാൻ ആഗ്രഹിച്ചു. കഴിഞ്ഞ പത്തു വർഷത്തിനിട യിൽ   അദ്ദേഹത്തിന്റെ സിനിമകളുടെ റെട്രോസ്പെക്ടീവ് കഴിഞ്ഞ വർഷം അദ്ദേഹത്തിന്റെ നാട്ടിൽ ഉണ്ടായതല്ലാതെ മറ്റൊരു സ്ഥലത്തും ഉണ്ടായിട്ടില്ല. ഈ സിനിമകൾ ലഭിക്കുന്നതിൽ അവകാശവുമായി ബന്ധപ്പെട്ട ധാരാളം പ്രശ്നങ്ങൾ ഉണ്ടായിരുന്നു. പല രീതിയിൽ ശ്രമി ച്ചാണ് സിനിമകൾ ലഭിച്ചത്.

● ഇരുപത്തി ഏഴ് മേളകൾ. ഒപ്പം വേറെയും ചെറിയ ചെറിയ മേളകൾ. ഫിലിം സൊസൈറ്റി പ്രദർശനങ്ങൾ. മീഡിയാ സ്കൂളകൾ. ഇതൊക്കെയാണെങ്കിലും കേരളത്തിലെ സിനിമാ പ്രേക്ഷകരുടെ ആസ്വാദന നിലവാരം വലിയ തോതിൽ ഉയർന്നതായി തോന്ന നില്ല. വളരെ എക്സ്ട്രീം ആയ, സാമ്പ്രദായികമല്ലാത്ത സിനിമകൾ കാണമ്പോൾ ഇവർ അക്ഷമാരാവുന്ന, ബഹളം വെക്കുന്ന.

എനിക്ക് ഇക്കാര്യത്തെ കുറിച്ച് വ്യക്തമായ ഒരു ധാരണയില്ല. ലോകത്തിലെ മികച്ച കുറേ സിനിമകൾ പ്രദർശിപ്പിക്കുമ്പോൾ എല്ലാ പ്രേക്ഷകരും ഒരുപോലെ പ്രതികരിക്കുന്നില്ല എന്ന് പറയുമ്പോഴും കുറച്ച പേർ വളരെ ആത്മാർത്ഥമായി സിനിമകൾ കാണുകയും ചർച്ചചെയ്തുക യും ചെയ്യുന്നുണ്ട്. മേളകൾ കാരണം പ്രേക്ഷകരുടെ ആസ്വാദനത്തിൽ വലിയ മാറ്റം ഉണ്ടായിട്ടുണ്ടോ എന്ന് ചോദിച്ചാൽ കൃത്യമായി ഒരുത്തരം പറയാൻ എനിക്കാവില്ല. പക്ഷെ, കുറേ സംവിധായകരുടെ സിനിമയോ ട്ടുള്ള സമീപനത്തിൽ മേള വലിയ മാറ്റം വരുത്തിയിട്ടുണ്ട്. പുതിയ തലമുറ സിനിമാക്കാരായ സജിൻ ബാബു, കൃഷാന്ദ് എന്നിവരെപ്പോലുള്ളവർ മേളകളിൽ സിനിമകൾ കണ്ട് വളർന്നുവന്നവരാണ്. തങ്ങൾ മേളയുടെ

ഉൽപ്പന്നങ്ങളാണെന്ന് അവർ പറയുന്നുമുണ്ട്. വേറൊരു രീതിയി ല്ലുള്ള സിനിമകൾ സംവിധാനം ചെയ്ത് വിദേശ മേളകളിൽ അംഗീകാ രങ്ങൾ നേടാൻ പാകത്തിൽ മേള അവരെ പാകപ്പെടുത്തിയിട്ടുണ്ട്. ഇതൊക്കെ ഒരു തരത്തിൽ മേളയ്ക്ക് സാധിക്കുന്നുണ്ടെങ്കിലും താങ്കൾ പറഞ്ഞതുപോലെ, പൊതു ബോധത്തിൽ മേളകൾ എത്രത്തോളം മാറ്റങ്ങൾ വരുത്തി എന്ന രീതിയിൽ ഞാൻ ശ്രദ്ധിച്ചിട്ടില്ല.

• ഏഴര മണിക്കൂർ ദൈർഘ്യമുള്ള 'സാത്താൻ ടാംഗോ' എന്ന താർ സിനിമ മേളയിൽ പ്രദർശിപ്പിക്കാത്തതിന കാരണമായി താങ്കൾ ഒരഭി മുഖത്തിൽ ഇപ്രകാരം പറയുകയുണ്ടായി: "ഐ.എഫ്.എഫ്.കെയ്യുടെ പ്രേക്ഷകർ വളരെ മാറിയിരിക്കുന്നു. ഇപ്പോൾ ചെറുപ്പക്കാരും ചെറുപ്പ ക്കാരികളുമാണ് കൂടുതൽ. അവരെ സംബന്ധിച്ച് മേള കാർണിവൽ പോലെയാണ്". ഇതിനർത്ഥം ഇവർക്ക് ഗൌരവം ഇല്ല എന്നാണോ?

കഴിഞ്ഞ അഞ്ചു വർഷമായി ഐ.എഫ്.എഫ്.കെയ്യുടെ ഔദ്യോദിക പദവിയിൽ ഇല്ലായിരുന്നുവെങ്കിലും ഞാൻ മേളയിൽ പങ്കെടുക്കുമാ യിരുന്നു. ഞാൻ ശ്രദ്ധിച്ച കാര്യം, മേളയിൽ സ്ഥിരമായി കണ്ടുകൊ ണ്ടിരുന്ന മുഖങ്ങൾ, അവരെ വ്യക്തിപരമായി പരിചയമില്ലെങ്കിലും, കാണമ്പോൾ അറിയുന്നവരുടെ അഭാവമാണ്. അതിന് കോവിഡ്ഡും ഒരു കാരണമായിരിക്കാം. പകരം പുതിയ തലമുറ പ്രേക്ഷകരെയാണ് ഞാൻ കാണുന്നത്. ടാഗോർ തിയേറ്ററിന്റെ പരിസരത്താണ് കൂടുതലും ഇവരെ കാണുന്നത്. ബേലാ താറിന്റെ അരവിന്ദൻ മെമ്മോറിയൽ ലെക്ചർ പതിനൊന്നു മണിക്കായിരുന്ന ടാഗോർ തിയേറ്ററിൽ ഷെഡ്യൂൾ ചെയ്തിരുന്നത്. എന്നാൽ ഇവരിൽ എത്രപേർ ഇതിൽ പങ്കെ ടുത്തു എന്ന കാര്യം ആലോചിക്കേണ്ടതാണ്. തിയേറ്ററിന്റെ പകുതി സീറ്റുകളും ഒഴിഞ്ഞുകിടക്കുകയായിരുന്ന. അതേസമയം, മേളയുടെ ഭാഗമായി നടക്കുന്ന കലാപരിപാടികളിൽ വൻ തിരക്കായിരുന്ന. ഇത് വളരെ വൈരുദ്ധ്യം നിറഞ്ഞ കാര്യമായി തോന്നുന്നില്ലേ?

• അതേ സമയം, റിലീസ് ചെയ്യും എന്ന് ഉറപ്പുള്ള 'നൻ പകൽ നേരത്ത്' എന്ന സിനിമ കാണാൻ വലിയ തിരക്കും ബഹളവും ആയിരുന്ന.

ശരിയാണ്. താറിന്റെ ഏഴര മണിക്കൂർ ദൈർഘ്യമുള്ള 'സാത്താൻ ടാംഗോ' എന്ന സിനിമ പ്രോഗ്രാം ചെയ്യമ്പോൾ ഉണ്ടാവുന്ന പ്രശ്നം, ലിമിറ്റഡ് സ്ലോട്ടുകൾ വച്ചിട്ടാണ് മൊത്തം മേളയും പ്ലാൻ ചെയ്യുന്നത്. അതിൽ എത്ര സിനിമ ഉൾക്കൊള്ളിക്കാൻ പറ്റും എന്നതിന്റെ അടി സ്ഥാനത്തിലാണ് 185 സിനിമകളിലേക്ക് വരുന്നത്. ഇതിനിടയിൽ

ഏഴര മണിക്കൂർ ദൈർഘ്യമുള്ള ഒരു സിനിമ പ്രദർശിപ്പിക്കുകയാണെ
ങ്കിൽ ഒരു പ്രദർശനത്തിനുതന്നെ മൂന്ന് സ്ലോട്ട് പോയിക്കിട്ടും. ലവ്
ഡിയാസിന്റെ   മൂന്നര-നാല് മണിക്കൂർ ദൈർഘ്യമുള്ള സിനിമകൾ
ഞാൻ ഐ.എഫ്.എഫ്.ഐയിൽ ആയിരുന്നപ്പോൾ പ്രോഗ്രാം ചെയ്ത്
പ്രദർശിപ്പിച്ചിട്ടുണ്ട്. ഈ വർഷവും അദ്ദേഹത്തിന്റെ സിനിമ ഉണ്ടായിരു
ന്നു, എന്നാൽ, അതിന്റെ ദൈർഘ്യം കുറവായിരുന്നു. ഈ സിനിമകൾ
പോലും എത്ര പേർ കാണും എന്ന് പലരും ചോദിച്ചിട്ടുണ്ട്. പ്രോഗ്രാം
ചെയ്യുമ്പോൾ ആളുകളുടെ പ്രതികരണവും കണക്കിലെടുക്കണമല്ലോ.
ഈ അവസ്ഥയിൽ സാത്താൻ ടാംഗോ   പ്രദർശിപ്പിക്കുകയാണെ
ങ്കിൽ സിനിമ നടന്നുകൊണ്ടിരിക്കും, കാണാൻ ആളുകൾ ഉണ്ടാവില്ല.
അതിനാലാണ് ഈ സിനിമയുടെ പ്രദർശനം ഒഴിവാക്കാൻ തീരുമാ
നിക്കുന്നത്. മറ്റൊന്ന്, റെട്രോസ്പെക്റ്റീവുകൾക്ക് അക്കാദമിക് സ്വഭാവം
ഉണ്ടെന്ന വിശ്വസിക്കുന്ന ഒരാളാണ് ഞാൻ. ഈ രീതിയിലുള്ള ഒരു
ചലച്ചിത്രകാരന്റെ സിനിമകളെ പ്രേക്ഷകർക്ക് പരിചയപ്പെടുത്തി
ക്കൊടുക്കുക, പിന്നെ അവർ അയാളുടെ മറ്റ സിനിമകൾ കണ്ടെത്തി
കാണുകയും പഠിക്കുകയും ചെയ്യും എന്ന ഉദ്ദേശ്യമാണ് ഇതിനുപിന്നിൽ.

● മേളകളും ഇതുപോലെത്തന്നെയാണ്. ഇവിടെ പ്രദർശിപ്പിക്കു
ന്ന ഭൂരിഭാഗം സിനിമകളും ശരാശരിയോ അതില്ലും താണ നിലവാരം
ഉള്ളതോ ആണ്. കേരളത്തിലും ഇതുതന്നെയാണ് അവസ്ഥ. സിനിമ
മാറി. സിനിമ സങ്കരമായി. സിനിമയാണോ ശിൽപം ആണോ,
പർഫോർമൻസ് ആണോ എന്ന് പറയാൻ   കഴിയാത്ത അവസ്ഥ.
സായ് മിംഗ് ലിയാംഗ്,   അപ്പിച്ചാംഗ് വീരസേതാകുൽ   എന്നിവ
രുടെ സിനിമകൾ ഉദാഹരണം. സായ് മിംഗ് പറയുന്നത് അയാൾ
സിനിമാ സംവിധായകനല്ല, മറിച്ച് ദൃശ്യങ്ങൾ രചിക്കുന്ന കലാകാര
നാണ് എന്നാണ്. ഇത്തരത്തിൽ എക്സ്ട്രീം ആയ സിനിമകൾ ഇന്ന്
ഫെസ്റ്റീവൽ സർക്യൂട്ടിന് വെളിയിലാണ്. അതേ സമയം, ഈ രീതി
യിലുള്ള സിനിമകളാണ് പുതിയ കാലത്തെ സിനിമകൾ. എന്നാൽ
ഇത്തരം സിനിമകൾ നമ്മുടെ മേളകളിൽ വരുന്നില്ല. ഇവിടെ ഭൂരിഭാഗം
സിനിമകളും ഒരു പ്രത്യേക റിയലിസ്റ്റിക് സമീപനമുള്ള നരേറ്റീവ് സിനി
മകളാണ്.

ഐ.എഫ്.എഫ്.കെയിലേക്ക് എൻട്രി ക്ഷണിക്കുന്ന സമയത്ത്
മലയാളത്തിൽ നിന്നും ഇന്ത്യയിൽ നിന്നുമുള്ള സിനിമകളാണ് നമുക്ക്
കൂടുതലായും ലഭിക്കുന്നത്. ഇതിനു കാരണം ഐ.എഫ്.എഫ്.കെ

ഇന്ത്യയിലെ മികച്ച ഒരു മേളതന്നെയാണ്. അപ്പോഴും ഏതാനം ചിലരെ നാം സമീപിക്കേണ്ടിവരുന്നു. അതേ സമയം, ഏകദേശം 200 സിനിമകളുടെ എൻട്രി മാത്രമാണ് നമുക്ക് വിദേശത്തു നിന്ന് കിട്ടുന്നത്. ഈ വർഷത്തെ കണക്ക് പ്രകാരം നമുക്ക് വന്ന വിദേശ എൻട്രികളിൽ നിന്ന് തിരഞ്ഞെടുക്കപ്പെട്ടത് അഞ്ചോ ആറോ സിനിമകൾ മാത്രമാണ്. ബാക്കി അഞ്ഞൂറോളം സിനിമകൾ നാം അവരെ സമീപിച്ച് കൊണ്ട വരികയാണ്. അതായത്, കാൻ, വെനീസ്, ബർലിൻ മുതലായ വലിയ മേളകളിൽ പ്രദർശിപ്പിച്ച സിനിമകൾ കണ്ടെത്തി അതിന്റെ സംവിധായകരുമായി ബന്ധപ്പെടുന്നു. അതിന പുറമെ കുറേ റിസർച്ച് നടത്തി പുതിയ സിനിമകൾ കണ്ടെത്തുകയും ചെയ്യാറുണ്ട്. ഇതിന ർത്ഥം നാം മറ്റ മേളകളെ ഒരു പരിധി വരെ ആശ്രയിക്കുന്നുണ്ട്. ആ മേളകളുടെ സ്വഭാവം മാറ്റുന്നതിനനുസരിച്ച്, അതുകൊണ്ടുതന്നെ, നമ്മുടെ മേളയുടെ സ്വഭാവവും മാറും. ഇതിനുള്ള പോംവഴി ഐ.എഫ്. എഫ്.കെ. ഒരു പ്രധാന മേളയായി വളരുകയും സിനിമകൾ കാൻ പോലുള്ള മേളകളിൽ സബ്മിറ്റ് ചെയ്യുന്നതുപോലെ ഈ മേളയിലും സബ്മിറ്റ് ചെയ്യുകയും അതിൽ നിന്ന് നമ്മുടെ താത്പര്യമനുസരിച്ചുള്ള സിനിമകൾ തിരഞ്ഞെടുക്കുകയും വേണം. അപ്പോഴാണ് നമ്മുടെ മേളയ്ക്ക് മറ്റ മേളകളിൽ നിന്ന് വ്യത്യസ്തമായ തനതായ സ്വഭാവം ഉണ്ടാവുക. അതായത്, താങ്കൾ സൂചിപ്പിച്ച രീതിയില്ലുള്ള എക്ലൂടീം ആയ സിനിമകൾ ലോകത്ത് ഉണ്ടാവുന്നുണ്ട്. സിനിമകളുടെ അവകാശം ഉള്ളവരുടെ കയ്യിൽ ആ രീതിയില്ലുള്ള ധാരാളം സിനിമകളും ഉണ്ടാവും. എന്നാൽ മുകളിൽ പരാമർശിച്ച മേളകളിൽ സിനിമകൾ തിരഞ്ഞെടുക്കുന്നവർക്ക് ഇത്തരം സിനിമകളിൽ താത്പര്യം ഇല്ലെങ്കിൽ ആ സിനിമകൾ നാം അറിയാതെ പോവുന്നു. നമ്മൾ മാത്രമല്ല, മറ്റ മേളകളും കാൻ പോലുള്ള വലിയ മേളകളെ ആശ്രയിക്കുന്നു.

മറ്റൊരു വഴി, നാം മറ്റ സ്ഥലങ്ങളിലേക്ക് സിനിമ അന്വേഷിച്ച് പോവണം. ഐ.എഫ്.എഫ്.കെ. യിൽ പ്രവർത്തിക്കുന്നവരെ ആരെയെങ്കിലും മറ്റ മേളകളിലേക്ക് അയക്കുന്നുണ്ടോ? അങ്ങിനെ പോവുകയാണെങ്കിൽ മേളകളിൽ സെലക്ഷൻ കിട്ടാത്ത സിനിമകൾ അവിടെയുള്ള ഫിലിം മാർക്കറ്റിൽ ഉണ്ടായിരിക്കും. അവിടെയൊക്കെ പോയി അന്വേഷിച്ച് സിനിമകൾ കണ്ടെത്താനുള്ള അവസരം ഇവിടെ യില്ല. നാം ഇവിടെ ഇരുന്ന് കിട്ടാവുന്ന സിനിമകളൊക്കെ കൊണ്ടുവ രിക മാത്രമാണ്. വിദേശത്തുള്ള പ്രോഗ്രാമേഴ്സ് ലോകം മൊത്തം യാത്ര ചെയ്യാണ് സിനിമകൾ സംഘടിപ്പിക്കുന്നതും, നെറ്റ് വർക്ക് ഉണ്ടാക്കുന്ന തും. ഇത്തവണ ഐ.എഫ്.എഫ്.കെ.യിലേക്ക് പല ഭാഗത്തുനിന്നുമുള്ള

ചെറിയ ചെറിയ മേളകളിൽ നിന്നുള്ള സിനിമകൾ കൊണ്ടുവരാൻ കഴിഞ്ഞിട്ടുണ്ട്. ഇത്തരം മേളകളിൽ കാണിക്കുന്ന സിനിമകൾ മറ്റ മേളകളിൽ കാണാൻ പറ്റില്ല. ഇവ ഗംഭീര സിനിമകളാണ്. അവിടെയും നാം ഒരു മേളയെ ആശ്രയിക്കുകയാണ്.

വലിയ മേളകളിൽ ഉൾപ്പെടാതെയുള്ള വ്യത്യസ്തങ്ങളായ സിനിമകൾ നമ്മുടെ ശ്രദ്ധയിൽ പെടുന്നില്ല എന്ന് ഞാൻ പറഞ്ഞു. അതായത്, വലിയ മേളകളിൽ ഇരിക്കുന്നവരുടെ തീരുമാനങ്ങൾ ആ വർഷം എല്ലാ മേളകളിലും പ്രതിഫലിക്കുന്നു. ഇതിൽ വ്യക്തിപരമായ തിരഞ്ഞെടു പ്പുകൾ കടന്നുവരുന്നു. ചിലർക്ക് ഇന്ത്യയിൽ നിന്നുള്ള സിനിമകൾ ഇഷ്ടപ്പെടില്ല. സാങ്കേതിക വിദ്യയുടെ അടിസ്ഥാനത്തിലായിരിക്കും അവർ ഈ സിനിമകളെ വിലയിരുത്തുന്നത്. തുടക്കത്തിൽത്തന്നെ പലരും ഈ രീതിയിലാണ് ഇന്ത്യൻ സിനിമകളെ സമീപിക്കുന്നത്. ഇന്ത്യൻ സിനിമകൾ കാൻ പോലുള്ള മേളകളിൽ പോവാത്തതിന് ഒരു കാരണം ഇതാണ്, അല്ലാതെ ഇവിടെ നല്ല സിനിമകൾ ഉണ്ടാവാത്ത തുകൊണ്ടല്ല. ഈ സിനിമകൾ അവർക്ക് ആകർഷകമായി തോന്നാ ത്തതുകൊണ്ടാണ്. ഈ സിനിമകൾ അതേസമയം മറ്റ മേളകളിൽ പ്രദർശിപ്പിക്കുകയും പുരസ്കാരങ്ങൾ കരസ്ഥമാക്കുകയും ചെയ്യുന്നുണ്ട്. അതേസമയം, മെയിൻസ്ട്രീം സ്വഭാവമുള്ള ചില സിനിമകളാണ് ഇത്തരം മേളകളിൽ പ്രീമിയറിന് പോവുന്നത്. ഞാൻ അതിനെ കുറ്റം പറയുക യല്ല. എന്നെ സംബന്ധിച്ച് നമുക്ക് എളുപ്പത്തിൽ ലഭ്യമല്ലാത്ത, കലാ മൂല്യമുള്ള സിനിമകൾക്കുള്ള വേദിയാണ് മേളകൾ. അത് ഇന്ത്യയിൽ നിന്നുള്ള സിനിമകളെ സംബന്ധിച്ച് മാത്രമല്ല, നാം ഇവിടെ പ്രദർശി പ്പിക്കുന്ന ലാറ്റിനമേരിക്കയിൽ നിന്നുള്ള സിനിമകൾക്കും ബാധകമാണ്. ഈ സിനിമകൾക്ക് അവരുടെ നാട്ടിൽ വേദിയില്ല. മേളകൾ ഇത്തരം സിനിമകളെ പ്രോത്സാഹിപ്പിക്കണം എന്ന് വിശ്വസിക്കുന്ന ഒരാളാണ് ഞാൻ. അവരുടെ സിനിമകൾ പ്രദർശിപ്പിക്കുക മാത്രമല്ല, അതിനെ കുറിച്ച് ചർച്ച ചെയ്യാനും, അതിന്റെ സംവിധായകർക്ക് ഇവിടത്തെ പ്രേ ക്ഷകരുടെ അഭിപ്രായം അറിയാനുള്ള അവസരംകൂടിയാണ് ഇത്. ഒരു ക്യൂറേറ്ററുടെ തീരുമാനങ്ങളെ തെറ്റായി വ്യാഖ്യാനിച്ച് വ്യക്തിപരമായി കുറ്റപ്പെടുത്തുന്ന സാഹചര്യം പോലും എനിക്ക് ഈ വർഷം ഉണ്ടായി.

● ഞാൻ കേരളത്തിലെ മേളയെ കുറിച്ച് മാത്രമല്ല പറയുന്നത്. ലോകത്തിലെ ഭൂരിഭാഗം മേളകളിലും ശരാശരി സിനിമകളാണ് പ്രദ ർശിപ്പിക്കുന്നത്.

കാൻ, ബർലിൻ മുതലായ മേളകളിൽ നിന്നാണ് നമുക്ക്

ഞെട്ടിക്കുന്ന രീതിയിലുള്ള കുറച്ച് സിനിമകൾ കിട്ടുക. എന്നാൽ, ഐ.എഫ്.എഫ്.കെ.യുടെ സമയമാവുമ്പോൾ എല്ലാ വർഷവും ഈ മേളകൾ കഴിയുമല്ലോ. ലോക സിനിമയിൽ നല്ല വർഷവും ചീത്ത വർഷവും ഉണ്ട്. ഈ വർഷം ഒരു ചീത്ത വർഷം ആയിരുന്നു. ഇത് പ്രോഗ്രാമേഴ്‌സിനെ സംബന്ധിച്ച് നിരാശാജനകമാണ്. ഞാൻ വായിച്ച പല ലേഖനങ്ങളും പറയുന്നത് ഈ വർഷം പ്രശസ്തങ്ങളായ മേളകളിൽ പ്രദർശിപ്പിച്ച സിനിമകൾ പോലും ശരാശരി നിലവാരം ഉള്ളവയായിരുന്നു. പുരസ്കാരങ്ങൾ ലഭിച്ച സിനിമകൾ പോലും ആ രീതിയിൽ ഉള്ളവയാണ്. പുരസ്കാരം ലഭിച്ച ചില സിനിമകൾ കാണുമ്പോൾ നമുക്ക് തോന്നും, എന്തിനാണ് ഈ സിനിമയ്ക്ക് പുരസ്കാരം ലഭിച്ചത്. ഞാൻ കണ്ട ഭൂരിഭാഗം സിനിമകളും മനസ്സിൽ തങ്ങി നിൽക്കാത്ത സിനിമകൾ ആയിരുന്നു. എക്കാലത്തും മനസ്സിൽ ഇടം പിടിക്കുന്ന തരത്തിലുള്ള സിനിമകൾ ഇല്ലായിരുന്നു. വെനീസ് മേളയിൽ നിന്നുള്ള സിനിമകളാണ് അൽപം ആശ്വാസം പകർന്നത്. അത്തരത്തിലുള്ള സിനിമകൾ ഐ.എഫ്.എഫ്.കെയിൽ പ്രദർശിപ്പിച്ചിട്ടുണ്ട്. നല്ല സിനിമകൾ ഇല്ലാത്തതിനാൽ തുടക്കത്തിൽ വലിയ നിരാശ ഉണ്ടായിരുന്നു. ഇത് എന്റെ കഴപ്പമായി പ്രേക്ഷകർ കരുതുമോ എന്ന ചിന്തയും ഉണ്ടായിരുന്നു. അവസാനമായപ്പോൾ എല്ലാം നിലവാരം കുറഞ്ഞ സിനിമകൾ അല്ലെന്നും കുറച്ച് നല്ല സിനിമകളും ഉണ്ടെന്ന് മനസ്സിലായപ്പോൾ സന്തോഷം തോന്നി.

• ക്യൂറേറ്റർമാരും മേനേജർമാരും മേളകളെ നിയന്ത്രിക്കുന്നു എന്നാണ് എന്റെ വിശ്വാസം. ഇവർ സിനിമയുടെ നിർമ്മാണ ഘട്ടത്തിൽ പോലും ഇടപെടുന്നു എന്ന് തോന്നുന്നു. ഇതിലൂടെ മേളയ്ക്ക് ആവശ്യമായ രീതിയിൽ ഒരു പ്രത്യേകതരം സിനിമകൾ ഉണ്ടാക്കുകയാണോ?

അങ്ങിനെ തോന്നുന്നില്ല. ഉദാഹരണമായി, കാനിൽ ഒരാൾ ഒരു സിനിമ അയക്കുന്നു, ക്യൂറേറ്റർമാർ സിനിമ കാണുന്നു. ചില സന്ദർഭങ്ങളിൽ അവർ ചില എഡിറ്റ് നിർദ്ദേശിക്കാറുണ്ട്. ഒരു സംവിധായകന് സിനിമ പ്രിയപ്പെട്ടതാകയാൽ അതിൽ നിന്ന് എന്തെങ്കിലും എഡിറ്റ് ചെയ്ത് കളയാൻ ഉണ്ടെന്ന് തോന്നുകയില്ല. അയാൾ സിനിമയിൽ അത്രമാത്രം ആമഗ്നനാകയാൽ സിനിമയിൽ നിന്ന് മാറി ചിന്തിക്കില്ല. കുറച്ച ദിവസം കഴിഞ്ഞ് സിനിമ കാണുമ്പോൾ അവർക്ക് സിനിമയെ വസ്തുനിഷ്ഠമായി കാണാൻ കഴിയും. ഈ സന്ദർഭത്തിൽ ഞാൻ കണ്ടിട്ടുള്ള ക്യൂറേറ്റർമാർ ചില എഡിറ്റ് നിർദ്ദേശിക്കാറുണ്ട്. അത് എപ്പോഴും സിനിമ നന്നാക്കാൻ വേണ്ടിയാണ്. ഒരിക്കലും ക്യൂറേറ്റർമാർ തങ്ങളുടെ

ആശയങ്ങൾ അടിച്ചേൽപ്പിക്കുകയല്ല. ഈ രീതിയിലുള്ള ഇടപെടൽ സിനിമാ സംവിധായകനും ആഗ്രഹിക്കുന്നുണ്ട്. അത്തരം മാറ്റങ്ങൾ സംവിധായകർ സിനിമയിൽ കൊണ്ടുവരാറും ഉണ്ട്. ഈ രീതിയിൽ ഇടപെട്ടിട്ടുള്ള സിനിമകൾ ധാരാളം ഉണ്ട്. ക്യൂറേറ്റർമാർ സിനിമയെ നിയന്ത്രിക്കുന്നു എന്ന് എനിക്ക് തോന്നിയിട്ടില്ല.

● ഞാൻ ഇത് പറയാൻ കാരണം, ഈയടുത്ത് എനിക്ക് സിനിമയുടെ ലിങ്ക് അയച്ചുതന്ന സംവിധായകൻ, ഞാൻ സിനിമയുടെ ന്യൂനത ചൂണ്ടിക്കാട്ടിയപ്പോൾ എന്നോട് പറഞ്ഞത് സിനിമയ്ക്ക് രണ്ടു പ്രിന്റുകൾ ഉണ്ടെന്നാണ്, ഒന്ന് ലളിതമായതും, മറ്റേത് സങ്കീർണ്ണമായതും. ഞാൻ കണ്ടത് ലളിതമായ പതിപ്പ് ആണത്രേ. അങ്ങിനെയെങ്കിൽ, ഏത് പതിപ്പ് കണ്ടാണ് ഞാൻ സിനിമയെ കുറിച്ച് എഴുതേണ്ടത്?

ചില സിനിമകൾക്ക് രണ്ട് പതിപ്പ് ഉണ്ടാവാറുണ്ട്. ഉദാഹരണം 'ജല്ലിക്കെട്ട്'. ഈ സിനിമയ്ക്ക് ഒരു മേളപ്പതിപ്പും, ഒരു തിയേറ്റർ പതിപ്പും ഉണ്ട്. എന്നാൽ, താങ്കൾ പറഞ്ഞതുപോലെയുള്ള രണ്ടു പതിപ്പുകളെ കുറിച്ച് എനിക്ക് അറിയില്ല. എന്നാൽ ഇന്ത്യൻ സിനിമകളെ സംബന്ധിക്കുന്ന രണ്ടു പതിപ്പുകളെ കുറിച്ച് എനിക്ക് അറിയാവുന്ന കാര്യം പറയാം. ഗാനങ്ങൾ ഉള്ളതുകൊണ്ടാണ് ഇന്ത്യയിൽ ഈ രീതിയിൽ രണ്ടു പതിപ്പുകൾ ഉണ്ടാവാൻ കാരണം എന്നാണ് എനിക്ക് തോന്നുന്നത്. ആഖ്യാനത്തിന്റെ ഭാഗമല്ലാതെ ഗാനങ്ങൾ ഉപയോഗിക്കുമ്പോൾ വിദേശ മേളകളിൽ സിനിമ സ്വീകരിക്കപ്പെടില്ല. എന്നാൽ, ആഖ്യാനത്തിന്റെ ഭാഗമായി ഗാനങ്ങൾ ഉള്ള സിനിമകൾ, ഉദാഹരണം 'നായാട്ട്', അവർ സ്വീകരിക്കും. ചില സംവിധായകർ നിർമ്മാതാക്കൾക്ക് വേണ്ടി ഗാനങ്ങൾ ഉള്ള പതിപ്പും മേളകൾക്ക് വേണ്ടി ഗാനങ്ങൾ ഇല്ലാത്ത പതിപ്പും ഉണ്ടാക്കാൻ നിർബന്ധിതരാവുന്നു. കാരണം, ഗാനങ്ങൾക്ക് വലിയ മാർക്കറ്റുണ്ട്. സംവിധായകൻ സിനിമ മേളകളിൽ പോവണം എന്ന് ആഗ്രഹിക്കുന്നു. നിർമ്മാതാവിന് മുടക്കിയ തുക തിരികെ ലഭിക്കണമല്ലോ. അവർക്ക് ബിസിനസ് കൂടി ചിന്തിച്ചേ മതിയാവൂ. മറ്റൊന്ന്, സാറ്റലൈറ്റ് അവകാശങ്ങളുമായി ബന്ധപ്പെട്ടതാണ്. സാറ്റലൈറ്റ് അവകാശം കിട്ടാൻ സിനിമയ്ക്ക് ഇത്ര ദൈർഘ്യം ആവശ്യമാണ് എന്നുണ്ട്. ഇതിനായി ചിലർ ഗാനങ്ങൾ ചേർക്കുന്നു. ചിലർ രണ്ടു രീതിയിൽ സിനിമ അവസാനിക്കുന്ന തരത്തിൽ രണ്ടു പതിപ്പുകൾ ഉണ്ടാക്കാറുണ്ട്. കൊമേർഷ്യൽ വിജയം ലക്ഷ്യമിട്ട് തിയേറ്റർ പതിപ്പിൽ അതിന് ആവശ്യമായ രീതിയിലുള്ള ക്ലൈമാക്സ് ആയിരിക്കും. എന്നാൽ,

മേളപ്പതിപ്പിൽ ഇറങ്ങിയ രീതിയില്ലള്ള, പ്രേക്ഷകർക്ക് വിട്ടുകൊടുക്കുന്ന രീതിയില്ലള്ള അവസാനമായിരിക്കും. കഴിഞ്ഞ നമ്മുടെ മേളയിലെ കലിഡോസ്കോപ്പ് വിഭാഗത്തിൽ കാണിച്ച ഒരു സിനിമയുടെ പേര് ആകർഷണീയമല്ലാത്തതിനാൽ മാറ്റണം എന്നൊരു നിർദ്ദേശം ഡിസ്ട്രിബ്യൂട്ടറുടെ ഭാഗത്തു നിന്ന് ഉണ്ടായി എന്ന് കേട്ടു. അത് ബിസിന സുമായി ബന്ധപ്പെട്ട വശം. എന്നാൽ സിനിമയുടെ ഉള്ളടക്കത്തിലാ ണല്ലോ കാര്യം.

● ഐ.എഫ്.എഫ്.കെയിലേക്ക് വന്നാൽ, ഈ മേളയെ നയിക്ക ന്നത് സിനിമാക്കാരാണ്. അതേസമയം, ലോകത്തിലെ മറ്റ മേളകളെ നയിക്കുന്നത് സിനിമാ സംവിധായകാരോ, അഭിനേതാക്കളോ അല്ല. അവിടെ സിനിമാ സ്റ്റഡീസ്, മീഡിയ സ്റ്റഡീസ്, കൾച്ചറൽ സ്റ്റഡീസ് എന്നീ മേഖലകളിൽ പ്രവർത്തിക്കുന്നവരാണ് മേളയുടെ തലപ്പത്ത്. അവിടെ ഫെസ്റ്റീവൽ ഡയറക്ടർ ആണ് മേളയെ അഭിസംബോധന ചെയ്യുന്നത്. ഫെസ്റ്റീവൽ ഡയറക്ടർ പിന്നെ ആർട്ടിസ്റ്റിക്ക് ഡയറക്ടർ അങ്ങിനെ പോവുന്ന ശ്രേണി. എന്നാൽ ഇവിടെ സിനിമാക്കാരനായ ചെയർമാനാണ് മേളയെ അഭിസംബോധന ചെയ്യുന്നത്. അദ്ദേഹം ഏറ്റ തരത്തില്ലള്ള സിനിമാക്കാരനാണ് എന്ന് ഞാൻ പറയേണ്ടതില്ലല്ലോ.

താങ്കൾ പറഞ്ഞ കാര്യം വളരെ ശരിയാണ്. എന്റെ അനുഭവത്തിൽ നിന്ന് പറയുകയാണെങ്കിൽ, ഞാൻ പ്രവർത്തിച്ച എല്ലാ വിദേശ മേളകളിലും മേളയെ നയിക്കുന്നത് താങ്കൾ പറഞ്ഞതുപോലെയുള്ള മേഖലകളിൽ പ്രവർത്തിക്കുന്നവരാണ്. ചിലപ്പോൾ ഈ മേഖലക ളിൽ കൂടി പ്രവർത്തിക്കുന്ന സംവിധായകൻ ഉണ്ടായിരിക്കും. കേരള ത്തിന്റെ കാര്യത്തിൽ ഞാൻ മനസ്സിലാക്കിയേടത്തോളം, ചലച്ചിത്ര അക്കാദമിയുടെ നിയമാവലി അനുസരിച്ച് ദേശീയ പുരസ്കാരം നേടിയ സംവിധായകനായിരിക്കണം ചെയർമാൻ. ഞാൻ അവസാനമായി പ്രോഗ്രാമറായി പ്രവർത്തിച്ച ഡർബൻ മേളയുടെ കാര്യമെടുത്താൽ, അവിടെ ഞങ്ങൾ മൂന്ന് പ്രോഗ്രാമേർസ് ഉണ്ടായിരുന്നു. ഞങ്ങളാണ് സിനിമകൾ തിരഞ്ഞെടുക്കുന്നത്. ഞങ്ങൾ സിനിമകൾ കാണുന്നു, സിനിമകളെ വിലയിരുത്തുന്നു, കുറിപ്പുകൾ ഉണ്ടാക്കുന്നു, അതിനു ശേഷം എല്ലാ രണ്ട് ആഴ്ചയിലും ഒരു റിവ്യൂ മീറ്റിംഗ് ഉണ്ടാവും. ഞങ്ങൾ മൂന്നു പേർ മൂന്നു രാജ്യങ്ങളിൽ നിന്നുള്ളവരായിരുന്നു. ഫെസ്റ്റീവൽ ഡയറക്ടർ ഒരു സർവകലാശാലയിൽ ജോലി ചെയ്യുന്ന ആളായിരുന്നു. എന്നിരുന്നാലും, എല്ലാവർക്കും പറ്റുന്ന രീതിയില്ലള്ള സമയം കണ്ടെത്തി ഇത്തരത്തില്ലള്ള

എല്ലാ മീറ്റിംഗിലും അദ്ദേഹം പങ്കെടുക്കുകയും തന്റെ ക്രിയാത്മക നിർദേ ശങ്ങൾ പറയുകയും ചെയ്യുമായിരുന്നു. നമ്മൾ പറയുന്ന ലോജിക്കൽ ആയ കാര്യങ്ങൾ സ്വീകരിക്കാൻ അദ്ദേഹത്തിന് ഒരു ബുദ്ധിമുട്ടും ഉണ്ടാ വാറില്ല. ചർച്ചകൾ വളരെ തുറന്ന രീതിയിൽ ആയിരുന്നു. അതിന്റെ അടിസ്ഥാനത്തിൽ തീരുമാനങ്ങൾ എടുക്കുന്നു. എന്നാൽ ഞാൻ പ്രവർത്തിച്ചിരുന്ന ഐ.എഫ്.എഫ്.കെയിൽ ആയാലും, ഐ.എഫ്. എഫ്.ഐയിൽ ആയാലും ആ രീതിയിലുള്ള പങ്കാളിത്തം ഞാൻ കണ്ടിട്ടില്ല. അങ്ങനെ ഇല്ലാതിരുന്നിട്ടും, ആർട്ടിസ്റ്റിക്ക് ഡയറക്ടർക്ക് പ്രാധാന്യം കിട്ടുമ്പോൾ, പലരും അനുമോദിക്കുമ്പോൾ ഇവർക്ക് വലിയ പ്രശ്നമാണ്. ബീനാ പോൾ അക്കാദമിയിൽ നിന്ന് പോവുന്ന സമയത്ത് ഇനി ഒരു ആർട്ടിസ്റ്റിക്ക് ഡയറക്ടർ വേണ്ട എന്ന രീതിയിൽ അക്കാദമി ചിന്തിച്ചിരുന്നു. എന്നാൽ അതിന് അവർ സജ്ജമായിരുന്നില്ല. ഒരാൾക്ക് പ്രാധാന്യം കിട്ടുന്നത് അയാൾ ചെയ്യുന്ന സംഭാവനയുടെ, പ്രവൃത്തിയുടെ അടിസ്ഥാനത്തിലാണ്. ഒന്നും ചെയ്യാതെ പരാതിപ്പെട്ടിട്ട് കാര്യമില്ല.

● ഐ.എഫ്.എഫ്.കെ എന്തിനാണ് നടത്തുന്നത് എന്നൊരു ചോദ്യം പ്രസക്തമാണ്. ഇവിടെ സിനിമകൾ പ്രദർശിപ്പിക്കുക മാത്രമാണ് ചെയ്യുന്നത്. അതിൽ പ്രേക്ഷകരുടെ എണ്ണത്തിൽ റെക്കോർഡ് വർദ്ധനവ് ഉണ്ടാക്കി അഭിമാനിക്കുന്നു. കേരളത്തിലെ സിനിമാക്കാരെ ലോകവുമായി ബന്ധിപ്പിക്കുന്ന രീതിയിലുള്ള ശ്രമങ്ങൾ -നെറ്റ് വർക്കിംഗ്, കമ്യൂണിക്കേഷൻ, മാർക്കറ്റിംഗ് -ഒന്നും നടക്കുന്നില്ല. മേളയിൽ സ്ക്രിപ്റ്റ് വർക്ക്ഷോപ്പ് നടത്തി അതിൽ നിന്ന് കണ്ടെത്തുന്നവ ർക്ക് കോ-പ്രൊഡക്ഷന് അവസരം ഒരുക്കുകയും ചെയ്യുന്നില്ല. നമ്മുടെ ഓപ്പൺ ഫോറം അനുഷ്ഠാനം മാത്രമാണ്. അവിടെ കാര്യമായി ഒന്നും സംഭവിക്കുന്നില്ല, പ്രേക്ഷക പങ്കാളിത്തം തീരെ ഇല്ല.

ഓപ്പൺ ഫോറത്തിൽ മാത്രമല്ല, മറ്റ വേദികളിലും പ്രേക്ഷകർ വളരെ കുറവാണ്. ഉദാഹരണമായി ശ്രീ തിയേറ്ററിൽ എല്ലാ ദിവസവും ഓടിടി പ്ലാറ്റ്ഫോം മുതലായ വളരെ ഗൌരവതാരമായ വിഷയങ്ങളെ കുറിച്ച് ചർച്ചകൾ സംഘടിപ്പിച്ചപ്പോൾ പത്തോ ഇരുപതോ പ്രേക്ഷകർ മാത്രമാണ് പങ്കെടുത്തത്. ഓപ്പൺ ഫോറത്തിന്റെ കാര്യവും തഥൈവ. വളരെ പ്രധാനപ്പെട്ട, ഇതിഹാസ തുല്യനായ ചലച്ചിത്രകാരനായിട്ടും ബേലാ താറിന്റെ ഇൻ-കോൺവർസേഷൻ പരിപാടിയിൽപ്പോലും ഹാളിൽ പകുതിപോലും പ്രേക്ഷകർ ഉണ്ടായിരുന്നില്ല. മുമ്പ് കിംകി ഡുക്ക് വന്നപ്പോൾ ഉണ്ടായ രീതിയിലുള്ള പ്രേക്ഷക പങ്കാളിത്തം

ഇപ്പോൾ കാണുന്നില്ല. സിനിമകൾ കാണാൻ വലിയ തിരക്കാണ്. തിയേറ്റർ നിറയുന്നുണ്ട്. എന്നാൽ ഇത്തരം ചർച്ചകളിൽ പ്രേക്ഷക പങ്കാളിത്തം ഉണ്ടാവുന്നില്ല. ഇത് മാറിയ പ്രേക്ഷക അഭിരുചിയെയാണ് കാണിക്കുന്നത്. അവർ സിനിമകൾ കാണുന്നു, പോവുന്ന അത്രമാത്രം. താറിന്റെ കാര്യം പോകട്ടെ, A Twelve Year Night എന്ന സിനിമ വളരെയധികം ആഘോഷിച്ച പ്രേക്ഷകർക്കിടയിലേക്ക് വന്ന Alvaro Brechner എന്ന സംവിധായകനുമായി സംവദിക്കാനും അധികം പ്രേ ക്ഷകർ ഉണ്ടായിരുന്നില്ല. അവർക്ക് അത് ഒരു നല്ല അവസരമായിരു ന്നു. പുതിയ പ്രേക്ഷകരുടെ സ്വഭാവം ഇതുപോലെ ആവാം എന്നാണ് ഇതേക്കുറിച്ച് എനിക്ക് പറയാനുള്ളത്.

ഫിലിം ബസാർ, സ്ക്രിപ്റ്റ് വർക്ക്ഷോപ്പ് എന്നിവയെ കുറിച്ച് പറയുക യാണെങ്കിൽ ഇതിനു മുമ്പ് അക്കാദമി നയിച്ചിരുന്നവരുടെ ചിന്താഗതി എന്തായിരുന്നുവെന്നും, അവർ ഇക്കാര്യത്തിൽ എത്രമാത്രം പ്രതിബ ദ്ധരായിരുന്നു എന്നും എനിക്ക് അറിയില്ല. അതുകൊണ്ടുതന്നെ ഇതേ ക്കുറിച്ച് അഭിപ്രായം പറയാൻ പറ്റില്ല. എന്നെ സംബന്ധിച്ചിടത്തോളം, ഞാൻ ആർട്ടിസ്റ്റിക്ക് ഡയരക്ടർ ആയി ജോലിയിൽ പ്രവേശിക്കുമ്പോൾ രണ്ടു മാസം കൊണ്ട് ഒരു ടീം ഇല്ലാതെ ഒരു മേള പ്രോഗ്രാം ചെയ്യുക എന്ന് പറയുന്നതുതന്നെ എളുപ്പമല്ല. ടീം ഇല്ല എന്നതുകൊണ്ട് ഞാൻ ഉദ്ദേശിക്കുന്നത് ചലച്ചിത്ര അക്കാദമിയിൽ ആളുകൾ ഇല്ല എന്നല്ല. മറിച്ച് പ്രോഗ്രാമിംഗ് പ്രക്രിയയിൽ പങ്കെടുക്കാൻ പരിച്ചയമുള്ളതോ, അല്ലെങ്കിൽ കഴിവുള്ളതോ ആയിട്ടുള്ള ആളുകൾ ഇല്ല എന്നാണ്. എന്റെ പ്രോഗ്രാം ടീമിൽ ഉണ്ടായിരുന്ന ആൾ ഈ വർഷം അക്കാദമി നിയമിച്ച ആളാണ്. അയാളെ സംബന്ധിച്ചിടത്തോളം ഇത് ആദ്യത്തെ മേളയാണ്. വരും വർഷങ്ങളിൽ അദ്ദേഹം ഇവിടെ തുടരുകയാണെ ങ്കിൽ തീർച്ചയായും അദ്ദേഹത്തിന്റെ ഭാഗത്തുനിന്ന് സംഭാവനകൾ ഉണ്ടാവും. ഈ സാഹചര്യത്തിൽ ജോലിയിൽ പ്രവേശിക്കുന്ന സമയ ത്തുതന്നെ ഞാൻ പറഞ്ഞിരുന്നു, കാട്ടിക്കൂട്ടാനോ ആളെക്കൂട്ടാനോ ആയി എന്തെങ്കിലും ചെയ്യാൻ ഞാൻ തയ്യാറല്ല. അത് എന്റെ ഒരു നയമാണ്. ഏത് മേളയിൽ പ്രവർത്തിക്കുമ്പോഴും ഞാൻ ഇതുപോലെ ത്തന്നെയാണ് പറയുക. ഫിലിം മാർക്കറ്റ് എന്നത് വളരെ സജീവമായി, വളരെ ഗൌരവത്തോടെ ചലച്ചിത്ര അക്കാദമി ഏറ്റെടുക്കേണ്ട ഒരു മേഖലയാണ്. മേളകളിലൂടെ നമ്മുടെ സംവിധായകർ ലോക സിനിമ യുമായി പരിചയപ്പെട്ടവരാണ്. അവർക്ക് സിനിമയുടെ കാഴ്ചാ സംസ്കാരം ഉണ്ടായിട്ടുണ്ട്. ഈ സാഹചര്യത്തിൽ മേളകൾ നടന്നാലും ഇല്ലെങ്കിലും

അവർക്ക് സിനിമ കാണാനുള്ള വിവിധ പ്ലാറ്റ്ഫോമുകൾ ഉണ്ട്. മുബി പോലുള്ള പ്ലാറ്റ്ഫോമുകൾ ഇപ്പോൾ ക്യൂറേറ്റ് ചെയ്ത സിനിമകളാണ് പ്രദർശിപ്പിക്കുന്നത്. അത്തരം ഒരു കാലത്താണ് നാം ചലച്ചിത്ര മേള സംഘടിപ്പിക്കുന്നത്. അതുപോലെ സിനിമകളെ കുറിച്ച് വളരെ ഗൗര വത്തോടെ ചർച്ചകൾ നടക്കുന്ന സോഷ്യൽ മീഡിയ പ്ലാറ്റ്ഫോമുകൾ ഉണ്ട്. എന്നാൽ മേളയിലേതു പോലെ തിയേറ്റർ അനുഭവം അവർക്ക് മറ്റെവിടെയും കിട്ടില്ല. പുറത്ത് ലഭ്യമല്ലാത്ത സിനിമകൾ തിയേറ്ററിൽ അനുഭവിക്കാൻ മേളയിൽ വന്നേ മതിയാവൂ. നാം തിയേറ്റർ അനുഭവ ത്തിൽ വളരെ ആനന്ദം കാണുന്നവരാണ്. ചിലപ്പോൾ ഇനി ഹോം തിയേറ്റർ ഒക്കെ വന്ന് വീടിന്റെ സ്വകാര്യതയിലും സുരക്ഷിതത്വത്തിലും ഇതുപോലുള്ള അനുഭവം സാധ്യമായേക്കാം. അതുവരെ ഈ അനുഭവം തിയേറ്ററിൽ മാത്രമേ ലഭ്യമാവൂ. പിന്നെ ഒരുമിച്ചിരുന്ന് കാണുക, പിന്നീട് സിനിമയെ കുറിച്ച് ചർച്ച ചെയ്യുക മുതലായവയുടെ അനുഭവം ഒറ്റയ്ക്കിരു ന്ന് സിനിമ കണ്ടാൽ കിട്ടില്ലല്ലോ.

സംവിധായകർക്ക് വേണ്ടി നാം ഇനി ചെയ്യേണ്ടത് അവർക്ക് സിനിമാ നിർമ്മാണ പ്രക്രിയയിൽ സഹായം ചെയ്യുക എന്നതാണ്. ഇത് ചലച്ചിത്ര അക്കാദമിയുടെ കാര്യപരിപാടി ആയിരിക്കണം. ഒരു തിയേറ്ററിൽ ഒരു ബോർഡും വച്ച്, നമുക്ക് പരിചയമുള്ള കുറെ ആളുകളെ കൊണ്ടുവന്ന് നടത്തേണ്ട ഒന്നല്ല ഫിലിം മാർക്കറ്റ്. മറ്റൊന്ന്, ഒരു മേളയുടെ ഫിലിം പ്രോഗ്രാമിംഗിൽ നമ്മുടേത് പോലുള്ള കൊച്ച മേളകളിൽ ചുരുങ്ങിയത് അഞ്ച് ആളുകൾ എങ്കിലും വേണം. കാൻ പോലുള്ള മേളകളിൽ ടീം അംഗങ്ങളുടെ എണ്ണം മുപ്പതോ നാൽപ്പതോ ആണ് എന്ന് ഓർക്കുക. ഇവർ വളരെ പ്രതിബദ്ധരായവരും, ഇതിന്റെ പ്രക്രിയ അറിയുന്നവരും ആയിരിക്കണം. ഇതൊന്നും ഇല്ലാതെയാണ് ഞാൻ ഒറ്റയ്ക്ക് പ്രവർത്തിച്ചത്. ആ സാഹചര്യം അങ്ങിനെ ആയിരുന്ന. അക്കാദമി സ്വയംപര്യാപ്തമായിരുന്നുവെങ്കിൽ എന്നെ നിയമിക്കേണ്ട ല്ലോ. അതുകൊണ്ടതന്നെ ഞാൻ പരാതി പറയുന്നതിൽ അർത്ഥമില്ല. ഈ പരിമിതിക്ക് അകത്തു നിന്നുകൊണ്ട് മേള നന്നായി സംഘടിപ്പിച്ച എന്നതിൽ എനിക്ക് സന്തോഷം ഉണ്ട്. ഈ രീതിയിൽ പ്രതിബദ്ധരായ ആയ അഞ്ച പേർ ഒരു മേള സംഘടിപ്പിക്കുന്നതുപോലെ അദ്ധ്വാനിച്ച് സംഘടിപ്പിക്കേണ്ട ഒന്നാണ് ഫിലിം മാർക്കറ്റ്. ആർട്ടിസ്റ്റിക്ക് ഡയറ ക്ടർ എന്ന നിലയിൽ അവർക്ക് നിർദ്ദേശങ്ങൾ കൊടുക്കാൻ എനിക്ക് കഴിയും. അപ്പോൾ മാത്രമേ എന്തെങ്കിലും പ്രയോജനമുള്ള ഒരു ഫിലിം മാർക്കറ്റ് സംഘടിപ്പിക്കാൻ പറ്റൂ.

ഞാൻ അക്കാദമിയിൽ ചേരുന്ന സമയത്ത് ഫിലിം മാർക്കറ്റിനെ കുറിച്ച് സംസാരം ഉണ്ടായപ്പോൾ ഞാൻ പറഞ്ഞത് എന്തെങ്കിലും കാട്ടിക്കൂട്ടാൻ ഞാൻ തയ്യാറല്ല എന്നായിരുന്നു. ഇത്രയും കുറച്ച സമയം കൊണ്ട് നമുക്ക് നല്ല രീതിയിൽ ഒരു ഫിലിം മാർക്കറ്റ് സംഘടിപ്പിക്കാൻ പറ്റില്ല. പത്തു സിനിമകൾ സംഘടിപ്പിക്കുന്നതിൽ വലിയ ബുദ്ധിമുട്ട് ഉണ്ടാവില്ല. അതുകൊണ്ട മാത്രം ആയില്ലല്ലോ. സിനിമകൾ കാണാൻ ആളുകളെ കൊണ്ടുവരുന്നതാണല്ലോ പ്രധാനം. മറ്റ മേളകളിലെ ആർട്ടിസ്റ്റിക്ക് ഡയറക്ടർ, ക്യൂറേറ്റർ അല്ലെങ്കിൽ സെയിൽസ് ഏജന്റ് മാരെ ഒക്കെ കൊണ്ടുവരണമെങ്കിൽ ആഗസ്റ്റിൽ ക്ഷണിച്ചാൽ ഡിസംബറിലെ മേളയ്ക്ക് ആരും വരില്ല. ഞാൻ പറയുന്നത് വളരെ പ്രധാനപ്പെട്ട ആളുകളെ കുറിച്ചാണ്. അവരെ ആറുമാസം മുമ്പെങ്കി ലും സമീപിക്കണം. മാത്രവുമല്ല, പുതുവർഷം ആയതിനാൽ പലരും കുടുംബത്തോടൊപ്പം ചിലവഴിക്കാൻ ആഗ്രഹിക്കുന്ന സമയമാണിത്. ചലച്ചിത്ര അക്കാദമി അടുത്ത മേളയിൽ ശ്രദ്ധ കേന്ദ്രീകരിക്കേണ്ടത് ഈ മേഖലകളിലാണ്. ഇതിനു മുമ്പ് ഈ പദവിയിൽ ഇരുന്നവർ എന്തുകൊ ണ്ടാണ് ഇത് ചെയ്യാതിരുന്നതെന്ന് എനിക്കറിയില്ല. ഫിലിം ബസാർ ചെയ്തുകൊണ്ടിരിക്കുന്നവർക്ക് അടുത്തവർഷം ചെയ്യാൻ കുറവ് സമയം മതി. അതു മാത്രമല്ല, അവർ സ്ഥിരമായി ഫിലിം ബാസാർ നടത്തു ന്നുണ്ട് എന്ന് എല്ലാവർക്കും അറിയാം. എന്നാൽ പുതുതായി ഫിലിം ബസാർ തുടങ്ങുമ്പോൾ ഞാൻ മുകളിൽ പറഞ്ഞതുപോലെ ആറു മുതൽ ഏഴ മാസം വരെ സമയം വേണം. ഫിലിം ബസാർ, കോ-പ്രൊഡക്ഷൻ ബസാർ മുതലായ കാര്യങ്ങൾ ആരംഭിക്കുന്ന കാര്യം അക്കാദമി വളരെ ഗൌരവത്തോടെ ചിന്തിച്ച തുടങ്ങിയിട്ടുണ്ട് എന്നാണ് ഞാൻ മനസ്സിലാ ക്കുന്നത്. വരും വർഷങ്ങളിൽ ഇതൊക്കെ പ്രതീക്ഷിക്കാം.

● ഐ.എഫ്.എഫ്.കെയിൽ സിനിമാക്കാരാണ്, സംവിധായകരും മറ്റുമാണ് സിനിമ തിരഞ്ഞെടുക്കുന്നത്. എന്നാൽ ലോക മേളകളിൽ അങ്ങിനെയല്ല. അവിടെ അവസാന ജൂറിയിലാണ് സിനിമാക്കാർ ഉണ്ടാവുക. സിനിമാക്കാർ തിരഞ്ഞെടുക്കുമ്പോൾ പക്ഷപാതം ഉണ്ടാ വില്ലേ? മറ്റൊന്ന് മെയിൻസ്ട്രീം സിനിമാക്കാരൊക്കെയാണ് ഇവിടെ സെലക്ഷൻ കമ്മിറ്റിയിൽ. അതുപോലെ അക്കാദമിയുടെ തലപ്പത്തും. ഇവരുടെ സിനിമാ സൗന്ദര്യബോധം എന്തായിരിക്കും? ഇതിനെ മറികടക്കാൻ സിനിമാക്കാർ അല്ലാത്ത ഒരു പുതിയ തലമുറയെ ഉണ്ടാ ക്കണം. അവർ സിനിമാ പഠന മേഖലയിൽ നിന്നുള്ളവർ ആവണം.

അവരായിര്ക്കണം ഈ പ്രക്രിയയുടെ ഭാഗമാവേണ്ടത്.

ശരിയാണ്. ഞാൻ ഒരു സിനിമാ സംവിധായിക അല്ലല്ലോ. മറ്റൊന്ന്, മറ്റ രാജ്യങ്ങളിലെ മേളകളിൽ പല രാജ്യങ്ങളിൽ നിന്നുള്ള ആളുകളെയാണ് സെലക്ഷൻ കമ്മിറ്റിയിൽ കൊണ്ടുവരുന്നത്. ഇതിലൂടെ വേറൊരു രീതിയില്ലുള്ള വീക്ഷണകോൺ കിട്ടും. മാത്രവുമല്ല, പക്ഷപാതം ഉണ്ടാവുകയും ഇല്ല. ഒരേ രാജ്യത്തുനിന്നുള്ളവർ ആകുമ്പോൾ ഒരു പ്രത്യേക രീതിയിൽ സിനിമയെ കാണുന്ന സാധ്യതകൾ കൂടും. ഒരു യൂറോപ്യന് ഇന്ത്യയിലെ പല കാര്യങ്ങളും ആകർഷകമായി തോന്നില്ല. ധാരാളം മേളകളിൽ ജൂറി മീറ്റിംഗിൽ പങ്കെടുത്ത എനിക്ക് ഇക്കാര്യം ബോധ്യപ്പെട്ടിട്ടുണ്ട്. ചിലർ ചില സിനിമകളെ തീരെ സ്വീകരിക്കില്ല. ഇതിൽ സാംസ്കാരികവും, സാങ്കേതികവിദ്യയുടെയും പ്രശ്നങ്ങൾ ഉണ്ട്. എന്നിരുന്നാലും, പല രാജ്യങ്ങളിൽ നിന്നുള്ളവർ ആകുമ്പോൾ തെര ഞ്ഞെടുപ്പിൽ ഏകാതാനതയ്ക്ക് പകരം സമ്മിശ്രത ഉണ്ടാവും. എന്നാൽ ഇന്ത്യയിലെ ഒരു മേളയിലും ഈ രീതിയിൽ സംഭവിക്കുന്നില്ല. ഇതിന് ഒരു പ്രധാന കാരണം സാമ്പത്തികമാണ്. ഇവിടെ മേളകൾ പല രീതിയില്ലുള്ള സാമ്പത്തിക പരിമിതികൾക്ക് അകത്തുനിന്നുകൊണ്ടാണ് സംഘടിപ്പിക്കുന്നത്. വളരെ വിപുലവും വ്യത്യസ്തവുമായ രീതിയിൽ ചിന്തി ക്കുമ്പോഴും ബജറ്റ് അതിന് അനുവദിക്കുന്നില്ല.

വിദേശത്തുനിന്ന് പ്രോഗ്രാം ചെയ്യുന്നവരെ കൊണ്ടുവന്ന് തിര ഞ്ഞെടുപ്പ് പ്രക്രിയയുടെ ഭാഗമാക്കണം എന്ന് എനിക്ക് ആഗ്രഹമുണ്ട്. എന്നാൽ ബജറ്റ് എന്നെ അതിന് അനുവദിക്കുന്നില്ല. മറ്റൊരു കാര്യം, ഒരു സെലക്ഷൻ കമ്മറ്റിയിൽ ഇരുന്നൂറ്റി അമ്പതോളം സിനിമകൾക്ക് ഇവിടെ കൊടുക്കുന്ന പ്രതിഫലം വളരെ ചെറുതാണ്. അതിനെ പ്രതി ഫലമായി കണക്കാക്കാൻ പോലും പറ്റില്ല. അവരുടെ സമയവും വൈദ ഗ്ധ്യവും ഒക്കെ കണക്കിലെടുക്കുമ്പോൾ ഈ തുക വളരെ തുച്ഛമാണ്. പുതിയ തലമുറ ഇത്രയും ചെറിയ ഫീസിൽ പ്രവർത്തിക്കാൻ തയ്യാറാവും എന്ന് തോന്നുന്നില്ല.

മറ്റൊന്ന്, വിദേശ രാജ്യങ്ങളിൽ ഒരു ക്യൂറേറ്റർക്ക് ഉള്ള സ്വീകാര്യത ഇവിടെ ഇല്ല. ഇപ്പോൾ ഐ.എഫ്.എഫ്.ഐയിൽ കാര്യങ്ങൾ മാറ്റ ന്നുണ്ട്. മറ്റൊരു ഇന്ത്യൻ മേളയും ആ ബഹുമാനം തരാറില്ല. ആർട്ടി സ്റ്റിക്ക് ഡയറക്ടർ എന്ന രീതിയില്ലുള്ള എന്റെ അനുഭവത്തിൽ, എന്റെ കൂടെ ഉള്ളവർ പോലും ചിന്തിക്കുന്നത് ഇതിൽ എന്താണ് ഇത്ര വലിയ കാര്യം എന്നാണ്. അതിന്റേതായ പ്രാധാന്യം ആരും കൊടുക്കുന്നില്ല. മറ്റൊന്ന്, ഇവിടെ അതിനനുസരിച്ചുള്ള വേതനവും ഇല്ല. ഇന്ത്യയിൽ

ഒന്നോ രണ്ടോ പേരിൽ മാത്രം മേളയുടെ നടത്തിപ്പ് ചുരുങ്ങുകയാണ്. അതേ സമയം കഴിവുള്ള ആളുകൾ ഇന്ത്യ വിട്ട് പോവുകയാണ്. ഞാൻ ഐ.എഫ്.എഫ്.ഐയിൽ ചേർന്നപ്പോൾ മനസ്സിലാക്കിയ കാര്യം, വളരെ വർഷങ്ങളായി ശങ്കർ മോഹനായിരുന്ന മേളയുടെ തലപ്പത്ത്. അദ്ദേഹം പോയപ്പോൾ അവിടെ ഒരു ടീം ഇല്ല. ഞാൻ ആരെയും കുറ്റപ്പെടുത്തുകയല്ല. അവർക്ക് ഒരു യുവതലമുറ ടീം ഉണ്ടാക്കണം എന്ന ആഗ്രഹം ഉണ്ടായിരുന്നിരിക്കാം. എന്നാൽ, ആ രീതിയിലുള്ള ആളുകളെ അവർക്ക് കിട്ടിയിട്ടുണ്ടാവില്ല, എത്രതന്നെയായാലും, അവർ തൽസ്ഥാനത്തു നിന്ന് പോവുമ്പോൾ അവിടെ ഒരു ശൂന്യത ഉണ്ടായി. ഐ.എഫ്. എഫ്. ഐയിൽ ആ രീതിയിലുള്ള ഒരവസ്ഥ ഉണ്ടായ സാഹചര്യത്തിലാണ് എനിക്ക് ജോലി ചെയ്യാൻ താത്പര്യം ഉണ്ട് എന്ന് അറിയിച്ചുകൊണ്ട് ഞാൻ എന്റെ പ്രൊഫൈൽ അയക്ക ന്നത്. ഈ രംഗത്ത് ജോലി ചെയ്ത് പരിചയമുള്ള ആളാണ്, അപ്പോൾ ദീപികയെ നോക്കാം എന്ന രീതിയിലാണ് എന്നെ നിയമിക്കുന്നത്. ബീനാ പോൾ ഇല്ലാതിരുന്നപ്പോഴും മേള സംഘടിപ്പിച്ച ആളാണ് എന്ന് പ്രൊഫൈലിൽ എഴുതിയിട്ടുണ്ട്. വളരെ നല്ല രീതിയിൽ നടന്ന ഒരു മേള യായിരുന്ന അത് എന്ന് അന്വേഷിച്ചപ്പോൾ അവർക്ക് മനസ്സിലായി. അങ്ങിനെയാണ് ഞാൻ വരുന്നത്.

ഐ.എഫ്.എഫ്.ഐയിൽ എന്റെ കൂടെ ജോലി ചെയ്തിരുന്ന ഒരാളാണ് ഈ വർഷം അവിടെ ചീഫ് പ്രോഗ്രാമർ ആയി ജോലി ചെയ്തത്. ജെ.എൻ.യു വിൽ നിന്ന് പഠിച്ചിറങ്ങിയ അയാൾ വളരെ കഴിവുള്ള ആളായിരുന്നു. പലപ്പോഴും ഉപദേശങ്ങൾക്കായി എന്നെ സമീപിച്ചപ്പോൾ ജോലി ഏറ്റെടുക്കാൻ ഞാൻ അയാളെ പ്രോത്സാഹി പ്പിച്ചു. എന്റെ കൂടെ ജോലി ചെയ്തിരുന്ന, എന്നെക്കാൾ പ്രായം കുറഞ്ഞ ഒരാൾ ഞാൻ എടുത്തതിനേക്കാൾ ചുരുങ്ങിയ സമയത്തിനുള്ളിൽ ഹെഡ്-പ്രോഗ്രാം ആവുന്നതിൽ എനിക്ക് പ്രശ്നങ്ങൾ ഇല്ല. അയാൾ വളരുന്നതിൽ എനിക്ക് സന്തോഷമേ ഉള്ളൂ. അവർക്ക് ആവശ്യമുള്ള സഹായങ്ങൾ ചെയ്തുകൊടുക്കുക എന്നതാണ് എന്റെ തലമുറയിലെ കുറേപേരെങ്കിലും ചിന്തിക്കുന്നത്. അങ്ങിനെയാണ് ഒരു പുതിയ ടീം ഉണ്ടാവുക. എന്നാൽ മുൻതലമുറ ഈ രീതിയിൽ ചിന്തിച്ചിരുന്നില്ല എന്നാണ് എന്റെ അനുഭവം പറയുന്നത്. അതുകൊണ്ടാണ് ഇന്ത്യയിൽ ക്യൂറേഷൻ രംഗം ഏതാനും ചിലരിൽ ഒതുങ്ങിനിൽക്കുന്നത്. ഇന്ത്യൻ സിനിമകളെ കുറിച്ച് എഴുതുകയും ക്യൂറേറ്റ് ചെയ്യുകയും ചെയ്യുന്ന ആളുകൾ കാണും. എന്നാൽ വിദേശ സിനിമകൾ ക്യൂറേറ്റ് ചെയ്യാനുള്ള ആളുകൾ വളരെ കുറവാണ്. എന്റെ തലമുറയിലുള്ള പലരും ഇവിടെ കുറച്ച കാലം

പ്രവർത്തിച്ചതിന ശേഷം ലണ്ടൻ പോല്ലുള്ള വലിയ മേളകളിലേക്ക് പോവുകയാണ്. ഇതിന് ഒരു കാരണം നാം ആത്മാർത്ഥതയോടെ ചെയ്യുന്ന ജോലിയെ ഇവിടെ വേണ്ട രീതിയിൽ സ്വീകരിക്കപ്പെടുന്നില്ല. മറ്റൊരു കാരണം അതിന തക്കതായ പ്രതിഫലം ലഭിക്കുന്നില്ല.

● ക്യൂറേഷൻ, പ്രോഗ്രാമിംഗ് മുതലായ കാര്യങ്ങൾ സിലബസ്സിന്റെ ഭാഗമാക്കണം. ഇത് ഇപ്പോൾ കോളേജ് തലത്തിൽ സിനിമ പഠിപ്പി ക്കുന്നത് പോലെ ആവരുത്. ഇവിടെ സിനിമ പഠിപ്പിക്കുന്നത് ഇംഗ്ലീഷ്- മലയാളം അദ്ധ്യാപകരാണ്. ഇത്തരം ഡിപ്പാർട്ട്മെന്റുകൾ വരികയും ജോലി സാധ്യത ഉണ്ടാവുകയും ചെയ്യുമ്പോഴാണ് കുട്ടികൾ ധാരാളമായി ഈ രംഗത്തേക്ക് കടന്ന വരിക. ഇപ്പോൾ സിനിമ എന്നാൽ സിനിമ പിടുത്തം മാത്രമാണ്.

വിദേശ സർവ്വകലാശാലകളിൽ ഫിലിം സ്റ്റഡീസ് പഠനം കഴിഞ്ഞാൽ എം.എ. ക്യൂറേഷൻ കോർസ് ഉണ്ട്. പിന്നെ ഫിലിം ഫെസ്റ്റീവൽ മാനേജ്മെന്റ് എം.ബി.എ. ഉണ്ട്. വളരെയധികം സാധ്യ തകൾ ഉള്ള ഒരു മേഖലയാണ് സിനിമ എന്നാണ് ഇത് കാണിക്കുന്നത്. ഈ മേഖലകളെ ആധാരമാക്കി ധാരാളം അക്കാദമിക് കോഴ്സുകൾ പല സർവ്വകലാശാലകളും (ഉദാഹരണമായി ലണ്ടൻ സർവ്വകലാശാല) നൽകുന്നുണ്ട്. സിനിമയുടെ അന്താരാഷ്ട്ര അവകാശം (International rights) സംബന്ധിച്ച മേഖലയിൽ കോഴ്സുകൾ നടത്തുന്നുണ്ട്. ഈ മേഖല ഇന്ത്യയിൽ പര്യവേക്ഷണം ചെയ്യപ്പെട്ടിട്ടില്ല. അതുകൊണ്ടത നെയാണ് നമുക്ക് ഈ രംഗത്ത് പുതിയ തലമുറ ഇല്ലാത്തത്. നാം ഫിലിം സ്റ്റഡീസിൽ ഒതുങ്ങി നിൽക്കുകയാണ്. ഫിലിം സ്റ്റഡീസിന്റെ ആൾക്കാരുമായി ബന്ധപ്പെട്ട് പ്രവർത്തിച്ച ഒരാൾ എന്ന നിലയിൽ എനിക്ക് മനസ്സിലായത് ഒരു മേളയിൽ ആയിരത്തിൽ കൂടുതൽ സിനിമകളാണ് ഇന്ന് നമുക്ക് മുന്നിൽ വരുന്നത്. ഈ സിനിമകളിൽ നിന്ന് പ്രേക്ഷകർക്കായി സിനിമകൾ ക്യൂറേറ്റ് ചെയ്യുന്ന പ്രക്രിയ പ്രത്യേ കമായി പഠിക്കേണ്ട ഒന്നാണ്. ഇതിന് സിനിമയെ കുറിച്ചുള്ള അറിവ് മാത്രം പോരാ. അതാണ് എം.എ. ക്യൂറേഷനിൽ പഠിപ്പിക്കുന്നത്. അതായത്, ഫിലിം സ്റ്റഡീസിനൊപ്പം ഫിലിം ക്യൂറേഷനും പഠിക്കണം. അതിൽ ക്യൂറേഷനുമായി ബന്ധപ്പെട്ട പല കാര്യങ്ങളും പഠിപ്പിക്കുന്ന. ഈ രീതിയിലുള്ള പഠനം ഇന്ത്യയിൽ ഇല്ല. അതുകൊണ്ടാണ് വളരെ കുറച്ച് ആളുകളിൽ മാത്രം ഈ രംഗം ഒതുങ്ങിപ്പോവുന്നത്. മറ്റൊന്ന്, നാം ഈ മേഖലയെ പ്രോത്സാഹിപ്പിക്കാത്തതുകൊണ്ടാണ് പലരും

ഇന്ത്യ വിട്ടുപോവുന്നത്.

● വിദേശ മേളകളിലേക്ക് സിനിമ പഠിക്കുന്ന വിദ്യാർത്ഥികളെ ക്ഷണിക്കാറുണ്ട്. നമ്മുടെ മേളയിൽ കുട്ടികളെ ആ രീതിയിൽ പങ്കെ ട്ടുപ്പിക്കുന്നില്ല. തത്പരരായ കുട്ടികൾ കൺസെഷനിൽ പാസ്സെടുത്ത് സിനിമ കാണകയാണ്.

വിദേശ മേളകൾ കുട്ടികളെ ക്ഷണിക്കുന്ന എന്ന പറയുമ്പോൾ അവരുടെ സർവ്വകലാശാലകൾക്ക് അത്തരം വകുപ്പ് ഉണ്ട്. കുട്ടികളെ അയക്കാനും, അവരുടെ ചെലവുകളും മറ്റം വഹിക്കാനും. മേളകളിൽ പങ്കെടുക്കുക എന്നത് അവരുടെ സിലബസ്സിന്റെ ഭാഗം കൂടിയാണ്. അതിനെ അടിസ്ഥാനമാക്കി റിസേർച്ച് പേപ്പറുകൾ സബ്മിറ്റ് ചെയ്യുക എന്നൊക്കെ. നമ്മുടെ സർവ്വകലാശാലകളിലും അത്തരം വകുപ്പകൾ ഉണ്ടാവും. ബന്ധപ്പെട്ട ആളകൾ ഇക്കാര്യം എത്രത്തോളം മനസ്സിലാ ക്കി പ്രാവർത്തികമാക്കുന്ന എന്നതാണ് ചോദ്യം. ഇത് പറയുമ്പോഴും മറ്റൊര കാര്യം പറയാൻ ഞാൻ ആഗ്രഹിക്കുന്ന. ഐ.എഫ്.എഫ്. കെയിൽ ഒരു സംവിധായകൻ വരുമ്പോൾ നാം അയാൾക്ക് എല്ലാ സൌകര്യങ്ങളും ഒരുക്കിക്കൊടുക്കുന്നണ്ട്. ഇക്കാര്യത്തിൽ നാം വളരെ യധികം ആദിത്യ മര്യാദ പുലർത്തുന്ന. അവിടെ സംവിധായകൻ സിനിമ അവതരിപ്പിക്കുന്ന, തിരിച്ച പോവുന്ന. മൂന്ന ദിവസം മാത്രം മേളയിൽ പങ്കെടുക്കുന്ന. നമ്മൾ ഇക്കാര്യത്തിൽ വളരെയധികം ശുഷ്കാന്തി ഉള്ള വരാണ് എന്ന പറയാനാണ് ഞാൻ ശ്രമിച്ചത്.

പല ഡിപ്പാർട്ട്മെന്റിൽ നിന്നും കുട്ടികൾ നമ്മുടെ മേളയിൽ പങ്കെട കുന്നുണ്ട്. അധ്യാപകൻ / അദ്ധ്യാപിക തന്നെ കൊണ്ടവന്ന് താമസ സൌകര്യവും മറ്റം അവർതന്നെ ഒരുക്കുന്ന. അത് പഠനത്തിനെ ഭാഗമായാണ്. ഇത് കാണമ്പോൾ വലിയ സന്തോഷം ഉണ്ട്. എന്നാൽ, ഇത്രയധിം കോളേജകളും സർവ്വകലാശാലകളും ഉണ്ടായിട്ടും കുട്ടിക ളുടെ അത്തരത്തിലുള്ള പങ്കാളിത്തം വളരെ കുറവാണ്. ഇതിന് ഒരു പ്രധാന കാരണം ആവശ്യമായ ബജറ്റ് ഇല്ലാത്തതുതന്നെയാണ്.

● മുകളിൽ ചർച്ച ചെയ്ത രീതിയിലുള്ള എക്സ്ട്രീം ആയ സിനിമകളാണ് സിനിമയുടെ, സിനിമാറ്റോഗ്രാഫിയുടെ സാധ്യതകളെ വികസിപ്പിച്ചത്. സിനിമയുടെ ആരംഭം തൊട്ടതന്നെ ഇത്തരം ശ്രമങ്ങൾ ഉണ്ടായിരുന്ന. സർറിയലിസ്റ്റ് സിനിമകൾ, അവാംഗ് ഗാർഡ് സിനിമകൾ മുതലായവ. ഇന്ന് ആരീതിയിലുള്ള പ്രസ്ഥാനങ്ങൾ ഉണ്ടോ? പകരം സിനിമയ്ക്ക്

ഒരു പ്രത്യേക രീതിയിലുള്ള ഫോർമാറ്റ് ഉണ്ടായി എന്നാണ് എന്റെ അഭിപ്രായം.

സിനിമയ്ക്ക് ഒരു പ്രത്യേക ഫോർമാറ്റ് വന്നിട്ടുണ്ടെന്ന് ഞാൻ വിശ്വസി ക്കുന്നില്ല. അതേ സമയം നമുക്ക് കിട്ടുന്ന സിനിമകൾക്ക് ഒരു ഫോർമാറ്റ് ഉണ്ടായിരിക്കാം. അതല്ലാതെ സിനിമയുടെ എല്ലാ സാധ്യതകളും അന്വേ ഷിക്കുന്ന ധാരാളം സിനിമകൾ ഉണ്ട്. ഇതിൽ ദൈർഘ്യം ഒരു പ്രധാന ഘടകമാണ്. നാം ഐ.എഫ്.എഫ്.കെയിലേക്ക് ക്ഷണിക്കുന്നത് ഫീച്ചർ ദൈർഘ്യമുള്ള (Feature length) സിനിമകളാണ്. അതിന്റെ ദൈർഘ്യത്തെ സംബന്ധിക്കുന്ന ഡെഫനിഷൻ 70 മിനിട്ടാണ്. കുറെ യെങ്കിലും സംവിധായകർ ലോകത്തിൽ ഈ പറയുന്ന തരത്തിൽ സിനിമയുടെ സാധ്യതകൾ ആരായുന്നുണ്ട്, ഈ ഫോർമാറ്റിൽ നിന്ന് വഴിമാറിയിട്ടുണ്ട്. 40-45   മിനിട്ട് ആണ് അവരുടെ സിനിമകളുടെ ദൈർഘ്യം. ലോക സിനിമയുടെ ഫോർമാറ്റിൽ ഈ സിനിമകൾ ഫീച്ചർ സിനിമയുടെ വിഭാഗത്തിൽപ്പെടില്ല. അതുകൊണ്ടുതന്നെ നമ്മുടെ മേളയിൽ ഈ സിനിമകൾ ഉൾപ്പെടുത്താൻ കഴിയില്ല. ഇത്തരം സിനിമ കൾക്ക് മാത്രമായി ധാരാളം പ്രശസ്തങ്ങളായ എക്സ്പെരിമെന്റൽ ഫിലിം ഫെസ്റ്റീവലുകൾ ഉണ്ട്. അതേ സമയം ഇന്ത്യൻ സ്റ്റാൻഡേർഡ്‌ 70 മിനിട്ട് ആണെങ്കിലും 65-66 മിനിട്ട് ദൈർഘ്യമുള്ള സിനിമകൾ നമ്മൾ ലോക സിനിമാ വിഭാഗത്തിൽ ഉൾപ്പെടുത്തുന്നുണ്ട്. അതേ സമയം, അക്കാദമി തന്നെ നടത്തുന്ന ഡോക്യുമെന്ററി, ഷോർട്ട് ഫിലിം മേളയിലേക്ക് ഇത്തരം സിനിമകൾ കൊണ്ടുവരാൻ പറ്റും.

● മേളയിൽ താങ്കൾ കൊണ്ടുവരാൻ ആഗ്രഹിക്കുന്ന മാറ്റങ്ങൾ എന്തൊക്കെയാണ്?

ഏഷ്യയിലെ മികച്ച മേള എന്ന് എല്ലാവരും വിശേഷിപ്പിക്കുന്ന ബുസാൻ മേളയ്ക്ക് ഐ.എഫ്.എഫ്.കെയുടെ അത്രയും പ്രായമേ ഉള്ളൂ. ഇതിനിടയിൽ അന്തർദ്ദേശീയ തലത്തിൽ   വളരെ പ്രധാനപ്പെട്ട മേള എന്ന ഖ്യാതി നേടിയെടുക്കാൻ ബുസാനിന് കഴിഞ്ഞു. ഫണ്ടിംഗ് മുതലായ കാര്യങ്ങൾ മാറ്റി നിർത്തിയാൽ, എല്ലാ മേളയും ശ്രദ്ധിക്കപ്പെ ടുന്നത് പ്രധാനമായും അതിൽ പ്രദർശിപ്പിക്കുന്ന സിനിമകളുടെ ഗുണം കൊണ്ടാണ്. മറ്റൊന്ന്, മേളയിൽ പങ്കെടുക്കുന്ന സംവിധായകരുടെ പ്രൊഫൈൽ ആണ്. അന്തർദ്ദേശീയ തലത്തിൽ വളരെ പ്രധാനപ്പെ ട്ട ചില സംവിധായകർക്ക് നാം ലൈഫ്ടൈം അച്ചീമെന്റ് അവാർഡ് നൽകിയിട്ടുണ്ടെങ്കിലും ഈ രീതിയിലുള്ള മാസ്റ്റർ ഫിലിം മേക്കേർസിന്റെ

സാന്നിധ്യം കൂടുതൽ ഉറപ്പുവരുത്തണം. ധാരാളം പ്രീമിയറുകൾ നടക്കുന്ന ഏഷ്യയിലെ തന്നെ ഏറ്റവും മികച്ച മേളകളിൽ ഒന്നായി ഐ.എഫ്. എഫ്.കെ. അറിയപ്പെടണം. ആ രീതിയിൽ മേളയെ വളർത്തിക്കൊണ്ട വരണം എന്നത് വലിയ ആഗ്രഹമാണ്. അക്കാദമിക്ക് ഫലവത്തായി ചെയ്യാൻ കഴിയാതിരുന്ന ഫിലിം മാർക്കറ്റിനെ സജീവമാക്കണം. നാം ഫിലിം മാർക്കറ്റ് നല്ല രീതിയിൽ സംഘടിപ്പിച്ചിട്ടില്ല എന്നമാത്രമല്ല, നാം ഫിലിം മാർക്കറ്റിനെ കുറിച്ച് ചിന്തിക്കുമ്പോൾ പോലും മലയാളം ഫിലിം മാർക്കറ്റ് എന്ന ചിന്തയാണ് ഉണ്ടാവുന്നത്. മറ്റ ഭാഷകളിൽ നിന്നുള്ള സിനിമകൾ ലഭ്യമല്ലെങ്കിൽ അവിടേക്ക് പുറത്തുനിന്നുള്ള ആളുകളുടെ ശ്രദ്ധ ആകർഷിക്കുന്നതിൽ പരിമിതി ഉണ്ടാവും. മലയാളം സിനിമകൾക്ക് പ്രാധാന്യം കൊടുത്തുകൊണ്ട് മറ്റ ഭാഷാ സിനിമകൾ കൂടി ഉൾപ്പെടുത്തുന്ന രീതിയിൽ ഉള്ളതായിരിക്കണം ഫിലിം മാർക്കറ്റ്. ലോകത്തിന്റെ പല ഭാഗത്തു നിന്നുമായി ധാരാളം ആളുകൾ പതിവായി ഫിലിം മാർക്കറ്റുകളിൽ പങ്കെടുക്കുന്നുണ്ട്. ഔദ്യോഗികമായി ക്ഷണി ച്ചിട്ടല്ല അവർ വരുന്നത്. അവർ സ്വന്തം ചിലവിൽ വരികയാണ്. ഈ രീതിയിൽ ധാരാളം ആളുകൾ പങ്കെടുക്കുന്ന, അവർക്ക് പോസ്റ്റ്-പ്രൊ ഡക്ഷനില്ലുള്ള ധാരാളം സിനിമകൾ കാണാനും, മികച്ച സിനിമകൾ തിരഞ്ഞെടുത്ത് അവരുടെ മേളകളിൽ പ്രദർശിപ്പിക്കാനും പറ്റുന്ന രീതിയില്ലുള്ള ഒരു ഫിലിം മാർക്കറ്റ് ഉണ്ടാക്കണം എന്ന ആഗ്രഹവും ഉണ്ട്.

2023 ഫെബ്രുവരിയിൽ ദീപിക ചലച്ചിത്ര അക്കാദമിയിൽ നിന്ന് രാജിവെച്ചു.